గ్రంధకర్త
డా.జెయిరాక్ లీ

డా. జెయిరాక్ లీ ఏడు సంవత్సరములు మరణసమీపముగనుండి అనేక రకములైన వ్యాధులు కలిగియుండిరి, కానీ సజీవమైన దేవుని కలిసినప్పుడు సంపూర్ణమైన ఆరోగ్యమును పొందుకొనిరి. తరువాత డా.లీ గారు దేవుని సేవకునిగ పిలువబడి 1982 లో మానమీన చర్చిని కొరియాలోని సియోల్‌లో స్థాపించిరి. అక్కడనుండి మానమీన పెరిగి గత 30 సంవత్సరములుగా 120,000 మంది సభ్యులతో వృద్ధి అయినది. డా.లీ గారి పరిచర్య అంతటిలో యేసుక్రీస్తుయొక్క శక్తిని ప్రదర్శించి అనేకమైన అద్భుతములు ఆశ్చర్యకరమైన సూచకక్రియలచే దేవుని మహిమపరచిరి. యుగాండా, జపాన్, పాకిస్తాన్, కెన్యా, ఫిలిప్పియన్స్, హోండరస్, ఇండియా, రష్యా, జర్మనీ, పెరు, డిఆర్ కాంగో, యుయస్ లోని న్యూయార్క్ సిటి మరియు ఇశ్రాయేలు దేశములతో సహా అనేక దేశములలో ఆయన నిర్వహించిన దేశాంతర క్రూసేడ్‌లలో దేవుడు మాటిమాటికి డా.లీ గారు ప్రకటించిన వర్తమానములను లెక్కలేనన్ని ప్రత్యక్షమైన ఋజువులతో నిర్ధారించెను. ఈ క్రూసేడ్‌లు ప్రపంచమంతటా టివిలలోను ఇంటర్‌నెట్ లోను ప్రసారము చేయబడెను. మరి ముఖ్యముగా, ఆయన శక్తివంతమైన పరిచర్యలో “ది 2000 యుగాండా హోలీ గాస్పెల్ క్రూసేడ్” సియన్‌యన్‌లో ప్రసారము చేయబడినది(కేబుల్ న్యూస్ నెట్ వర్క్), మరియు “ది 2009 ఇశ్రాయేలు యునైటెడ్ క్రూసేడ్” ఇశ్రాయేలులో ఉన్న యెరూషలేములో ఐసిసి (ఇంటర్‌నేషనల్ కన్వెన్షన్ సెంటర్) నందు నిర్వహించబడినది, అందులో యేసుక్రీస్తే మెస్సయ్య అని ఆయన ప్రకటించినప్పుడు ఆ క్రూసేడ్ 220 దేశములకు ప్రత్యక్ష ప్రసారము చేయబడినది. ఈ రోజుకుకూడ, డా.లీ గారు 84 పుస్తకములను రచించిరి, అవి ప్రశస్తమైన జీవవాక్యముతో నిండి వేలకు వేల ఆత్మలను రక్షణమార్గములో నడిపించెను. ఆయన వ్రాసిన హెటిల్‌లో సిలువను గూర్చిన వర్తమానము ప్రపంచవ్యాప్తముగ అనేకమందిని వారి ఆత్మీయ మగతనుండి నిద్రలేపినది.

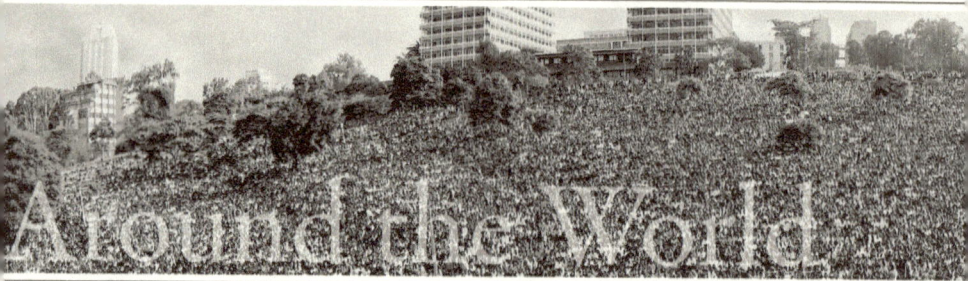

Around the World

నలుదిశల కనబడు దేవుని శక్తి ద్వారా, దేవుని యొక్క ఉనికిని, సమస్త మానవాళికి లోక రక్షకుడు యేసుక్రీస్తు అని బైబిల్‌లో వ్రాయబడినవాటి సత్యసంధత్వమును ధైర్యముగా లోకమునకు ప్రకటించెను!

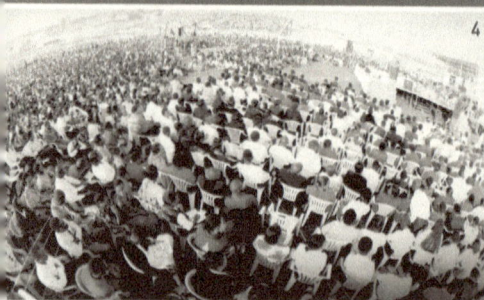

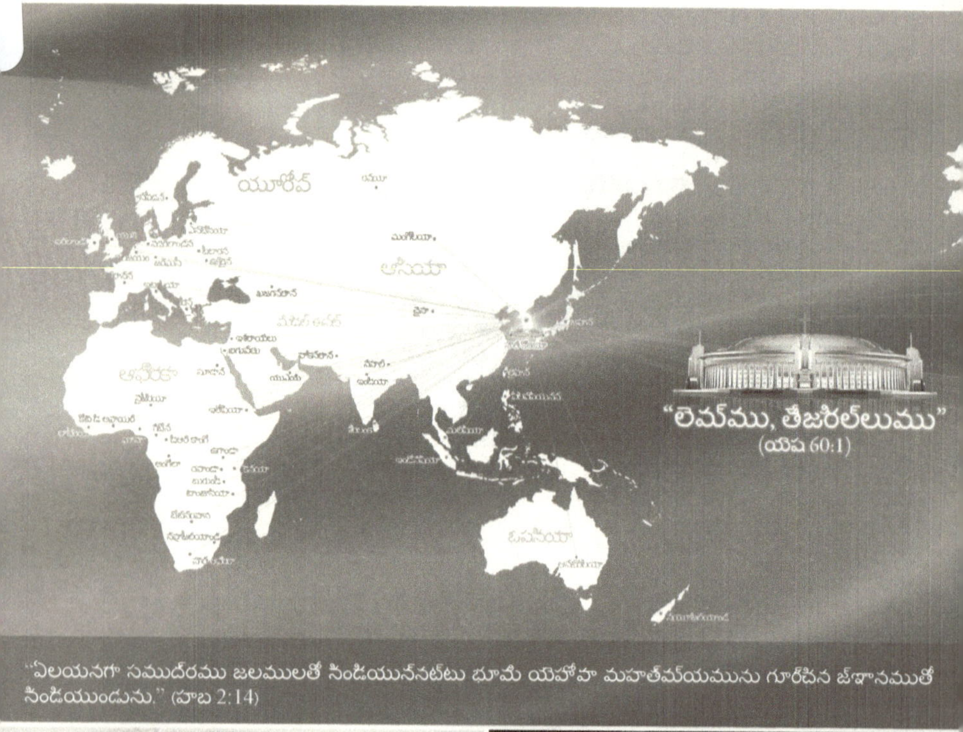
యూరోప్
ఆసియా
ఆఫ్రికా
ఓషేనియా
"లెమ్ము, తేజరిల్లుము"
(యెష 60:1)

"ఏలయనగా సముద్రము జలములతో నిండియున్నట్లు భూమి యెహోవా మహత్మ్యమును గూర్చిన జ్ఞానముతో నిండియుండును." (హబ 2:14)

4

5

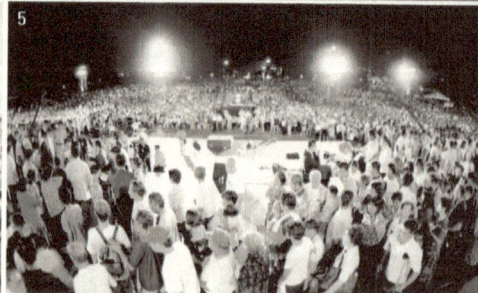

ప్రపంచమంతటా డా. జయెరాక్ లీ గారు
అనేకమైన క్రూసేడ్‌లను నిర్వహించి
పరిశుద్ధాత్మ శక్తితో లోకమును
కదిలించెను.

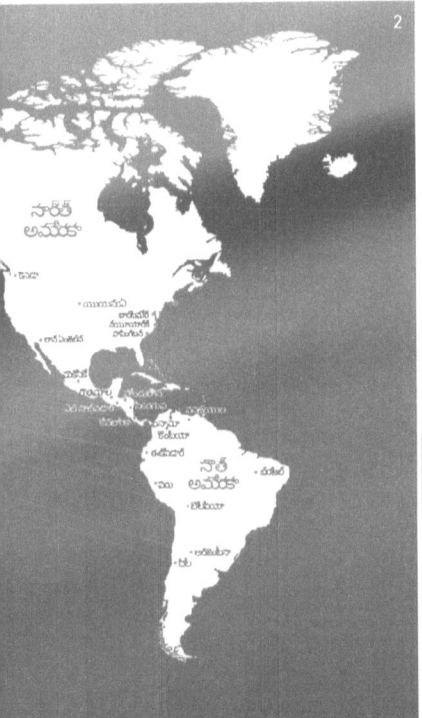

1 కెన్యా హోలీ గాస్పెల్ క్రూసేడ్
2 మాన్మిన్ సెంట్రల్ చర్చి వరల్డ్ మినిస్ట్రీస్
3 పాకిస్తాన్ గ్రేట్ యునైటెడ్ క్రూసేడ్
4 యుగాండా హోలీ గాస్పెల్ క్రూసేడ్
5 ఫిలిప్పైన్ రివైవల్ అండ్ హీలింగ్ క్రూసేడ్
6 హోండురస్ మిరాకిల్ హీలింగ్ క్రూసేడ్
7 పెరు హీలింగ్ క్రూసేడ్

1

Around the World

"అయినను పరిశుద్ధాత్మ మీ మీదికి వచ్చునప్పుడు మీరు శక్తినొందెదరు గనుక మీరు యెరూషలేములోను,
యూదయ సమరయ దేశములయందంతట భూదిగంతముల వరకును, నాకు సాక్షులైయుందురు." (అపో 1:8)

4

1 డెమోక్రాటిక్ రిపబ్లిక్ ఆఫ్ కాంగో మెడికల్ హీలింగ్ ఫెస్టివల్
2 ఇనడొనేషియా మెడికల్ హీలింగ్ క్రూసేడ్
3 ఇశ్రాయేల్ యునైటెడ్ క్రూసేడ్
4 న్యూయార్క్ క్రూసేడ్
5 జెర్మనీ హీలింగ్ ఫెస్టివల్
6 రషియా మెడికల్ హీలింగ్ ఫెస్టివల్
7 ఇండియా మెడికల్ హీలింగ్ పరేయర్ ఫెస్టివల్

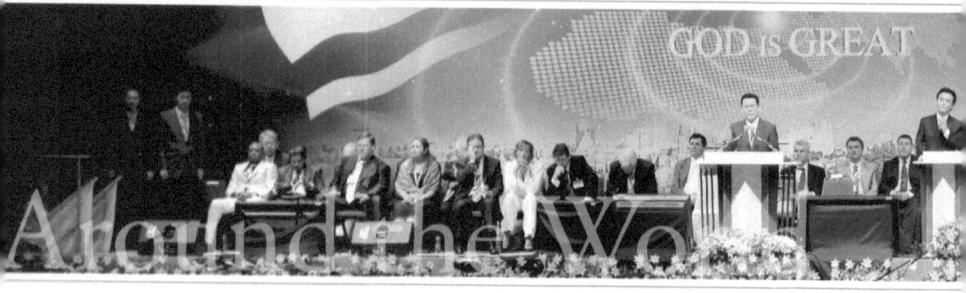

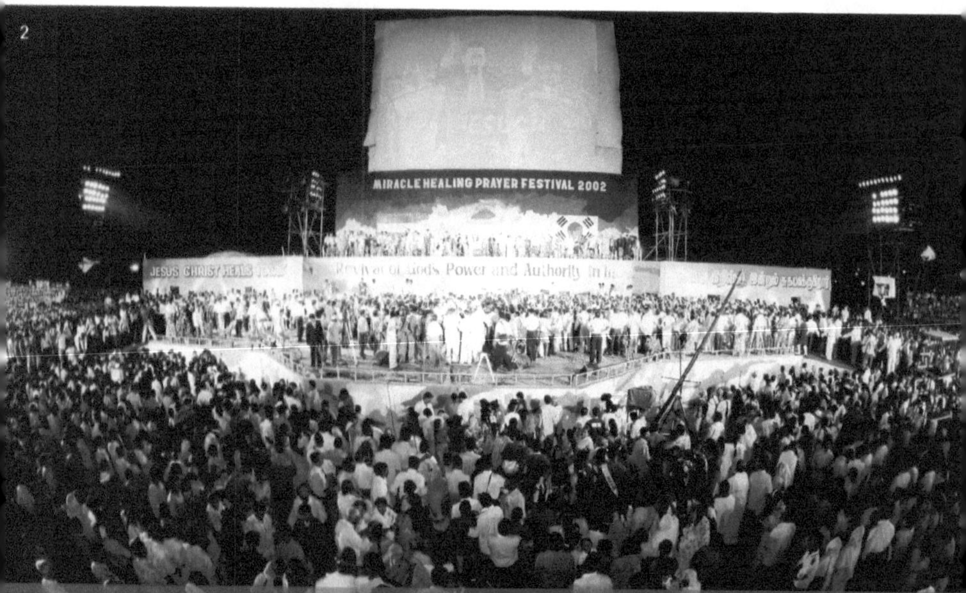

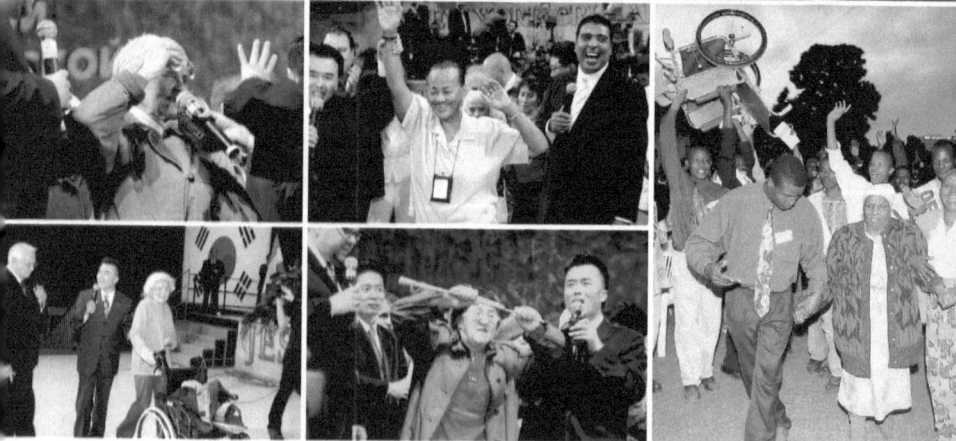

"బలము తనదని ఒకమారు దేవుడు సెలవిచ్చెను. రెండు మారులు ఆ మాట నాకు వినబడెను." (కీర్త 62:11)

ప్రపంచమంతటా డా. జయిరాక్ లీ గారు అనేకమైన క్రూసేడలను నిర్వహించి పరిశుద్ధాత్మ శక్తితో లేకమును కదిలించెను.

డా. జయిరాక్ లీ గారు ద్వారా ఈ రోజుకు కూడా మానవుల బలమునకు అసాధ్యమైన బైబిల్ సువార్థలు జరిగించి దేవుడు తన సన్నిధిని శక్తిని ఉద్ఘాటించెను. ప్రతి దేశాంతర క్రూసేడ్ నందు, ఎయిడ్స్ మరియు క్యాన్సర్ వంటి సాధ్యముకాని బాగుచెయ్యలేని వ్యాధులు డా.లీ గారు ఒక్కొక్కరికి చెయ్యివేసి ప్రార్థనచేయుటకాక వారందరికి పులిపీఠము నుండి ప్రార్థించినప్పుడు లెక్కపెట్టలేనంత జనసమూహము దేవుని సువార్థలు పొందుకొనిరి.

1 ఇశ్రాయేల్ యునైటిడ్ క్రూసేడ్
2 ఇండియా మెడికల్ హీలింగ్ వెల్ఫేర్ ఫెస్టివల్
3 2006 లో డిఆర్ కాంగో అధ్యక్షుడైన జోసెఫ్ కబిలా చేత ఆహ్వానించబడుట

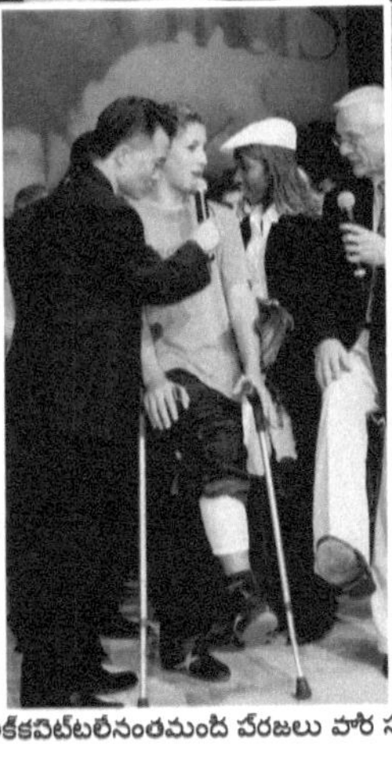

3

లెక్కవెట్టలేనంతమంది ప్రజలు వార సువార్థల గురించి సాక్ష్యమిచ్చిరి

మాన్మిన్ సెంట్రల్ చర్చి

నేషనల్ ఇవాంజిలైజేషన్ మరియు వరల్డ్ మిషన్ వీటిని మాన్మిన్ చర్చి పూచీ తీసుకొనును

2013 నాలుగో నెల నాటికి, మాన్మిన్ శాఖ 43 సంఘములు, సౌత్ కొరియాలో ప్రధానమైన పట్టణములంతటిలో 13 ప్రాంతీయ మందిరములు, ప్రపంచమంతటా దాదాపుగా 10,000 దేశాంతర శాఖలు ఉన్నవి. మాన్మిన్ సెంట్రల్ చర్చినందు జరిగే ప్రతి ఆరాధనా కార్యక్రమము కొరియాలోనున్న శాఖలన్నిటికి మరియు సాటిలైట్ "యన్ యస్ యస్-6" (న్యూ స్కైస్ సాటిలైట్స్ 6) ద్వారా అనేక దేశములకు ప్రత్యక్ష ప్రసారము చేయబడును మరియు తాయ్ కామ్ 5 జిసియన్ మిగతా దేశములకు ఇంటర్నెట్ ద్వారా ప్రసారము చేయబడును. ఇంతేగాక, మాన్మిన్ పుస్తకములు, వార్తాపత్రికలను, మ్యాగజైనులు ప్రచురించుట మరియు కళలను ప్రదర్శించుట ద్వారా చాలా చురుకుగా ఇతర పరిచర్యలను కూడ చేయుచున్నది. వరల్డ్ మిషన్ పరిపూర్తిచేయుటలో మరియు నార్త్ కొరియాకు మిషన్ వర్కు సిద్ధముచేయుటలో మాన్మిన్ ముందడుగు వేసినది. మాన్మిన్ సెంట్రల్ చర్చి దేవుని యొక్క మహిమను అధికముగా ప్రత్యక్షపరచుటకు "గ్రాండ్ సాంక్ట్యువరీ" ఒక పెద్ద మందిరము కట్టుటకు కూడ పూనుకున్నది.

1 ఈస్టర్ కంటాటా
2 చర్చియానివర్సరీ
3 సిస్సి ఆర్కెస్ట్రా
4 జిసియన్ లాంచింగ్ సెరెమనీ
5 డబ్ల్యూ సిడియన్ 2006 లో కాన్ఫరెన్స్

"నీకు వెలుగు వచ్చియున్నది. లెమ్ము, తేజరిల్లుము , యెహోవా మహిమ నీమీద ఉదయించెను." (యెష 60:1)

సిలువను

గూర్చిన

వర్తమానము

సిలువను
గూర్చిన
వర్తమానము

డా. జెయిరాక్ లీ

URIM
BOOKS

సిలువను గురించిన వర్తమానము, రచన డా. జెయిరాక్ లీ
ప్రచురణ: ఉరిమ్ బుక్స్ (రిప్రజెంటేటివ్: సియోన్‌గేకియోన్ విన్)
361-66, షిండయిబ్‌యాంగ్గ-డాంగ్3, డాంగ్‌జాక్-గు, సియోల్, కొరియా
www.urimbooks.com

మొదటి ప్రచురణ ఏప్రిల్ 2013

కొరియాలోక ఉరిమ్ బుక్స్ వారిచేత 2002 లో గత ప్రచురణ చేయబడినది.

ఎడిట్ చేసినవారు గేయూమ్‌సన్ విన్
డిజైన్ చేసినవారు ఎడిటోరియల్ బ్యూరో ఆఫ్ ఉరిమ్ బుక్స్
ముద్రించినవారు ఈవోన్ ప్రింటింగ్ కంపెనీ
అనువాదము:పాశల విజయ్య
మరిన్ని వివరములకు, urimbook@hotmail.com. ను సంప్రదించండి

తొలిపలుకు

దేవుని హృదయమును మరియు ప్రేమగల ఆయన ఉన్నతమైన ప్రణాళికను మీరు అర్థము చేసుకొనవలెనని మరియు మీ విశ్వాసమునకు స్థిరమైన పునాది వేసుకొనవలెనని కోరుచున్నాము.

సిలువను గూర్చిన వర్తమానము 1986 నుండి అసంఖ్యాకమైన ప్రజలను రక్షణ మార్గములోనికి నడిపించి అనేక విదేశీ క్రూసేడ్ల ద్వారా లెక్కింపజాలని పరిశుద్ధాత్ముని క్రియలను ప్రదర్శించెను. చివరకు, తండ్రి అయిన దేవుడు దీనిని ప్రచురించుటకు నన్ను దీవించెను. మహిమ కృతజ్ఞతలు నేను ఆయనకు చెల్లించెదను!

చాలామంది సృష్టికర్తయైన దేవునియందు నమ్మిక మంచామని ఆయన కుమారుడైన యేసుక్రీస్తు యొక్క ప్రేమ తెలుసని చెప్పుదురు కానీ ధైర్యముతో వారు సువార్తను బోధించలేకపోవుచున్నారు. వాస్తవమునకు కొద్దిమంది క్రైస్తవులు మాత్రము దేవుని హృదయమును ఆయన ఏర్పాటును ఎరుగుదురు. ఇంకాచెప్పాలంటే, కొంతమంది క్రైస్తవులు బైబిల్లో చూపిన అనేకమైన ప్రశ్నలకు స్పష్టమైన జవాబులు తెలియక మరియు దేవుని ప్రేమయొక్క మర్మమైన ఏర్పాటును అర్థంచేసుకోలేక దేవుని నుండి విడిపోయిరి.

ఉదా:ఈ క్రింది మూడు ప్రశ్నలు నిన్నడిగితే నువ్వు ఏం

చెప్తాము: దేవుడు “మంచి చెడులనుగూర్చి తెలివినిచ్చు వృక్షమును ఎందుకు మంచి ఆ చెట్టు పండును మానవుడుని తిననిచ్చెను?” “తన కుమారుడైన యేసుక్రీస్తును బల్యర్పణగా ఇచ్చికూడా పాపులకు నరకమును ఎందుకు సృజించారు?” ఇంకా “యేసు మాత్రమే ఎందుకు రక్షకుడు?”

నా ప్రారంభపు క్రైస్తవ జీవితములో అనేక సంవత్సరాలు దేవునియొక్క సృష్టియొక్క లోతైన ఏర్పాటును మరియు ఆయన సిలువయందు దాచబడిన లోతైన ఏర్పాటును నేను అర్థం చేసుకోలేకపోయాను. సువార్త పరిచారకునిగా నేను పిలువబడిన తరువాత, “అసంఖ్యాకులైన ప్రజలను నేను రక్షణ మార్గములోనికి ఎలా నడిపించగలను దేవుని ఎలా మహిమ పరచగలను?” అని నాకు నేనే ప్రశ్నించుకొనేవాడిని, బైబిలుయందున్న మాటలన్నీ నేను అర్థంచేసు కోవాలి. గ్రహించుటకు కష్టమైనవాటిని దేవుని ద్వారా అర్థంచేసుకొని వాటిని లోకమంతా బోధించాలని నాకు గ్రహింపయ్యింది. దీని కొరకు నేను ఎంత ఉపవాసముండవలెనో అంత ఉపవాసముండేవాడిని. ఏడు సంవత్సరములు గడిచిపోయిన తరువాత దేవుడు వాటిని బయలుపరచుట ప్రారంభించెను.

1985లో, నేను ఆసక్తిగా ప్రార్థిస్తున్నప్పుడు, పరిశుద్ధాత్మతో నింప బడ్డాను. దాచబడిన దేవుని గుప్తమైన ఏర్పాటును నాకు తెలియజేయుట ప్రారంభించెను. అదే “సిలువను గూర్చిన వర్తమానము.” ఇరవైయొక్క వారములు ప్రతి ఆదివారపు ఉదయకాలపు ఆరాధనలో నేను బోధించేవాడిని. “సిలువను గూర్చిన వర్తమానము” యొక్క క్యాసెట్లు దేశములోను విదేశములోను అసంఖ్యాకులైన ప్రజలను ప్రభావితము చేసెను. “సిలువను గూర్చిన వర్తమానము” ఎక్కడెక్కడ బోధించబడెనో, పరిశుద్ధాత్మ దేవుడు అక్కడ మండుచున్న అగ్నివలె పనిచేసెను. వారి

పాపములకొరకు అనేక మంది పశ్చాత్తాపపడి వారి రోగములనుండి స్వస్థతపొందితిరి. దేవుని యొక్క ఏర్పాటును గురించిన సందేహములను త్రోసివేసి నిజమైన విశ్వాసమును నిత్యజీవమును పొందుకొనిరి. అప్పటివరకు, దేవుని గురించి ఆయన లోతైన ప్రేమను గురించి వారికి అర్ధంకాలేదు. ఈ వర్తమానము ద్వారా వారు దేవుని ప్రణాళికను అర్ధంచేసుకొని, ఆయనను కలుసుకొని నిత్యజీవముకైన నిరీక్షణను కలిగియుండిరి.

ఏదేను వనములో మంచి చెడ్డల తెలివినిచ్చు చెట్టును ఎందుకు ఉంచెనో నీకు అర్ధమైతే, మానవ జీవనమునకు ఆయనయొక్క ఏర్పాటును మరియు దేవునియొక్క స్వఛ్చమైన ప్రేమను ఇంకా ఎక్కువగ అర్ధంచేసుకొన గలవు. ఇంకా చెప్పాలంటే నీ జీవితముయొక్క నిజమైన ఉద్దేశము తెలుసుకొనుట ద్వారా, రక్తము కారునంతగ నీ పాపములకు వ్యతిరేకముగ నీవు పోరాడుటకు సమర్ధుడవగుదువు మరియు యేసుక్రీస్తుయొక్క హృదయమును పోలి యుండుటకు నీ శాయశక్తుల ప్రయత్నించుదువు మరియు మరణము వరకు నీ దేవునికి నమ్మకముగ నుందువు.

సిలువను గూర్చిన వర్తమానము సిలువయందు దేవుడు దాచియుంచిన గుప్తమైన ఏర్పాటును చూపించి మరియు నిజమైన మంచి క్రైస్తవ జీవితము కోసము గట్టి పునాది వేసుకొనుటకు నీకు సహాయం చేయును. కాబట్టి ఎవరు ఈ పుస్తకము చదివినా దేవుని లోతైన ఏర్పాటు మరియు ప్రేమ, మరియు నిజమైన విశ్వాసమును కలిగియుండి, ఆయన దృష్టికి ఇష్టమైన క్రైస్తవ జీవితమును జీవించుదురు.

ఈ పుస్తకమును ప్రచురించుటకు అనేకవిధములైన కృషి చేసిన డైరక్టరు గారైన డా.గ్యేంమ్సన్ విన్ గారికి మరియు ఆమెయొక్క

ఊరిమ్ బుక్స్ ఎడిటోరియల్ సిబ్బందికి నా ధన్యవాదములు తెలియజేసు కుంటున్నాను.

అసంఖ్యాకులైన ప్రజలు దేవునియొక్క లోతైన ఏర్పాటును అర్థంచేసుకొని ప్రేమయైయున్న దేవునిని కలుసుకొని నిజమైన దేవుని పిల్లలవలె రక్షణ పొందుదురుగాక–యేసుక్రీస్తు నామమున నేను ప్రార్థన చేస్తున్నాను!

జెయిరాక్ లీ

ఉపోద్ఘాతము

సిలువను గూర్చిన వర్తమానము దేవునియొక్క జ్ఞానము శక్తియై యుండి లోకమందున్న ప్రతి క్రైస్తవుడు తప్పక హత్తుకోవలసిన శక్తివంతమైన వర్తమానము

ఈ సిలువను గూర్చిన వర్తమానమును ప్రచురించుటకు మమ్మును నడిపించిన దేవునికి నేను స్తుతి మహిమ చెల్లించుచున్నాను. ప్రపంచమంతటా మాన్మిన్ సభ్యులనేకమంది ఈ పుస్తకము ప్రచురించబడుటకు ఎదురుచూస్తున్నారు. అనేకమంది క్రైస్తవులు ఆశ్చర్యపడునట్లుగ ఈ పుస్తకము అనేక ప్రశ్నలకు స్పష్టమైన జవాబునిచ్చును: 'ఆదికాలమునకు ముందు సృష్టికర్తయైన దేవుడు ఏమైయున్నారు?' 'దేవుడు ఎందుకు మానవుని సృజించి భూమిమీద నివసింపనిచ్చెను?' 'ఏదేను వనములో దేవుడు ఎందుకు మంచి చెడులను తెలివినిచ్చు వృక్షమునుంచెను?' 'ఎందుకు దేవుడు తన ఒక్కగానొక్క కుమారుని ప్రాయశ్చిత్తబలిగా పంపించెను?' 'ఎందుకు దేవుడు రక్షణ ప్రణాళిక ఏర్పాటును కరుకైన మ్రాను సిలువ ద్వారా యోచించెను?' ఇంకా ఎన్నో ఎన్నెన్నో ప్రశ్నలు.

డా.జెయిరాక్ లీ గారు ప్రసంగించిన ఆత్మపూర్ణమైన వర్తమానములు ఈ పుస్తకములో ఉన్నవి అవి దేవుని గొప్ప

ప్రేమయొక్క లోతు వెడల్పును తెలుసుకొనుటకు గ్రహింపునిచ్చును.

1వ అధ్యాయములో, "దేవుడు సృష్టికర్త మరియు బైబిలు," అనునది నీకు దేవుని పరిచయముచేసి ఎలాగ దేవుడు నీ మధ్యలో పనిచేయు చున్నారో తెలియజేయును. ఆ అధ్యాయము ద్వారా మానవ చరిత్రలో సజీవుడైన దేవునియొక్క ఋజువు బైబిలుయొక్క వాస్తవమును నీవు కనుగొందువు. ఇంకా, పరిణామ సిద్ధాంతము అవాస్తవమని దేవుని సృష్టి వాస్తవమని నిరూపించును.

2,వ అధ్యాయము, "దేవుడు మానవుని సృజించి అభివృద్ధి చేసెను," అనుదానిలో దేవుడు ప్రపంచములో సమస్తమును సృజించి మానవుని తన పోలికలో సృజించుటను సాక్ష్యమిచ్చుచున్నది. మానవుని జీవితముయొక్క నిజమైన అర్థము మానవులను ఆయన తన నిజమైన ఆత్మసంబంధమైన పిల్లలనుగా చేయుటలో గల ఉద్దేశము ఈ అధ్యాయము మనకు నేర్పించును.

3వ అధ్యాయము, "మంచి చెడులను తెలివినిచ్చు వృక్షము," లో క్రైస్తవులందరికి చెందిన ప్రాథమికమైన ప్రశ్నలకు సమాధానమిచ్చును: ఎందుకు దేవుడు మంచి చెడులను తెలివినిచ్చు వృక్షమునుంచెను? భూమి మీద మానవుని అభివృద్ధి చేయుటకు ఆయన లోతైన ప్రేమ మరియు నిగూఢమైన దేవుని ఏర్పాటుకు గల సవిస్తరమైన కారణమును అర్థం చేసుకొనుటకు ఈ అధ్యాయము వివరించును.

4వ అధ్యాయములో, "కాలము ప్రారంభము కాకమునుపు

దాచబడిన రహస్యము," దేశముయొక్క విమోచనా చట్టమునకు మరియు మానవుని రక్షణ యొక్క ధర్మశాస్త్రమునకు మధ్య గల సంబంధమును వివరించును (లేవీ 25). మానవులందరు చేసిన పాపమును బట్టి మరణ మార్గములో వెళ్ళవలసియున్నప్పుడు దేవుడు కాలము ప్రారంభము కాకమునుపే ఆశ్చర్యకరమైన రక్షణ మార్గమును తయారుచేసెను అను విషయముకూడ ఇది వివరించును. చివరకు, ఎందుకు దేవుడు ఎంచుకున్న తన కాలమువరకు మానవుని రక్షణను గుప్తపరచెనో మరియు దేశముయొక్క విమోచనా చట్టమునకు యేసు ఎలా అర్హుడయ్యెనో ఇది మనకు బోధించును.

5వ అధ్యాయము, "యేసు మాత్రమే ఎందుకు మనకు రక్షకుడు?" ఎలాగ మానవుని రక్షణ కొరకు దేవుని ప్రణాళిక ఉండెనో మరియు అది కాలారంభమునకు మునుపే యేసు ద్వారా నెరవేర్చబడెనో, ఆయన సిలువేయబడుటకు గల కారణము, దేవుని పిల్లలయొక్క ఆశీర్వాదములు హక్కులు, "యేసుక్రీస్తు" అను నామమునకు గల అర్థం, ఆకాశము క్రింద "యేసుక్రీస్తు" నామము తప్ప మరియే నామములో మానవులకు రక్షణ కలుగదని మొదలగు విషయములను వివరించును. ఈ అధ్యాయములో వివరించిన ఆత్మ సంబంధమైన భావమును నీవు అర్థంచేసుకున్నట్లయితే లెక్కింప శక్యము కాని దేవుని ప్రేమను నీవు అనుభూతి పొందెదవు.

6వ అధ్యాయములో, "సిలువయొక్క ఏర్పాటు," యేసు శ్రమలయొక్క లోతైన అర్థం నీకు తెలియపరచబడును. యేసు నిజమైన దేవుని కుమారుడైతే ఎందుకు పశువుల పాకలో జన్మించి పశువుల తొట్టెలో ఎందుకు పెట్టబడెను? ఆయన జీవితమంతా ఎందుకు పేదవానిగానుండెను? ఎందుకు ఆయన శరీరమంతా కొరడా దెబ్బలు, ముళ్ళతో కిరీటము కాళ్ళకు చేతులకు మేకులు? రక్తము

నీరు ఒలికించునంతగా ఎందుకు ఆయన బాధపడవలసి వచ్చెను?

ఇలాంటి వాటికి ఈ అధ్యాయము ఖచ్చితమైన జవాబులు మరియు ఆత్మసంబంధమైన భావములు నీకు కలిగించి ఆయన శ్రమలకు అర్థమును నీకు గ్రహింపునిచ్చును. యేసు శ్రమలయొక్క ఆత్మసంబంధమైన భావమును నీవు గ్రహించుట ద్వారా అన్ని రకములైన రోగములు, వ్యాధులు, పేదరికమనే సమస్య, కుటుంబములో తిరస్కారము, వ్యాపారములో కష్టములు ఇవన్నీ పరిష్కరించబడును. దేవునియొక్క లోతైన ప్రేమ, ప్రతి చెడును విసర్జించి, దేవుని స్వభావములో పాలిభాగస్తుడవై యుండుటకు నీకు ఈ అధ్యాయము సహాయము చేయును.

7వ అధ్యాయములో, "సిలువయందు యేసు పలికిన అఖరి ఏడు మాటలు," యేసు మరణము కాకమునుపు సిలువయందు పలికిన యేడు మాటలు ఆత్మసంబంధమైన భావమును వివరించును. సిలువయందు పలికిన ఆఖరి ఏడు మాటల ద్వారా, తండ్రియైన దేవుని నుండి పొందిన పనిని ఆయన నెరవేర్చెను. ఈ అధ్యాయములో మానవజాతిపైన గల యేసుయొక్క గొప్ప ప్రేమ, మరియు ఆయన రెండవరాకడ మరియు పునఃరుత్థానము కొరకు నిరీక్షణతో మంచికొరకు చివరివరకు పోరాటమును గురించి నొక్కిచెప్పుచున్నదానిని మీరు అర్థం చేసుకొనవలెను.

8వ అధ్యాయములో, "సత్యము విశ్వాసము మరియు నిత్యజీవము," చెప్పునదేమనగా మనము నిజమైన విశ్వాసముతో మాత్రమే పెండ్లికుమారుడైన యేసుక్రీస్తుతో ఏకమౌదుము. కొంతమంది రక్షకుడైన యేసుక్రీస్తునందు విశ్వాసముంచుచున్నామని చెప్పువారికి తీర్పుదినమున వారు రక్షించబడలేరని బైబిలు హెచ్చరిక చేయుచున్నది.

యేసుక్రీస్తునందు విశ్వాసముంచుటయే గాక వారు నిత్య రక్షణకొరకు మనుష్యకుమారుని శరీరమునుతిని రక్తమును త్రాగవలెనని బైబిలు చెప్పుచున్నది. నీవు ఆయన యొక్క శరీరమును తిని రక్తమును త్రాగినప్పుడు రక్షణ మార్గమునకు తీసుకువెళ్ళు నిజమైన విశ్వాసమును నీవు కలిగియుండవచ్చు. నిజ విశ్వాసమును ఎలా పొందవలెనో, సంపూర్ణ రక్షణకు చేరుకొనవలెనంటే ఏమిచెయ్యవలెనో ఈ అధ్యాయము నీకు నేర్పించును.

9వ అధ్యాయములో, "నీటియందును ఆత్మయందును తిరిగి జన్మించవలెను," యేసునకు నికోదేమునకు మధ్య జరిగిన *సంభాషణలో మొదట ప్రస్తావనము*. ఈ మార్పిడి సిలువయొక్క వర్తమానమును ముగించును. నీ హృదయము నిరంతరము నీటితోను మరియు పరిశుద్ధాత్మతోను యేసుక్రీస్తు తిరిగివచ్చువరకు నూతన పరచబడుచుండవలెను మరియు నీ ఆత్మ ప్రాణము మరియు శరీరము యేసుక్రీస్తుయొక్క రెండవ రాకడవరకు నిందారహితముగ నుండి నప్పుడు ప్రభువు తన సౌందర్యమైన పెండ్లికుమార్తెవలె నిన్ను అంగీకరించును.

10వ అధ్యాయములో, "భిన్నమతావలంబన అంటే ఏమిటి?" అనేక మంది క్రైస్తవులలో భిన్నమతావలంబన గురించి ఉన్న వ్యతిరేకమైన అవాస్తవమైన అవగాహన గురించి చర్చించి దాని స్వభావమును త్రవ్వి తీయును. భిన్నమతావలంబన అను మాటకు బైబిలు ప్రకారము నిర్వచనము తెలియక ఈ దినాల్లో అనేకమంది దేవునియొక్క బలమైన కార్యములను అవి భిన్నమతావలంబనమని, తప్పని తప్పుగా అర్థంచేసుకొనుచున్నారు. నీవు పరిశుద్ధాత్మ కార్యములను భిన్నమతావలంబనముగా నిందించ కూడదని లేక ఖండించ కూడదని

ఈ అధ్యాయము హెచ్చరిస్తున్నది మరియు సత్యస్వరూపియైన ఆత్మ ఏదో లేక భ్రమపరచు ఆత్మ ఏదో అని మరియు కొన్ని భిన్నమతావలంబన శాఖలను గురించి నీవు వ్యత్యాసపరచుట ఎలాగో నీకు తెలియజెప్పును. చివరకు, ఈ అధ్యాయము నీవు మెలుకువగా నుండి నిరంతరము ప్రార్థించుట, భ్రమ పరచు ఆత్మ యొక్క శోధనలో పడకుండ సత్యమందు నివసించుటను గురించి నొక్కిచెప్పును.

అపోస్తలుడైన పౌలు సిలువను గూర్చిన వర్తమానమును, మరియు దేవుని జ్ఞానమును గురించి చెప్పెను, 1వ కొరింథీ 1:18, "*సిలువను గూర్చిన వార్త నశించుచున్నవారికి వెఱ్ఱితనము గాని రక్షింపబడుచున్న మనకు దేవుని శక్తి.*" ఒకరు సిలువలో రహస్యముగా దాచబడినవి మరియు మానవజాతికి దేవుని యొక్క గొప్ప ప్రేమ లోతైన ఏర్పాటును గ్రహించినట్లయితే, ఎవరైనా నిజమైన విశ్వాసమును కలిగియుండి, సజీవుడైన దేవుని కలిసికొని సంపూర్తియైన క్రైస్తవ జీవితమును జీవించ వచ్చును.

సిలువను గూర్చిన వర్తమానము నీ జీవితమునకు ప్రాథమికమైన బోధ. కాబట్టి, సంపూర్ణ రక్షణ మరియు నిత్యజీవమునకు కావలసిన మీ క్రైస్తవ జీవితమునకు అవసరమైన పునాదివేయవలెనని ప్రభువు నామమున మీకు ప్రార్థన చేయుచున్నాను.

గేయూమ్సన్ విన్
డైరక్టర్ ఆఫ్ ఎడిటోరియల్ బ్యూరో

విషయ సూచిక

1వ అధ్యాయము

స్పష్టికర్తయైన దేవుడు మరియు బైబిలు

- దేవుడు స్పష్టికర్తయై యున్నాడు
- నేను ఉన్నవాడను అనువాడను
- దేవుడు సర్వజ్ఞాని మరియు సర్వశక్తిగలవాడు
- దేవుడు బైబిలుకు కర్త అయిఉన్నారు
- బైబిల్‌లో ప్రతి మాట వాస్తవమైనది

"ఆదియందు దేవుడు భూమ్యాకాశములను
సృజించెను."

ఆదికాండము 1:1

లోకములో చాలామంది ప్రజలు దేవుడు లేడని గట్టిగ అందురు. మరి కొంతమంది ప్రజలు మానవుని ఊహానుబట్టి లేక దేవుని యొక్క సృష్టముయొక్క ప్రతిమలను చేసుకొని వాటిని దేవునిగా ఆరాధించేవారు. మనమాయనను చూడలేకపోయేనప్పటికి, దేవుడు నిశ్చయముగ సజీవుడు, మరియు ఒకే ఒక దేవుడు ఆయననే మనము ఆరాంధింపవలెను. దేవుడు లోకమునకు మరియు సమస్త మానవాళికి సృష్టికర్త. సమస్తమునకు ఆయన పరిపాలకుడు మరియు న్యాయాధిపతి.

దేవుడు ఎలాంటి వాడు? వాస్తవమునకు, దేవునిగురించి వివరించుటకు మానవునికి సులభము కాదు. మానవుడు కేవలము ఒక ప్రాణి. దేవుడు మానవుని పరిమితులన్నిటిని మించినవాడు. దేవుడు హద్దులు సరిహద్దులు లేనివాడు. మనము ఎంత నిశ్చయించుకున్నా, మన తెలివితో మనము దేవుని గూర్చి పూర్తిగా అర్థం చేసుకొనలేము.

దేవుని గూర్చి మనకు పూర్తిగా తెలియకపోయినా, దేవుని పిల్లలగా కొన్ని ప్రాథమికమైనవి మనము తెలుసుకొనవలెను. ఈ ప్రాథమికమైన విషయములు సవిస్తరముగ వివరించబడును.

దేవుడు సృష్టికర్తయై యున్నాడు

ఈ రోజుల్లో లెక్కలేనన్ని పుస్తకాలు ఉన్నాయి, కానీ

ప్రపంచము యొక్క పుట్టుక నిర్మాణము, మానవ జాతియొక్క ప్రారంభము ముగింపు గురించిన ప్రశ్నలకు స్పష్టమైన జవాబులు ఇచ్చు పుస్తకము బైబిలు వంటి పుస్తకము మరొకటి లేదు.

ప్రపంచముయొక్క పుట్టుక మరియు జీవమును గురించిన ప్రశ్నకు బైబిలు స్పష్టమైన జవాబు నిచ్చును. ఆది 1:1 లో, "*ఆదియందు దేవుడు భూమ్యాకాశములను సృజించెను*" మరియు హెబ్రీ 11:3లో, "*ప్రపంచములు దేవుని వాక్యము వలన నిర్మాణమైనవనియు, అందునుబట్టి దృశ్యమైనది కనబడెడు పదార్థములచే నిర్మింపబడలేదనియు విశ్వాసముచేత గ్రహించుకొనుచున్నాము.*"

కనబడునదేదీ ఉన్నవాటినుండి చేయబడలేదు. అది "శూన్యము" నుండి దేముని ఆజ్ఞ చేత సృజించబడెను.

మానవుడు చెయ్యగలిగేది అప్పటికే ఉన్నదానినుండి ఏదైనా చెయ్యగలుగుట అనగా మార్పుచేయుట, ఒకటి చేయుటకు ఉన్నటువంటి కొన్ని లోహములను కలుపుట మాత్రమేగానీ శూన్యమునుండి ఏదీ చెయ్యలేడు.

మానవుడు సజీవమైన ప్రాణిని చెయ్యడం అనేది ఊహకందనిది. కృత్రిమ జ్ఞానమును చేయుటకు సరిపోయేనంత సాంకేతిక పరిజ్ఞానమును అభివృద్ధిచేసుకన్నప్పటికిని అవి కంప్యూటర్లు కావచ్చు, క్లోన్లు కావచ్చు, అయినప్పటికి శూన్యమునుండి ఒక అమీబియాను సృష్టించలేడు.

కాబట్టి, దేవునిచేత ఇవ్వబడిన వాటిల్లోనుండి మనుష్యులు జీవకణములను మాత్రము వెలికితీసి వాటిని వివిధరకములుగా కలుపుట చేయుచున్నారు. అంతకు మించి ఇది ఏదీ కాదని నీవు గ్రహించవలెను.

కనుక, దేవుడు మాత్రమే శూన్యమునుండి సృజించగలరని నీవు తెలుసుకోవలసియున్నాము. సృష్టికర్తయైన దేవుడు

మాత్రమే తన ఆజ్ఞ చొప్పున సృజించి ఆ ప్రపంచనమును, ప్రపంచ చరిత్రను, జీవమరణములు, మానవ జీవితములో ఆశీర్వాదములు, శాపములను అదుపుచేయువాడు.

సృష్టికర్తయైన దేమని యందు నమ్మికయుంచుటకు ఋజుమ

ప్రతీది–ఒక ఇల్లు, ఒక టేబుల్, లేక ఒక మేకు–ఇవన్నీ ఒకరి చేత రూపించబడ్డాయి. ఇలాంటి విశాల విశ్వమును రూపించినవాడు ఉన్నారని చెప్పకయే చెప్పబడును. సృష్టింపబడిన దీనికి యజమానుడైనవాడు ఒకడు మరియు దానిని పరివాలించువాడు ఒకరుండవలెను. సృష్టికర్తయైన దేమని గురించి బైబిలు మాటిమాటికి నీకు తెలియపరచుచున్నది.

నీవు చుట్టూచూచినప్పుడు, సృష్టిని గురించి నీకు కావలసినంత ఋజుమన్నది. సులభమైన ఉదాహరణ, అద్భుతమైన అనేకమంది భూమిమీద ఉన్న మనుష్యులను చూడుము. ఎలాంటివారు అని లేకుండా జాతి, వయస్సు, లింగము, సాంఘిక స్థాయి, ఇలా ఎంతోమంది ప్రతివారు రెండు కళ్ళు కలిగి, రెండు చెవులు గలిగి, ఒక ముక్కు రెండు నాసికారంధ్రములు గలిగి మరియు ఒక నోరు గలిగియున్నారు.

జంతువులు సహితము ఏదో కొంచెము తేడా తప్పించి వాటి వాటి జాతుల ప్రకారము అవన్నీ ఒకే ముఖాకృతి గలిగియున్నాయి. ఉదా: ఏనుగు పొడవాటి ముక్కు (తొండము) కలిగియున్నది అయితే అది దాని ముఖము మధ్యలో కలిగి నోటికి పైగా ఉన్నది. కానీ దాని కళ్ళకు పైన లేదు, నోటికి క్రిందను లేదు, లేక నెత్తిపైన లేదు. ప్రతి ఏనుగు రెండు నాసికా రంధ్రములను, రెండు కళ్ళు రెండు చెవులు, మరియు ఒక నోరు కలిగియున్నది. ఆకాశ పక్షులన్నీ, సముద్రములో నదులలో చేపలన్నీ ఒకే ఆకృతి కలిగియున్నవి.

ప్రతి జంతుమ ఒకే రకపు ఆకృతి కలిగియుండుటయేకాక, వాటియొక్క జీర్ణ వ్యవస్థ మరియు జనన ఉత్పత్తి విధానము ఒకే లాగున్నవి. అదే రీతిగా, ప్రతీది వాటి నోటితో తీసుకొన్న ఆహారము కడుపు లోనికి వెళ్ళి శరీరమునుండి బయటకు వచ్చును. జంతుమలన్నీ వాటివాటి పరస్పరమైనవాటితో కలిసి పిల్లలను కనును.

ఈ ఖచ్చితమైన విషయములన్నీ నీమ తీసుకొని కలిపి చూస్తే, ఇదేదో యాదృశ్చికముగ జరిగెనని లేక “బలమున్నవాడిదే బ్రతుకు” అనే పరిణామము యొక్క ఋజువని నీమ బహుశ చెప్పలేమ. ఇలాంటివేవీ పరిణామ సిద్దాంతము ఎన్నడూ చెప్పలేదు.

కాబట్టి, మానమలు మరియు జంతుమలు ఒకే రకమైన అంగ నిర్మాణము కలిగియున్నారు. సమస్తమును దేమడు సృజించెనని రూపించెనని అన్న సత్యమునకు ఈ సాక్ష్యము చాలు. దేమడైనవాడు ఒకే దేమడు కాక అనేక దేమళ్ళలో ఒక దేమడైన యెడల, ప్రాణులు రకరకములైన అవయవములతో వివిధములైన శరీర నిర్మాణముతో స్థితులతో ఉండి ఉండును.

ఇదేకాకుండా, ప్రకృతిని ప్రపంచమును నిశితముగ పరిశీలించినట్లయితే వాటిలో సృష్టియొక్క ఋజువులు మరియెక్కువగ కనబడును. సౌర్యకుటుంబ విధానములో ఒక్క చిన్న పొరపాటు లేకుండా భూమే తనచుట్టూ తాను తిరుగుచు సూర్యునిచుట్టూ తిరుగట అనే విషయాలను మనము వినినప్పుడు ఎంత ఆశ్చర్యకరముగ నుండును!

నీ చేతికున్న గడియారమును చూడుము. దానిలో చాలా చిన్నచిన్న విడి భాగములున్నవి. ఒక చిన్నభాగము పోయినా అది పనిచెయ్యదు. కనుక, ఈ విశ్వమంతా దేమని ఏర్పాటులో నడచుటకు ఇది రూపించబడినది.

ఉదాహరణకు, మనుష్యుడుగాని లేక ఏ ప్రాణియైనగాని భూమిచుట్టూ తిరుగుచున్న చంద్రుడు లేకుండా జీవించగలరా. ఉన్న స్థలము కంటే చంద్రుడు భూమికి కొంచెం దూరముగ గాని దగ్గరగాగాని ఉంచబడలేదు. మానవుడు భూమి మీద జీవించగలుగునట్లు దేముడు దానిని ఉంచవలసిన దూరములోనే ఉంచెను.

చంద్రుడున్న ప్రస్తుతపు పరిస్థితిని బట్టి దానికున్న ఆకర్షణ శక్తితో సముద్రముయొక్క ఆటుపోటులను కలిగించును. ఈ అలలు సముద్రమును కదులునట్లుచేసి దానిని శుద్ధిచేయును. అలాగే విశ్వములోనున్నవన్నీ దేముని ఏర్పాటును బట్టి ఖచ్చితముగ కదులునట్లు చేయుచున్నవి.

సృష్టికర్తయైన దేముని ఎందుకు కొంతమంది నమ్మరు?

కొంతమంది సృష్టికర్తయైన దేమునియందు నమ్మికయుంచి ఆయన వాక్యప్రకారము జీవించెదరు. సైన్సునందు ప్రతిదానిని తరికించి వెదికి జవాబులు పొందుకొని కూడా, వారు సృష్టికర్తయైన దేమునిని నమ్మరు?

చిన్నప్పటినుండి నమ్మకమైన క్రైస్తవులనుండి సర్వశక్తిమంతుడైన సృష్టికర్తయైన దేముడు సజీవుడని నువ్వు తెలుసుకున్నప్పుడు, సృష్టికర్తయైన దేమునియందు నమ్మికయుంచుట కష్టముగా నుండదు.

అయినప్పటికీ ఈరోజుకి మీలో అనేకమంది మీ చిన్నతనం నుండి పరిణామ సిద్ధాంతము చేత ఎంతో నిజముగాని సమాచారము చేత ప్రభావితము చేయబడి యున్నారు. ఇంకను మీరు దేమునియందు నమ్మికలేనివారితో లేక ఆయన గురించి సందేహము గలవారితో సహవాసము చేయుచున్నారు.

ఈ వాతావరణములో జీవించిన తరువాత, మీరు చర్చికి వెళ్ళి

దేమని వాక్యమును వినినట్లయితే, మీరు చాలాసార్లు సందేహముతో తికమకపడి సృష్టికర్తయైన దేమని నమ్మలేరు, ఎందుకంటే మీరు ముందుగా నేర్చుకున్న విషయములకు చర్చిలో చెప్పేవి నేర్చుకునేవి ఈ రెండూ ఒకదానికొకటి వైరుధ్యముగనుండును.

లోకములో నేర్చుకున్న విషయములను విజ్ఞానమును నీమ విడిచిపెట్టనంత కాలము నీమ చర్చికి క్రమముగా వెళ్ళినప్పటికి నీకు ఆత్మసంబంధమైన విశ్వాసముండదు - దేమనిద్వారా విశ్వాసము అది నీ సందేహమునకు చాలా దూరము.

ఆత్మసంబంధమైన విశ్వాసము లేకుండా నీమ పరలోక రాజ్యమునుగానీ నరకమును గానీ నమ్మలేమ. నీకు కనబడే లోకమును నీమ నమ్ముచూ నీ స్వంత మార్గములలో నీమ జీవించెదమ.

ఎన్ని సార్లు కొన్ని సిద్ధాంతములు ఆయా సమయములలో అంగీకరించబడి తరువాత వచ్చే నూతన మైన సిద్ధాంతముచేత తిరప్పివేయబడుచుండగా నీమ చూసియున్నామ? ఒకవేళ ఇది అలా కాకపోయినప్పటికి, సనాతనమైన సిద్ధాంతములు, నొకొకవక్కాణించి చెప్పిన సంగతులు నిరంతరము సవరించబడి వాటిస్థానములో నూతనముగ వచ్చిన సత్యములచేత చేర్చబడుచున్నవి.

కాలము గడిచి సైన్స్ అభివృద్ధిపొందినప్పటికి, మనుష్యులు పరిపూర్ణులుగా లేకపోయినా మెరుగైన వివరణలు సిద్ధాంతములను చేయుదురు. అనేకమంది శాస్త్రజ్ఞులు చేసే పరిశోధనలను తప్పని నేను చెప్పుటలేదు.

భూమిమీద ఇంకా ఎన్నో విషయములు మానవ శక్తితో చెప్పలేనివి అనేకములు కలవు, కాబట్టి నీవీ సత్యమును అంగీకరించవలెను.

ఉదాహరణకు, ప్రపంచమును తీసుకుంటే, భూమినుండి విశ్వమునుండి నీమ ఎప్పుడూ ఎక్కువ దూరముగ ఉండలేదు, లేక

నీవు ప్రాచీన కాలమునకు నీవు వెళ్ళలేదు. ఏమయినప్పటికి, ప్రజలు విశ్వమును గురించి ఎన్నో ఊహలు సిద్దాంతముల ద్వారా వివరించుటకు ప్రయత్నించుదురు.

మానవుడు చంద్రుని దగ్గరకు వెళ్ళకముందు, మనము అనుకునేవారము, "భూమేయే కాక మరి సౌర్యకుటుంబములో ఎక్కడో కొన్ని జీవప్రాణులు ఉన్నాయని ఆ ప్రాణులు జీవిస్తున్నాయని తలంచితిమి." అయినప్పటికి, మానవుడు చంద్రుని దగ్గరకు వెళ్ళిన తరువాత, "అక్కడ జీవ ప్రాణులు దానిమీద నివసించుట లేదు." అని మనము ప్రకటించితిమి. ఈ రోజుల్లో శాస్త్రజ్ఞులు, "జీవప్రాణులు మార్స్ అనే గ్రహము మీద ఉండవచ్చని" అని చెప్పుచున్నారు లేదా "ఎర్ర గ్రహము పైన నీటియొక్క ఛాయలు ఉన్నట్లు చెప్పుచున్నారు."

నీవు ఎంతోకాలము పరిశోధన చేసి నీ జ్ఞానమును పెంచుకొనినప్పటికి, సృష్టికర్తయైన దేవుని యొక్క చిత్తమును ఆయన ఏర్పాటును నీవు గ్రహించకపోయినట్లయితే, మానవ శక్తియొక్క పరిమితిలోనే నీవు నీ జీవితమును ముగించుకొందువు.

కాబట్టి, రోమా 1:20 లో *"ఆయన అదృశ్య లక్షణములు, అనగా ఆయన నిత్యశక్తియు దేవత్వమును, జగదుత్పత్తి మొదలుకొని సృష్టింపబడిన వస్తువులను ఆలోచించుటవలన తేటపడుచున్నవి గనుక వారు నిరుత్తరులైయున్నారు."*

ఎవరైతే తన హృదయమును తెరచి మరియు ధ్యానించుదురో వారు అయన చేసిన సృష్టి అనగా సూర్యుడు చంద్రుడు నక్షత్రములు—ఆయన చేసినవాటి ద్వారా ఆయనయొక్క ఉనికిని తెలుసుకొని ఆయనయందు నమ్మికయుంచుటకు ఆయన అనుమతి ఇచ్చినందువల్ల దేవుని యొక్క శక్తిని మరియు ఆయన దైవశక్తిని అనుభూతి చెందుదురు.

నేను ఉన్నవాడను అనువాడను

సృష్టికర్తయైన దేవుని గురించి వినినప్పుడు, చాలామంది ప్రజలు ఆశ్చర్యపోయెదురు, "అసలు మొదట ఆయన ఎలా ఉన్నారు?" "ఆయన ఎక్కడ నుండి వచ్చారు?" లేక "ఎలాంటి రూపములో ఆయన ఉంటూ ఉండేవారు?"

మానవుని జ్ఞానము బుద్ధి పరిమితమైనది దానికి మించి ముందుకు వెళ్ళలేదు, అది ప్రతివారికి ఆది మరియు అంతము ఉండాలని చెప్పేది. కాబట్టి, అలాంటి ప్రశ్నలకు మాకు జవాబు ఇవ్వండి అని అందురు. ఏమయినప్పటికిని, మానవుని గ్రహింపుకు మించి దేవుడు ఉన్నారు కాబట్టి ఆయన "నిన్న" "నేడు" "రేపు" ఉన్నవాడు "అయి ఉన్నాడు."

నిర్గమ 3 ఏమని చెప్పుచున్నదంటే ఇశ్రాయేలు ప్రజలను కానాను దేశమునకు నడిపించమని దేవుడు మోషేకు ఆజ్ఞాపించెను. మోషే దానికి ఇశ్రాయేలు ప్రజలు దేవుని పేరు ఏమిటి అని అడిగినట్లయితే ఏమి సమాధానము చెప్పాలి అని దేవునిని తిరిగి అడిగెను.

ఆ సమయంలో దేవుడు మోషేతో, "నేను ఉన్నవాడును అనువాడను," అని చెప్పి, "ఉండునను వాడు మీయొద్దకు నన్ను పంపెను" అని చెప్పమని ఆజ్ఞాపించెను (నిర్గ 3:14).

"నేను ఉన్నవాడను" అను పదమును దేవుడు తన్నుతాను వ్యక్తిగతముగ చెప్పుటకు ఉపయోగించినది, అనగా ఎవరును ఆయనకు జన్మనివ్వలేదనియు, లేక ఆయనను సృజించలేదనియు, అయితే ఆయనే సృష్టికర్తయై పరిపూర్ణమైన వాడు అయిమన్నాడు.

ఆదియందు దేముడు స్వరముతో వెలుగై యుండెను

యోహా1:1 లో, *"ఆదియందు వాక్యముండెను, వాక్యము దేమని యొద్ద ఉండెను, వాక్యము దేముడై యుండెను."* అని చెప్పబడెను. ఈ రీతిగా, ఆదియందు వాక్యమైయున్న దేవుడు పరిపూర్ణుడైయుండి సృష్టింపబడక తానే ఉన్నవాడుగా నుండెను. ఎలాగ ఎక్కడ ఆయన ఉండువాడుగ నుండెను?

దేముడు ఆత్మయైయున్నారు, కనుక ఆయన నాల్గవకోణములో వాక్యరూపములోనున్నారు అది ఆత్మసంబంధమైన స్థితి, తప్ప కంటికి కనబడే మూడవ కోణము కాదు. దేముడు ఏరూపములో ఉండియుండలేదు కానీ లోతైన సౌందర్యమైన వెలుగు నిర్మలమైన స్పష్టమైన స్వరముతో, విశ్వమునంతా ఏలుచున్నారు.

కనుక, 1వ యోహా 1:5 లో, *"ఆయన నుండి వినిన వర్తమానము మేము మీకు తెలియజేయునది ఏమనగా, దేముడు వెలుగైయున్నాడు, ఆయనలో చీకటి ఎంతమాత్రము లేదు."* ఇది ఆత్మసంబంధమైన అర్థం ఆదినుండి వెలుగైయున్న దేమని గూర్చిన అభివర్ణన.

కాలారంభమునకు ముందు దేముడు ఒక్కరే ఉన్నారు

సృష్టికర్తయైన దేముడు కాలారంభమునకు ముందే ఉన్నవాడు, తన నిజమైన ఆత్మీయ పిల్లలను లేముటకు దీనిని ప్రారంభించెను. కాబట్టి, నేను ఉన్నవాడను అను దేమని నీమ పూర్తిగా అర్థంచేసుకుంటే, నీమ నీ స్వంత ఆలోచనలను సిద్ధాంతములను, చెప్పినవే చెప్పుచున్నవి నీమ పగులగొట్టవలెను, తదుపరి దేముడు ఏర్పాటుచేసిన సృష్టియొక్క పనిని నీమ అంగీకరించవలెను.

దేమనిచేత సృజించబడినవి కాక మానమడు చేసినవాటికి వాటి పరిధులు పొరపాట్లు ఉండును. మానమని నాగరికత మరియు బుద్ది నిరంతరము అభివృద్ధిచెందుచున్నది, మంచి వస్తుమలను

ఉత్పత్తిచేయుచున్నప్పటికి వాటిల్లో చాలా లోపములున్నవి.

కొంతమంది బంగారు, వెండి, కంచు మరియు లోహములతో విగ్రహములను చేసి వాటిని దేమడు అని పిలచి వాటికి సాగిలపడి ఆశీర్వాదములకొరకు వాటికి ప్రార్థనలు చేయుదురు. అవి కేవలను కర్ర, లోహములతో లేక రాళ్ళతో చేసిన ప్రతిమలు అవి ఊపిరితీయలేమ, మాటలాడలేమ కనీసము కన్ను ఆర్పనుకూడ ఆర్పలేమ(హబ 2:18-19).

వారు జ్ఞానవంతులని చెప్పుకున్నప్పటికి, మనుష్యులు సత్యమునకు అసత్యమునకు మధ్యగల తేడాను వ్యత్యాసపరచలేరు, కానీ కొన్ని ప్రతిమలు వాటిని వారి దేమళ్ళని పిలచి వాటిని ఆరాధిస్తుంటారు (రోమ 1:22-25). ఇది బుధ్దిహీనమైనది ఎంత సిగ్గుకరమైనది?

కనుక, దేమని గూర్చి తెలియనివారు నిరర్థకమైన దేమళ్ళను మనుష్యులు గాని పూజిస్తే వారు దానివిషయమై చాలా లోతుగా పశ్చాత్తాపపడి, ఉన్నవాడును అను దేమని ఆరాధించి ఆయన పిల్లలుగా కొనసాగవలెను.

దేమడు సర్వజ్ఞాని మరియు సర్వశక్తిగలవాడు

సర్వలోకమును సృజించిన సృష్టికర్తయైన దేమడు కాలారంభమునకు ముందే ఉన్నటువంటి పరిపూర్ణుడైన వాడు, మరియు ఆయన సర్వజ్ఞుడు సర్వశక్తిమంతుడు. మానమని తెలివితోనూ శక్తితోను చెయ్యలేని అసంఖ్యాకమైన అద్భుతములు ఆశ్చర్యకార్యములను బైబిలు లిఖించియున్నది.

ఈ శక్తివంతమైన క్రియలన్నీ పాత నిబంధనలోను క్రొత్త నిబంధనలోను నిన్న నేడు సర్వజ్ఞుడు సర్వశక్తిమంతుడైన

దేమని యొక్క క్రియలు శక్తిగలిగిన అనేకమంది వ్యక్తుల ద్వారా జరిగినవి.

ఏలయనగా యోహా 4:48లో యేసు, *"మీరు సూచనలు అద్భుతములు చూడకపోయినట్లయితే, మీరు నమ్మనే నమ్మరు"* సర్వశక్తుడైన దేమని క్రియలు చూడకపోతే మనుష్యులు నమ్మరు.

ఆశ్చర్యకరమైన అద్భుతములను సూచనలను దేమడు చూపును

నిర్గమకాండములో సర్వజ్ఞుడైన మరియు సర్వశక్తిగల దేమడు మోషే ద్వారా ఇశ్రాయేలీయులను ఐగుప్తునుండి కానానుకు తీసుకు వచ్చినప్పుడు ఆశ్చర్యకార్యములను చేసెను.

ఉదాహరణకు, దేమడు మోషేను ఐగుప్తురాజైన ఫరో దగ్గరకు పంపించినప్పుడు, ఆయన పది తెగుళ్ళను అతనిమీదికి అతని దేశము మీదికి పంపించి, ఎఱ్ఱసముద్రమును చీల్చి ఇశ్రాయేలీయులను ఆరిన నేలను నడుచునట్లుగ చేసి ఐగుప్తు సైన్యమును ఆ జలప్రవాహములో కొట్టుకొనిపోమనట్లు చేసెను.

ఇశ్రాయేలీయులు బయటకు వచ్చిన తరువాత కూడ, మోషే తన కర్రతో బండను కొట్టినప్పుడు నీరు బండనుండి వచ్చెను, చేదునీరును తియ్యని నీరుగ మార్చెను, ఆహారము కొరతలేకుండ లక్షలమంది భుజించునట్లు ఆకాశమునుండి మన్నాను కురిపించెను.

తరువాత పాతనిబంధనలో, దేమడు ఏలియాను శక్తితో నింపి మూడున్నర సంవత్సరములు కరుమ, మరల అతను ప్రార్థన చేసినప్పుడు వర్షము పడుట మరియు చనిపోయిన వానిని బ్రతికించుట మనము చూస్తున్నాము.

క్రొత్తనిబంధనలో దేవుని కుమారుడైన యేసు నాలుగు రోజుల క్రితం చనిపోయిన లాజరును లేపెను, గ్రుడ్డివాని కళ్ళు తెరచెను, అనేక రోగములనుండి, దీర్ఘకాల వ్యాధులనుండి దురాత్మలనుండి మనుష్యులను ఆయన బాగుచేసెను. ఆయన నీళ్ళమీద నడిచి గాలిని నీటిని నిమ్మళపరచెను.

పౌలుగారిచేత దేవుడు అసమానమైన కార్యములను జరిగించెను, మరియు అతని చేతి రుమాలు అతని అంగీ తీసుకొని వ్యాధిగ్రస్తులకు తగిలించినప్పుడు, వ్యాధులు మరియు దురాత్మలు వారిని విడిచి పోయినవి.(అపో 19:11-12) యేసు యొక్క శ్రేష్టమైన శిష్యుడైన పేతురు అనేకమైన సూచక క్రియలు జరిగినవి. పేతురు వెళ్తున్నప్పుడు పేతురుయొక్క నీడ కోసం వ్యాధిగ్రస్తులను పడకలతోనే వారిని వీధులలోనికి తీసుకొని వచ్చి పడుకోబెట్టేవారు(అపో 5:15).

ఇంతేకాక, దేవుడు ఆశ్చర్యకరమైనవి మరియు సూచక క్రియలు స్తెఫెను మరియు ఫిలిప్పు ద్వారా జరిగించెను మరియు అలాంటివి ఈ నాటివరకు మన సంఘములో చూపిస్తు ఉన్నారు.

దేవుడు బైబిలుకు కర్త అయిఉన్నారు

దేవుడు ఆత్మ అయి ఉన్నారు, కాబట్టి అదృశ్యుడు కానీ అనేక విధములుగ ఆయన తన్నుతాను కనపరచుకొనెను. దేవుడు సహజముగ ప్రకృతి ద్వారా తన్ను కనపరచుకొనును. ప్రత్యేకముగ మనుష్యులు పొందిన స్వస్థత మరియు ఆయన నుండి జవాబులు పొందిన సాక్ష్యముల ద్వారా కనుపరచుకొనును.

కాబట్టి, దేవుని కార్యమును బట్టి బైబిలు ద్వారా, నిజదేవునిని నీవు తెలుసుకొన గలవు, ఆయనను కలుసుకొనగలవు,

రక్షణను నిత్య జీవమును పొందగలము. అంతేకాక, నీవు జయజీవితమును జీవిస్తూ దేవుని హృదయమును అర్థంచేసుకొని ఆయనచేత ఎలాగ ప్రేమింప బడాలో తెలుసుకొని దేవునికి మహిమ తెచ్చెదము(2వ తిమో3:15-17).

లేఖనములు దేవుని ఊపిరియై యున్నవి

2వ పేతు 1:21 లో *"ఏలయనగా ప్రవచనము ఎప్పుడును మనుష్యుల ఇఛ్చనుబట్టి కలుగలేదు గానిపరిశుద్దాత్మవలన ప్రేరేపింప బడినవారై దేవుని మూలముగ పలికిరి,"* మరియు 2వ తిమో3:16 లో *"ప్రతిలేఖనము దైవావేశము వలన కలిగినది."* అనగా ఆదికాండము నుండి ప్రకటన వరకు కేవలము దేవుని చిత్తము వలననే వ్రాయ బడినది.

కాబట్టి, "దేవుడు సెలవిచ్చినది" "ప్రభువు చెప్పెను" అను చాలా పదములున్నవి. ఇవన్నీ బైబిలులో మనుష్యుల మాటలు కాదు గానీ అవి దేవుని మాటలు.

బైబిల్‌లో అరవై ఆరు పుస్తకములున్నవి వాటిల్‌లో ముప్పైతొమ్మిది పుస్తకములు పాతనిబంధనలోనున్నవి ఇరవైఏడు క్రొత్త నిబంధనలో నున్న పుస్తకములు. వీటిని లిఖించిన వారి సంఖ్య షుమారుగ 34 మంది. బైబిలు వ్రాసిన కాలము క్రీస్తుపూర్వము.1500 సంవత్సరముల నుండి క్రీస్తు శకము 100 సంవత్సరావరకు షుమారు 1,600 సంవత్సరాలు. ఆశ్చర్యకరమైన సంగతేమంటే బైబిలును అనేకమంది వ్రాసినప్పటికి బైబిలు ఆదినుండి అంతము వరకు మొత్తము అంతా సంబంధము గలిగి ప్రతి వాక్యము మిగతా వాక్యములతో ఏకీభవించును.

కనుక యెషయా 34:16 లో, *"యెహోవా గ్రంథమును పరిశీలించి చదువుకొనుడి: ఆ జంతువులలో ఏదియు లేక యుండదు; దేని జత*

పక్షి దానియొద్ద యుండక మానదు. నా నోట నుండి వచ్చిన ఆజ్ఞ ఇదే ఆయన నోటి ఊపిరి వాటిని పోగు చేయును.”

బైబిలు వ్రాసినది దేవుడు గాబట్టి అలాంటివి జరిగినవి, ఏలయనగా లిఖించినవారి హృదయములను పరిశుద్ధాత్మ వారి మాటలను కూర్చి సమకూర్చాను. మీరు జ్ఞాపకముంచుకొనవలసినదేమనగా బైబిలు యొక్క వ్రాతకర్తలు కేవలము దేవునికొరకు వ్రాసిన ఆత్మలిఖితులు కానీ అసలు బైబిలును వ్రాసినవారు దేవుడే.

ఉదాహరణకు ఒక వృద్ధురాలు ఒక పల్లెటూరిలో ఉంటున్నది. పట్టణములో చదువుకుంటున్న తన చిన్నకుమారునికి ఉత్తరము వ్రాసి పంపించినది. ఆమె చదువుకోలేదు, కనుక ఆమె చెప్పదలచుకున్నది స్పష్టమైన మాటలతో తన పెద్దకుమారునికి చెప్పినది. పట్టణములో నున్న తన చిన్న కుమారుడు ఉత్తరము రాగానే తన తల్లి తనకు ఉత్తరము పంపించినదని తలంచును కానీ వాస్తవమునకు ఉత్తరము వ్రాసినది తన పెద్దన్నయ్య అయినప్పటికి తన పెద్ద అన్నయ్య కాదని తలంచును. బైబిలు విషయము కూడా అంతే.

దేవుని వాగ్ధానములతో పూర్తి ఆశీర్వాదముతో దేవుని యొక్క ప్రేమలేఖ

దేవునిని కనుపరచుటకు ఆత్మపూర్ణులైన దేవుని సేవకులచేత బైబిలు వ్రాయబడినది. దేవుడు తన్ను తాను బయలుపరచుకొనుటకు విశ్వసనీయమైన దేవుని వాక్యమని నీవు ఈ నిజమును నమ్మవలెను.

దేవుని వాక్యము ఆత్మయు జీవమునై యున్నది, (యోహా 6:63) కనుక ఎవరైతే విని నమ్మికయుంచుదురో అది వానికి ప్రాణమందు సమృద్ధియైన జీవమును పొందుకొని

నిత్యజీవమును ఇచ్చును. దేవుని వాక్యమును ఎవరైతే విని లోబడుదురో వారు వర్ధిల్లిన జీవితమును కలిగి పరిపూర్ణులైన యేసుక్రీస్తును అంగీకరించిన దైవ జనులుగ ఉందురు.

దేవుడు మానవులకు చూపించుటకై శరీరధారియై ఈ లోకమునకు వచ్చెను ఆ శరీరము యేసుక్రీస్తు. యేసు శిష్యుడైన ఫిలిప్పు అవివేకముతో దేవుని చూపుమని అడిగెను. యేసు దేవుని స్వరూపియని గ్రహించలేక పోయెను, మరియు ఒక సామెత చెప్పినట్లుగ "ఒడలకు చూపు వెలుగు దాని క్రింద వెలుగదు."
యోహా 14:8లో ఫిలిప్పునకు యేసునకు మధ్య జరిగిన సంభాషణలో మాటలు:

అప్పుడు ఫిలిప్పు, "ప్రభువా తండ్రిని మాకు కనుబరచుము మాకంతే చాలునని ఆయతో చెప్పగా." యేసు—ఫిలిప్పూ, "నేనింతకాలము మీ యొద్ద ఉండినను నన్ను ఎరుగవా,?" "నన్ను చూచినవాడు తండ్రిని చూచియున్నాడు గనుక తండ్రిని మాకు కనుపరచుమని యేల చెప్పుచున్నావు'? తండ్రియందు నేనును నా యందు తండ్రియు ఉన్నామని నీవు నమ్ముటలేదా? నేను మీతో చెప్పుచున్న మాటలు నా యంతట నేనే చెప్పుట లేదు; తండ్రి నాయందు నివసించుచు తన క్రియలు చేయుచున్నాడు" (యోహా 14:8-10).

దేవుని శక్తి లేకుండా ఒక వ్యక్తి అద్భుతములు చేయుట అసాధ్యమని యేసు నమ్మదగిన ఋజువు ఇచ్చినప్పటికిని, ఫిలిప్పు తండ్రిని చూపుమని యేసుని అడిగెను. అద్భుతములను సాక్ష్యముగ చూసి యేసు ఆయన బోధలను నమ్మమని చెప్పెను.
దేవుడు ఈ లోకమునకు శరీరధారియై తన్ను తాను

చూపించుకొనుటకు వచ్చెను, మరియు మానవ కళ్ళతో ఆయనను చూచుట అసాధ్యము గనుక దేవుడు బైబిలును వ్రాసియుండెను.

కనుక, నీకు గాని బైబిలు ద్వారా సజీవ దేవునితో ప్రశస్తమైన సహవాసము కలిగియుంటే, బైబిల్‌లో నీవు దేవుని ఆశీర్వదములు మరియు జవాబులు కలిగియుండ వచ్చును, మరియు ఆయన చిత్తమును, మరియు ఆయన ఏర్పాటును తెలుసుకొందువు, మరియు ఆయన వాక్యమును గమనించుము.

బైబిల్‌లో ప్రతి మాట వాస్తవమైనది

గతములో ఒక ప్రత్యేకమైన కాలములో మనుష్యులను సంఘటనలను గురించి తెలుసుకొనుటకు చరిత్ర ఘటలు నీకు అవకాశమిచ్చును. చరిత్ర కాలముయొక్క మార్పుల ఖాతా మరియు నిర్ధుష్టమైన విషయములు గురించి ప్రజల గురించి వారు ఆకాలములో జీవించిన విధానము గురించి విశదముగ తెలుసుకొనుటకు నీకు వీలుకలిగించును.

మనుష్య జాతియొక్క చరిత్రను బట్టి బైబిలు నిజమని ఋజువు చేయుచున్నది. బైబిల్‌లో వ్రాయబడిన సంఘటలను, ప్రజలు, స్థలములు, ఆచారములను నీవు జాగ్రత్తగా పరిశీలించినట్లయితే బైబిలు చరిత్రాత్మకమైనదని వాస్తవమైనదని నీవు కనుగొందువు.

ఆదాము హవ్వ కాలము మొదలుకొని వాస్తవమైన సంగతులు

అనగా ప్రజలకు, వ్యక్తులకు, గుంపులకు జరిగిన ప్రాముఖ్యమైన సంగతులను వస్తుసంబంధమైన సత్యములను ఆధారముగా చేసుకొని పాతనిబంధన వ్రాయబడినది, ఇశ్రాయేలు ఈ పాతనిబంధనను పవిత్రమైనదిగా మరియు చారిత్రాత్మకమైన వారి రాజ పత్రముగ నేటి వరకు

పరిగణించుచున్నది. అనేక మంది చరిత్రకారులు సహితము ఆదారపడదగిన పుస్తకముగ అంగీకరించిరి.

బైబిలుయొక్క సత్యసంధత్వమును చరిత్ర ఋజుమ చేయుచున్నది

మొట్టమొదటిగా, బైబిలును ఆధారంచేసుకొని, ఇశ్రాయేలుయొక్క చరిత్రను మీతో పంచుకొనుటకు నేను ఇష్టపడుచున్నాను మరియు బైబిల్లోని దేవుని వాక్యము సత్యమని ఋజువు చేయదలచుకున్నాను.

మానవ జాతికి పితామహుడైన ఆదాము దేమనికి వ్యతిరేకముగ పాపము చేయుటను బట్టి, తనయొక్క తరువాత సంతతివారైన మానవులందరు పాప మార్గమునందు పోయి వారి సృష్టికర్తయైన దేముని యెరుగక జీవించిరి. అప్పటినుండి, దేముడు ఒక దేశమును ఎన్నుకొని దాని ద్వారా ఆయన యొక్క చిత్తమును మరియు ఏర్పాటును బయలుపరచుటకు ఆలోచించెను.

మొదట, దేముడు శ్రేష్టమైన "హృదయము" గల అబ్రహామును పిలిచి వానిని శుద్ధిచేసి విశ్వాసులకు తండ్రిగ స్థిరపరచెను. అబ్రహాము ఇస్సాకుకు తండ్రి, ఇస్సాకు యాకోబుకు తండ్రి, దేముడు యాకోబును "ఇశ్రాయేలు" అని పిలిచి అతని పండ్రెండు కుమారులను బట్టి పండ్రెండు గోత్రములను చేసెను.

యాకోబు బ్రతికుండగా, దేముడు అతనిని ఐగుప్తుకు నడిపించి అతనిని తరమువారిని వర్ధిల్లచేసి ఒక దేశముగ చేసి చివరకు వారిని కానాను దేశమునకు నడిపించెను.

మోషే అరణ్యములో నుండగా దేవుడు అతనికి ధర్మశాస్త్రమిచ్చి, తన వాక్యానుసారముగ నడచుకొనునట్లు ఇశ్రాయేలీయులకు శిక్షణ ఇచ్చి ఆయన వాక్యము చేతనే వారిని నడిపించెను.

వారు కానాను దేశమునకు నడిపించబడిన తరువాత, వారు ధర్మశాస్త్రమునకు లోబడినప్పుడు మట్టుకే వారు వర్ధిల్లిరి. ఇశ్రాయేలు ప్రజలు విగ్రహములకు మ్రొక్కి దుష్టత్వము జరిగించినప్పుడు, వారి దేశముయొక్క శక్తి క్షీణించిపోయి అన్యరాజులచేత జయించబడిరి. ఇశ్రాయేలీయులు చెరపట్టబడి దాసత్వములోనికి వెళ్ళిరి. వారు పశ్చాత్తాప పడినప్పుడు, వారి దేశము మళ్ళీ బాగుపడెను. ఇలాంటి వృత్తము మాటిమాటికి జరుగుచునేయుండెను.

కనుక, ఇశ్రాయేలు యొక్క చరిత్ర ద్వారా దేవుడు సజీవుడని ఆయన తన వాక్యము చేత సమస్తమును పరిపాలించునని మానవులందరికి దేవుడు చూపించెను.

బైబిల్లో ప్రవచనములు నెరవేరుట మరియు నెరవేర్చబడుచుండుట నీవు చూడగలవు. ఉదా, లూకా19:43-44లో, యేసు యెరూషలేము యొక్క పతనమును చూసి ఇలాగ చెప్పెను:

ప్రభువు నిన్ను దర్శించిన కాలము నీవు ఎరుగకుంటివి గనుక నీ శత్రువులు నీ చుట్టు గట్టు గట్టి ముట్టడివేసి, అన్ని ప్రక్కలను నిన్ను అరికట్టి, నీలో నున్న నీ పిల్లలతో కూడ నిన్ను నేల కలిపి నీలో రాతిమీద రాయి నిలిచియుండ నియ్యని దినములు వచ్చునని చెప్పెను.

ఈ వాక్యములలో, యెరూషలేము వారియొక్క పెరిగిపోతున్న దుష్టత్వమును బట్టి ఎలా నాశనమగునో యేసు చెప్పెను. రోమా సైన్యాధిపతి టైటస్ తన సైన్యమును పంపి యెరూషలేమునకు ఎదురుగా చుట్టూ గట్టుకట్టి, గోడలోపల అనేకమందిని సంహరించిరి ఈ ప్రవచనము క్రీస్తు శకము 70 లో నెరవేరెను. యేసు చెప్పిన ప్రవచనము తరువాత సరిగ్గా నలభై సంవత్సరములకు జరిగెను.

మత్తీ 24:32లో యేసు చెప్పెను, *"అంజూరపు చెట్టును చూచి ఒక ఉపమానము నేర్చుకొనుడి. అంజూరపుకొమ్మ లేతదై చిగిరించునప్పుడు వసంత కాలము యెంక సమీపముగ ఉన్నదని మీకు తెలియును."* అంజూరపు చెట్టు ఇక్కడ ఇశ్రాయేలు దేశమును సూచించుచున్నది, మరియు ఈ ఉపమానము యేసు రెండవ రాకడ సమయము సమీపమైనప్పుడు ఇశ్రాయేలు స్వతంత్ర దేశముంగ అగునని ఈ ఉపమానము తెలియజెప్పుచున్నది. ఇశ్రాయేలు క్రీస్తు శకము 70 లో పతనమై మళ్లీ మే నెల 14, 1948 వ సంవత్సరమున అనగా పతనమైపోయి 1900 సంవత్సరముల తరువాత అద్బుతరీతిగ పున:నిర్మించబడినది చిట్టచివరకు, చరిత్ర ఈ దేవుని వాక్యము నిజమైనదని సాక్ష్యము పలుకుచున్నది.

వాతనిబంధన యొక్క ప్రవచనము అది నూతన నిబంధనలో నెరవేరుట

పాతనిబంధనలోని ప్రవచనము నూతన నిబంధన సమయములో నెరవేరుట అనునది చదుమట ద్వారా బైబిల్‌లో దేవుని వాక్యము నిజమని నేను సాక్ష్యమిచ్చుచున్నాను.

పాతనిబంధన యొక్క ధర్మశాస్త్రము అనునది "దేవునియొక్క నిజమైన పిల్లలు" తీసుకొనుట పరిపూర్ణమైన విధానము కాదు. అది కేవలము ప్రదర్శించబడే దేవుని ఛాయ మాత్రమే. కాబట్టే దేవుడు పాతనిబంధన ద్వారా మెస్సయ్య రాక గురించి వాగ్ధానము చేసెను. కాలము సమీపించినప్పుడు, ఆయన తన కుమారుడైన యేసుక్రీస్తును ఈ లోకమునకు పంపి ఆయన వాగ్ధానమును నిలబెట్టుకొనెను.

2,000 సంవత్సరముల క్రితము యేసు ఈ భూమిమీదికి వచ్చెను అనునది ఋజువైయున్నది. యేసు పుట్టుక

అనుసారముగ పాశ్చాత్య చరిత్ర ప్రధానముగ రెండు భాగములుగ విభాగింపబడెను. "బి.సి." అనగా క్రీస్తు పూర్వము, అనగా యేసు కాలమునకు ముందు, మరియు "ఎ.డి." అనదా ఎన్నోడోమిని, అనగా క్రీస్తు శకముగా "ప్రభువుయొక్క సంవత్సరములో." చరిత్ర సహితము యేసుయొక్క పుట్టుకను ధృవపరచుచున్నది.

మొదట ఆదికాండము 3:15చూద్దాము:

మరియు నీకును స్త్రీకిని నీ సంతానమునకును ఆమె సంతానమునకును వైరము కలుగజేసెదను; అది నిన్ను తలమీద కొట్టును నీవు దానిని మడిమె మీద కొట్టుదువని చెప్పెను.

ఈ వాక్యము మన రక్షకుడు, స్త్రీ సంతానముగా వచ్చి మరణముయొక్క అధికారమును నాశనముచేయును అని ప్రవచింపబడెను. "స్త్రీ" ఈ సందర్భములో ఇశ్రాయేలు అని అర్థము. వాస్తవమునకు యేసు ఈ లోకమునకు వచ్చినప్పుడు ఇశ్రాయేలు యొక్క యూదా గోత్రము నుండి యోసేపు కుమారునిగ వచ్చెను (లూక 1:26-32).

యెష 7:14 లో, *"కాబట్టి ప్రభువు తానే ఒక సూచన మీకు చూపును. ఆలంకించుడి, కన్యక గర్భవతియై కుమారుని కని అతనికి ఇమ్మానుయేలను పేరు పెట్టును."*

దీనర్థము మనుష్య కుమారుడు పరిశుద్ధాత్మ ద్వారా జన్మించి మానవుల పాపముకొరకు ప్రాయశ్చిత్తము చేయుటకు పంపబడెను. నిజముగ, యేసు కన్యకయైన మరియ గర్భమున పరిశుద్ధాత్మచేత జన్మించెను (మత్త 1:18-25).

మీకా 5:2 ప్రకారము యేసు బెత్లెహేము ప్రాంతములో జన్మించునని ప్రవచించబడెను అది ఇలా:

బెత్లెహేము ఎఫ్రాతా, యూదావారి కుటుంబములలో నీవు స్వల్పగ్రామమవైనను నా కొరకు ఇశ్రాయేలీయులను ఏలబోవువాడు నీలోనుండి వచ్చును; పురాతన కాలము మొదలుకొని శాశ్వత కాలము వరకు ఆయన ప్రత్యక్షమగుచుండెను.

ఈ వాక్యము నెరవేర్చుటకు, యేసు యూదయలోని బెత్లెహేములో రాజైన హేరోదు దినములలో జన్మించెను. చరిత్ర సహితము దీనిని నొక్కి వక్కాణించుచున్నది.

యేసు జన్మకాలమున రాజైన హేరోదు చేత అనేకమంది చిన్న బిడ్డలు చంపబడుట (యిర్మీ 31:15; మత్త 2:16), యేసు యెరూషలేములోనికి ప్రవేశించుట (జెక 9:9; మత్త 21:1-11), యేసు పరలోకమునకు ఎక్కిపోవుట (కీర్త 16:10; అపో 1:9) ఇవన్నీ ప్రవచించబడి ఆరీతిగా నెరవేరెను.

ఇదిగాక ఇస్కరియోతు యూదా యేసును మూడు సంవత్సరములు వెంబడించి మోసము చేయుట (కీర్త 41:9), ముప్పది వెండినాణెములకు యేసును మోసము చేయుట (జెకర్యా 11:12) అవన్నీ ప్రవచించబడి నెరవేరినవి.

కాబట్టి బైబిలు నిజమని నిజమైన దేవుని వాక్యమని నీవు నమ్మగలవు. ప్రత్యేకముగా పాతనిబంధన ప్రవచనములన్నీ ఖచ్చితముగా నెరవేరినవి నీవు చూచినప్పుడు నమ్మగలవు.

బైబిల్లో ప్రవచనములు ఇంకా నెరవేరవలసినవి కొన్ని మున్నవి

పాతనిబంధనలోని ప్రవచనములన్నీ క్రొత్తనిబంధనలో నెరవేర్చుట ద్వారా దేవుడు యేసుక్రీస్తును మనకు రక్షకునిగా చేసెను. యేసును గురించిన ప్రతి చిన్న ప్రవచనము,

ఇశ్రాయేలుయొక్క చరిత్రలో మరియు మానమని చరిత్రలో ఒక్క చిన్న పొరపాటుకూడ జరుగకుండ నెరవేరెను. ప్రపంచ చరిత్రను పరిశీలించినప్పుడు బైబిల్‌లో ప్రవచనము మాటలన్నీ నెరవేరెను మరియు అవి ఇంకను నెరవేరబోమను.

హాతనిబంధన క్రొత్తనిబంధన ప్రవక్తలు లోకముయొక్క అధికారము లేచుట పడుటను గురించి, మరియు యెరూషలేముయొక్క పతనము మరియు తిరిగి కట్టుట, ప్రాముఖ్యమైన వ్యక్తులయొక్క భవిష్యత్ విషయముల గురించి ప్రవచించిరి. బైబిల్‌లోని అనేకమైన ప్రవచనములు నెరవేరనవి ఇంకా నెరవేరుచున్నవి, ఇంకా మనుష్యులు సంఘము ఎత్తబడుట, యేసుయొక్క రెండవ రాకడ, వెయ్యేండ్ల పరిపాలన మరియు మహా ధవళ సింహాసనము యొక్క తీర్పుదినము ఇవన్నీ చూడవలసియున్నారు. మన ప్రభువు ఆయన వాగ్ధానము చేసినట్లు మనకు స్థలములను సిద్ధపరచుచున్నాడు (యోహా14:2), మరియు నిన్ను త్వరగా నిత్యలోకమునకు తీసుకువెళ్ళును.

మనమున్న ఈ లోకములో ఇప్పుడు కరములు, భూకంపములు, అతీతవాతావరణము, భయంకరమైన ప్రమాదములు ఇప్పుడు జరుగుచున్నవి. వీటిని తీసుకొని నీవు నిర్ణయించకూడదు గానీ యేసుయొక్క రెండవ రాకడ దగ్గరగా వస్తున్నదని నీవు గ్రహించవలెను (మత్త 24:3-14). మెలుకువగనుండి నీవు పెండ్లికుమార్తె వలె అలంకరించుకొని పరిపూర్ణ రక్షణకై నిన్ను నీవు సిద్దపరచుకొనవలెను.

2వ అధ్యాయము

దేమడు మానమని సృజించి అభివృద్ధిచేయును

- దేమడు మానమలను సృజించెను
- ఎందుకు దేమడు మానమని అభివృద్ధిచేయును
- దేమడు గోధుమలను పొట్టును వేరుపరచును

"దేవుడు తన స్వరూపమందు నరుని సృజించెను; దేవుని స్వరూపమందు వానిని సృజించెను; స్త్రీనిగాను పురుషునిగాను వారిని సృజించెను. దేవుడు వారిని ఆశీర్వదించెను; ఎట్లనగా—మీరు ఫలించి అభివృద్ధిపొంది విస్తరించి భూమిని నిండించి దానిని లోబరచుకొనుడి; సముద్రపు చేపలను ఆకాశ పక్షులను భూమిమీద ప్రాకు ప్రతి జీవిని ఏలుడని దేవుడు వారితో చెప్పెను."

ఆదికాండము 1:27-28

నీ జీవితకాలములో ఒక్కసారైన నీమ ఆరంభము, గమ్యము, సంకల్పము మరియు జీవితము యొక్క అర్ధము అను ప్రాధమికమైన ప్రశ్నలను వేయుదుమ. తరువాత వాటి సమాధానములను నీమ సంపాదించుటకు ప్రయత్నించుదుమ. ఈ సమస్యలన్నిటిని పరిష్కరించుటకు చాలామంది ప్రయత్నించుదురు కాని వీటిల్లో దేనికి సరియైన జవాబులు పొందకుండానే వెళ్ళిపోయిరి.

కన్ఫూసియస్, బుధ్దుడు, సోక్రటీసు వంటి ప్రపంచ ప్రఖ్యాతిగాంచిన మునులు సహితము వీటియొక్క ప్రాధమికమైన జవాబులకొరకు ఎంతో ప్రయత్నించిరి. కన్ఫూసియస్ నీతిపైన దృష్టికలిగియుండెను, ఆయన పరిపూర్ణమైన సుగుణము నీతిగల విషయమని, మరియు అనేకమంది శిష్యులను తయారుచేసెను. బుధ్దుడు చాలాకాలము తపస్సుచేసి లోకసంబంధమైన స్థితినుండి విడుదల పొందెను. సోక్రటీస్ తన స్వంత మార్గములో సత్యాన్వేషణ చేసి నిజమైన జ్ఞానము కొరకు వెదికెను.

వీరిలో ఎవ్వరూ, ఎంతచేసినా, శాశ్వితమైన, ప్రాధమికమైన పరిష్కారమును కనుగొనలేదు, నిజమైన సత్యమును చేరుకొనలేదు, లేక నిత్యజీవమును పొందుకొనలేదు. ఎందుకనగా ఈ లోకోమును సృష్టించక ముందు దాచబడిన సత్యము అది ఆత్మసంబంధమైనది మరియు అదృశ్యమైనది, స్పర్శించలేనిది. మానవ అభివృధ్దికై దేమని ఏర్పాటును అర్ధంచేసుకునేవరకు నీకు స్పస్టమైన జవాబులు తెలుసుకొనలేమ.

దేమడు మానమలను సృజించెను

అవయవములు, కణములు మరియు ధాతువులతో ఏర్పాటుచేయబడిన మానమని శరీరము ఒక మర్మమైనది అది లెక్కించలేనిది. దేమడు మానమని ఈరీతిగా సృజించుట ఆయన నిజమైన పిల్లలను పొందుకొని వారితో ఆయన ప్రేమను మరి అధికముగ ఎన్నటెన్నటికిని పంచుకోవాలని కోరెను. ఈ సంకల్పము కొరకు, దేమడు మానమని తన స్వరూపమందు తన పోలిక చొప్పున చేసి అభివృద్ధిచేసి పరలోకమును సిద్ధపరచెను.

అటువంటప్పుడు, దేమడు ఎలాగ విశ్వములో సమస్తమును సృజించి మరియు మానమని చెసెను?

ఆరవదినమున దేమనియొక్క సృష్టి

ఆది1వ అధ్యాయము ఎలాగ దేమడు ఆరు దినములలో భూమ్యాకాశములను సృజించారో ఆ విధానమును చక్కగా వివరించును. దేమడు, *"వెలుగు కలుగును గాక,"* అని చెప్పెను అప్పుడు వెలుగు కలిగెను. (ఆది 1:3) తరువాత ఆయన, *"ఆకాశము క్రిందనున్న జలము లొకచోటనే కూర్చబడి ఆరిన నేల కనబడును గాకని,"*అని చెప్పెను అప్పుడు అలాగు జరిగిన విషయము మనకు తెలుసును. (ఆది 1:9) అలాగ మెగతావి జరిగెను.

హెబ్రీ 11:3లో వ్రాసినట్లు, *"ప్రపంచములు దేమని వాక్యమువలన నిర్మాణమైనవనియు, అందునుబట్టి దృశ్యమైనది కనబడెడు పదార్ధములతో నిర్మింపబడలేదనియు విశ్వాసము చేత గ్రహించుకొనుచున్నాము,"* దేమడు సమస్త విశ్వమును సృజించెను, ఆవిశ్వమును తన వాక్యముతో సృజించెను.

దేమడు మొదటి దినమున వెలుగును సృజించెను, రెండవ దినమున ఆకాశవిశాలమును సృజించెను. మూడవ దినమున,

దేమడు, *"ఆకాశము కిరిందనునన్న జలము లొకచోటనే కూర్చబడి ఆరిన నేల కనబడును గాక"* అని చెప్పినప్పుడు(వ.9), అలాగు జరిగెను, అప్పుడు దేమడు ఆరిన నేలకు భూమి అని పేరు పెట్టెను, జలరాశిక ఆయన సముద్రములని పేరు పెట్టెను. అప్పుడు దేమడు, *"గడ్డిని విత్తనములిచ్చు చెట్లను భూమిమీద తమ జాతి ప్రకారము తమలో విత్తనములుగల ఫలమిచ్చు ఫలవృక్షములను భూమి మొలిపించునుగాకని"* అని పలుకగా ఆ ప్రకారమాయెను,(వ.11) భూమి గడ్డిని తమ తమ జాతి ప్రకారము విత్తనములిచ్చు చెట్లను, తమ తమ జాతి ప్రకారము తమలో విత్తనములుగల ఫల వృక్షములను మొలిపించెను. నాల్గవ దినమున, సూర్యుని, చంద్రుని ఆకాశ విశాలములో నక్షత్రములను చేసెను, సూర్యుడు పగటిని ఏలునట్లుగ చంద్రుడు రాత్రిని ఏలునట్లుగ చేసెను. ఐదవ దినమున, ఆయన సముద్రపు జీవులను జీవముగలిగి చలించువాటన్నిటిని పక్షులను భూమిపైని ఆకాశ విశాలములో ఎగురువాటిని చేసెను. ఆరవ దినమున, ఆయన వాటి వాటి జాతి ప్రకారము పశువులను, నేలమీద ప్రాకు పురుగులను అడవి జంతువులను సృజించెను .

దేమని స్వరూపములో మానమడు సృజించబడెను

మానమడు నివసించుటకు సృష్టికర్తయైన దేమడు తగిన వాతావరణమును సిధ్దపరచెను, ఆతరువాత మానమని తన పోలిక చొప్పున సృజించెను. సమస్త సృష్టిమీద మానమని అధికారిగా జేసి మానమని ఆశీర్వదించి, వాటిని లోబరచుకొని ఏలుడని చెప్పెను.

"దేమని స్వరూపమందు వాని సృజించెను; స్త్రీనిగాను పురుషునిగాను వారిని సృజించెను. దేమడు వారిని ఆశీర్వదించెను; ఎట్లనగా—మీరు ఫలించి, అభివృధ్దిపొంది

విస్తరించి భూమిని నిండించి దానిని లోపరచుకొనుడి; సముద్రపు చేపలను ఆకాశ పక్షులను భూమి మీద ప్రాకు ప్రతి జీవిని ఏలుడని దేవుడు వారితో చెప్పెను" (ఆది 1:27-28).

ఎలాగ, దేవుడు,మానవుని చేసెను?

దేవుడైన యెహోవా నేలమంటితో నరుని నిర్మించి వాని నాసికా రంధ్రములలో జీవవాయువును ఊదగా నరుడు జీవాత్మాయెను (ఆది 2:7).

ఇక్కడ నేల మన్ను అనగా మట్టి. ఒక నిపుణుడైన కుమ్మరివాడు, నాణ్యమైన మట్టితీసుకొని ఊదారంగు లేక తెల్లటి రంగు గల పింగాణీ పాత్ర ఎంతో విలువగలిగినదిగ చేయును. మరియొక వైపు, వేరొక కుమ్మరి మెరుగుపెట్టని కుండ్లను, ఇంటిపెంకులు, లేక ఇటుకలు చేయును.

మట్టిపాత్ర యొక్క విలువ దానిని చేసిన వ్యక్తిపైన, ఎలాగ దానిని చేసెనో, ఏ రకపు మట్టితో చేసెనో, అది ఎలాంటి పాత్ర అనువాటిపైన ఆధారపడి యుండును. సర్వశక్తుడైన సృష్టికర్త మానవుని తన పోలిక చొప్పున చేసినప్పుడు ఎంత అందముగ ఆయన చేసెను అమనా?

నేల మంటిని తీసుకొని మానవుని తన పోలిక చొప్పు చేసిన తరువాత, దేవుడు అతని నాసికా రంధ్రములలో ఊపిరిని ఊదెను, అనగా సజీవమైన శక్తి. అప్పుడు మానవుడు జీవాత్మ ఆయెను. జీవముయొక్క ఊపిరి బలము, శక్తి, మరియు దేవుని ఆత్మయైయున్నది.

దేవుడు జీవము యొక్క ఊపిరిని మానవునిలో ఊదెను

మీరు గాని ఫ్లోరోసెంట్ లైట్ యొక్క వెలుతురు ఎలా ప్రసరణ అగునో ఆలోచించినట్లయితే, జీవాత్మ అయిన మానవుని సృష్టి విధానము ఇంకా సులభముగ మీకు అర్థమగును. ఒక ఫ్లోరోసెంట్ లైట్ వెలగవలెనని మీరు అనుకుంటే, మొదట మీరు ఒక చక్కటి ఫ్లోరోసెంట్ తయారుచేయుదురు తరువాత దానిని ప్లగ్‌కు పెట్టుదురు. అయినప్పటికి విద్యుత్త్ లోపలికి వెళ్ళనంతవరకు అది వెలుగదు.

మీ యింటిలో ఉన్న టెలివిజన్ సెట్ కూడా ఇలాగే పనిచేస్తుంది. అది ఆన్ చెయ్యకముందు దానిమీద మీరు ఏమీ చూడలేరు, కానీ ఒక్క సారి మీరు ఆన్ చేసినట్లయితే, మీరు అనేకమైన బొమ్మలు చూడగలరు మరియు వినగలరు. స్విచ్చ్ ఆన్ చేసిన వెంటనే స్క్రీన్ పైన అనేకమైన బొమ్మలు మీరు చూడగలరు. ఏమయినప్పటికి, టెలివిజన్ యొక్క వెనుక భాగములో, ఎంతో క్లిష్టమైన రీతిలో ఎన్నో విడి భాగములు కలుపబడి యున్నవి.

అదే రీతిగా, దేవుడు నేల మంటితో మానవుని ఆకారము మాత్రమే గాక అంతరంగ భాగములు అవయవములు ఎముకలు ఇవన్నీ చేసెను. రక్తము ప్రసరణ అగుటకు ఆయన రక్తనాళములను చేసెను, అవి సరిగ్గా పనిచేయుటకు నాడీమండలమును చేసెను.

దేవుడు కోరినప్పుడు దేవుని యొక్క శక్తి నేల మంటిని సున్నితమైన శరీరముగ మారగలుగును. విద్యుత్తును ఎలాగైతే మనము తీసుకొనేస్తామో, ఆయన మానవునిలో జీవముగల ఊపిరిని ఊదెను. అప్పుడు అతనిలో రక్తప్రసారము అగుట ప్రారంభమైనది, వెంటనే అతడు ఊపిరి తీసి కదలుట ప్రారంభించెను.

ఇంతేగాక, మానవుని మెదడు కణములలో దేవుడు జ్ఞాపకముంచుకునే భాగమును పెట్టినందువల్ల, మెదడు కణములలో మానవుడు అతడు వినినది అనుభూతి చెందినది

జ్ఞాపకము తెచ్చుకొనును. ఏదైతే లోపలికి వెళ్ళినది జ్ఞాపకముంచుకొనునో అది తెలివిగ (బుద్దిగ) మారును, అది ఆలోచనలుగా ఉత్పత్తియగును. దాచబడిన తెలివిని నీవు ఉపయోగించినప్పుడు దానిని జ్ఞానము అని పిలిచెదరు.

మానవులు కేవలము సృజింపడిన వారైనప్పటికి, వారి జ్ఞానములను తెలివిని పెంచుకొని సాంకేతిక నాగరికతను వారు అభివృధ్దిచేసుకున్నారు. ఇప్పుడు ప్రపంచమును ఉపయోగించుకొని కంప్యూటర్లు తయారుచేసి వాటిలో విస్తారమైన సమాచారమును పెట్టి మరియు దానిని తిరిగ చూసి దేవుడు మెదడు కణములలో జ్ఞాపక శక్తిని పెట్టినట్లు ఆ కంప్యూటర్ల ద్వారా మహత్తరమైన ఉపయోగములను పొందుచున్నారు. వారు ఏ వన్ కంప్యూటర్లు చేయగలిగే స్థితికి వచ్చారు అవి మానవుని స్వరమును లేక అక్షరములను గుర్తుపట్టి ఇతరులతో సంభాషించగలుగుతున్నవి. కాలము గడిచినకొద్దీ వారు ఇంకా ఇంకా అభివృధ్దిపొందెదరు.

సృష్టికర్తయైన సర్వశక్తి గల దేవునికి మరి మంటినుండి మానవుని చేసి సజీవ ప్రాణిగ నుండుటకు ఆయన మానవునిలో ఊపిరి ఊదుట ఎంత సులభము! శూన్యములోనుండి ఒకటి చేయుట దేవునికి చాలా సులభమైన పని, కానీ దీనిని గ్రహించుటకు మానవునికి ఆశ్చర్యము అద్భుతమైయున్నది (కీర్త 139:13-14).

ఎందుకు దేవుడు మానవుని అభివృధ్దిచేయును

దేవునియొక్క ఏర్పాటును గురించి యేసు అనేకమైన ఉపమానముల ద్వారా మనకు నేర్పించెను. ఎందుకనగా ఆత్మ సంబంధమైన స్థితిని మానవుని బుద్దితో గ్రహించుకొనలేడు, కాబట్టి భూసంబధమైన వాటితో ఉపమానములతో మనకు

అర్థమగునట్లు చెప్పెను.

ఇందులో అనేకమైనవి అభివృద్ధిని గురించి తెలియజేయును. ఉదా: విత్తువాని ఉపమానములున్నవి (మత్త 13:3-23; మార్కు4:3-20; లూక 8:4-15), ఆవగింజ యొక్క ఉపమానము (మత్త13:31-32; మార్కు4:30-32; లూక13:18-19), పొలములోని గురుగుల ఉపమానము(మత్త 13:24-30, 36-43), ద్రాక్షతోట ఉపమానము (మత్త 20:1-16), మరియు ద్రాక్షతోటను గుత్తకిచ్చిన ఉపమానము (మత్త 21:33-41; మార్కు 12:1-9; లూక 20:9-16).

ఈ ఉపమానములన్నీ వ్యవసాయదారుడు పొలమును దున్నుట, విత్తనములు విత్తుట, వాటిని నాగుచేయుట పంటను పండించుటను గూర్చి మనకు చూపిస్తున్నవి, దేవుడు మానవుని రూపించి భూమి మీద అభివృద్ధి చేసి పొట్టును గోధుమలను వేరుచేయును.

దేవుడు తన పిల్లలతో నిజమైన ప్రేమను పంచుకొనుటకు ఇష్టపడును

దేవుడు దైవత్వమే కాక మానవత్వము కూడ కలిగియున్నారు. దైవత్వము గలిగిన సృష్టికర్త అయిన సర్వజ్ఞాని స్వశక్తిగల దేవునియొక్క దేవుని శక్తి, మానవత్వము మానవునియొక్క మనసు. కాబట్టి, దేవుడు విశ్వమును మానవుని చరిత్రను సృజించి ఏలుచు జీవించుచుండెను. ఆయన సంతోషమును ఆగ్రహమును, విచారమును ఆనందమును అనుభూతిచెందుచు తన పిల్లలతో ఆయన వాటిని పంచుకొనును.

దేవుడు చాలా సార్లు మానవునివంటి వ్యక్తిత్వము గలిగియుండెనని బైబిలు చెప్తున్నది; మానవులు దేవుని పోలిక చొప్పున సృజించబడినందున వారు సరియైనది చేయునప్పుడు

దేవుడు ఆనందించుచు మానవులను దీవించును కానీ వారు పాపములు చేసినప్పుడు దేవుడు దు:ఖపడుటు ఆగ్రహముతో మూల్గును. దేవుడు తన పిల్లలతో మాటలాడుచు వారికి మంచి విషయములను వారికిచ్చుటకు దేవుడు కోరుచున్నాడని దేవుని వాక్యములో చెప్పబడినది.

దేవుడు దేవుని లక్షణములతో మాత్రమే ఉండి ఉంటే ఆయన ఆరు దినములు లోకమంతటిని సృష్టించిన తరువాత మనతో సహవాసము చెయ్యాలని కోరియుండరు, మరియు, "*విసుకక నిత్యము ప్రార్ధనచెయ్యండి*" (1 థెస్స5:17), మరియు "*నీవు నాకు మొఱ్ఱపెట్టుము నేను నీకుత్తరమిచ్చెను, నీవు గ్రహింపలేని గొప్ప సంగతులను గూఢమైన సంగతులను నీకు తెలియజేతును*" (యిర్మీ 33:3).

కొన్నిసార్లు నీవు ఒంటరిగా ఉండాలనుకుంటావు, కానీ తన ప్రేమను నీతో పంచుకొనే నీలాంటి మనస్థితి ఉన్న స్నేహితునితో నీవు అధికముగ సంతోషముగ నుందువు. అలాగే, దేవుడు మానవుని తన పోలికలో సృజించెను ఎందుకనగా అతడు మరియొకరితో తన ప్రేమను పంచుకొనుటకు ఇష్టపడును. ఈ భూమిమీద మానవుని ఆత్మలను అభివృద్ధిచేయుచున్నాడు ఏలయనగా ఆయన హృదయమును అర్ధంచేసుకుని వారి హృదయమంతటితో ప్రేమించే తన నిజమైన పిల్లలను ఆయన కోరుచున్నారు.

వారి స్వంత హృదయముతో లోబడి తన పిల్లలు ప్రేమించాలని దేవుడు కోరుతున్నారు

పరలోకములో అనేకమంది విధేయులైన పరలోకసైన్య సమూహపు దేవదూతలు ఉన్నా ఎందుకు దేవుడు మానవులను సృజించి వారిని అభివృద్ధిచేయుచున్నారు అని కొంతమంది ఆశ్చర్యపోతుంటారు. అయినా, ప్రేమను పంచుకొనుటకు చాలా

అవసరమైన మానమల లక్షణములు చాలామంది దేవదూతలకు లేమ. ఇంకోమాటలో చెప్పాలంటే, వారికి వారు ఎంచుకొనుటకు వారికి స్వంత చిత్తముండదు. వారు మరబొమ్మలవలె ఆజ్ఞలను పాటించుదురు గానీ వారు సంతోషము, ఆగ్రహము, విచారము, లేక ఆనందము మనుష్యులవలె కలిగియుండరు. కాబట్టి, వారి హృదయాంతరంగములనుండి దేమనితో ప్రేమను పంచుకొనలేరు.

ఉదా: మీకు ఇద్దరు పిల్లలున్నారనుకోండి. వారిలో ఒకరు ఏ ఉద్రేకము, అభిప్రాయము, ప్రేమ చూపకుండా ఒక మరబొమ్మ వలె మీరు చెప్పినది వారు చేస్తారు. రెండవవాడు కొన్నిసార్లు మీ అనుభూతులను గాయపరుస్తారు గానీ వెంటనే వారి కోరియలకు వారు బాధపడి, మిమ్ములను హత్తుకొని, వారి హృదయములను మీకు అనేక రీతులుగ తెలియపరస్తారు. అటువంటప్పుడు, ఏది మీరు ఎక్కువ ఇష్టపడతారు? సహజముగ రెండవ వారినే.

మీ ఇంటిలో ఒక మరబొమ్మ (రోబోట్) మీకు వండిపెడ్తూ, ఇల్లు శుభ్రముచేస్తూ మీకు పరిచర్య చేస్తుందనుకోండి. అలా చేసినప్పుటికీ మీ పిల్లలకంటే ఎక్కువగా రోబోట్‌ను ప్రేమించలేరు. ఎంత శ్రమపడి రోబోట్ నీ కొరకు పనిచేసినప్పటికి ఎంత సహాయకరముగ ఉండినప్పటికి, అది నీ పిల్లల స్థానమును తీసుకొనలేదు.

అదేరీతిగా, విధేయతతో లోబడుటకు రూపొందించిన రోబోట్లవలె ప్రవర్తించే దేవదూతలకంటే పరలోక సైన్యముకంటే వారి స్వంత చిత్తములో సహేతుకముగా ఉద్రేకములో తనకు సంతోషముగా లోబడు మానమలను దేమడు ఎంచుకొనును. ఆయన మానమలకు తన వాక్యమునిచ్చి వారికి స్వంత చిత్తమునిచ్చెను. తరువాత వారికి మంచి చెడులను గురించి నేర్పించి మరియు రక్షణ లేక మరణమును గురించి నేర్పించును. వారు నిజమైన బిడ్డలగువరకు ఆయన వారికొరకు వేచియుండును.

తలిదండ్రుల ప్రేమతో దేమని యొక్క మానమని అభివృద్ధి

ఆదికాండములో 6:5-6 లో *"నరుల చెడుతనము భూమిమీద గొప్పదనియు వారి హృదయముయొక్క తలంపులలోని ఊహంతయు కేవలము ఎల్లప్పుడు చెడ్డదనియు యెహోవా చూచి తాను భూమిమీద నరులను చేసినందుకు యెహోవా సంతాపము నొంది తన హృదయములో నొచ్చుకొనెను."* చెప్పబడినది.

మానమని చేసినప్పుడు ఈ విషయము దేమనికి తెలియదా దీనర్ధము? దీనిగురించి ఆయనకు ఖచ్చితముగ తెలుసు. దేమడు సర్వజ్ఞుడు మరియు సర్వశక్తిమంతుడు కాబట్టి కలారంభమునకు మునుపే సమస్తమును ఆయనకు తెలుసును, అయినప్పటికి ఆయన మానవుని సృజించి వానిని అభివృద్ధిచేయుచున్నాడు.

మీరుగాని తల్లిదండ్రులైయుంటే, ఇది మీకు చాలా సులభముగ అర్ధమగును. పిల్లలను కని వారిని పెంచుట ఎంత కష్టము! ఒక స్త్రీ గర్భము ధరించినప్పుడు, తొమ్మిది నెలలు బాధ మరియు వికారము వంటివి అనేకమైనవి వచ్చును. ప్రసవకాలములో గొప్ప నొప్పి తల్లికి వచ్చును. పిల్లలను పెంచి పోషించుటకు, వారికి బట్టలు కొని, చదువు చెప్పించుటకు తల్లిదండ్రులు రాత్రిబంగళ్ళు కష్టపడి పని చేయుదురు. పిల్లలు ఆలస్యంగా ఇంటికి చేరునప్పుడు వారి తల్లిదండ్రులు ఆందోళన చెందుదురు. వారికి వ్యాధి వచ్చినప్పుడు, వారి తల్లిదండ్రులు పిల్లలు పడు బాధకంటే ఎక్కువ బాధను అనుభూతి చెందుదురు.

ఇలాంటి ఇబ్బందులు కష్టములన్నప్పటికి తలిదండ్రులు ఎందుకు వారి పిల్లలను వృద్ధిలోకి తీసుకురావలెనని అనుకుంటారు? కారణమేమనగా ఎవరైతే వారి హృదయములలోనుండి తలిదండ్రులను ప్రేమించి మరియు వారి తల్లిదండ్రుల ప్రేమను అనుభూతిచెందుదురో వారితో తల్లిదండ్రులు వారి ప్రేమను

పంచుకొనుటకు తల్లిదండ్రులకు అలాంటివారు కావలెను. తల్లిదండ్రులకైతే అలాంటి బాధకూడ వారికి సంతోషమును కలిగించును. ఇంకాచెప్పాలంటే, పిల్లలు గానీ తలిదండ్రులను బాగా పోలియుంటే వారు ఎంత ముద్దొస్తారు! వాస్తవానికి పిల్లలందరూ తలిదండ్రులకు లోబడియుందురని కాదు. కొందరు పిల్లలు వారి తల్లిదండ్రులను ప్రేమించి గౌరవించెదరు కానీ కొంతమంది గాయపరచుదురు.

అలాగే పెరుగుతున్న బిడ్డలలో ఉన్న బాధలన్నిటిని తెలుసుకొని తల్లిదండ్రులు వాటిని బాధలుగా ఎంచరు. దానికి బదులుగా, వారు గొప్ప కృషిచేసి వారి పిల్లలు బాగా ఎదగాలని తలిదండ్రులకు సంతోషమివ్వాలని ఎదురుచూసెదరు. అదేరీతిగా, మానమలు అవిధేయులగుదురని, చెడిపోమదురని, దుఃఖమును కలిగించుదురని దేమనికి తెలుసు, కానీ వారిలో కొంతమంది నిజమైన పిల్లలుందురని వారు దేమనితో ప్రేమను పంచుకుంటారని కూడా దేమనికి తెలుసు. కాబట్టి, దేమడు మానమలను సృజించి వారిని ఇష్టపూర్తిగా పెంచుతున్నారు.

తన నిజమైన పిల్లలచేత దేమడు మహిమ పొందగోరుచున్నారు

నిజమైన పిల్లలను పొందుటకే కాక వారి ద్వారా మహిమ పొందుటకే దేవుడు మానవ ఆత్మలను భూమి మీద అభివృద్ధిచేయుటకు గల కారణమైయున్నది. గొప్ప దేవదూతలు మరియు పరలోక సైన్య సమూహము ద్వారా దేమడు ఎంతగానో మహిమ పొందగలడు గాని. అయినప్పటికి, ఆయన అభివృద్ధి చేసిన నిజమైన పిల్లల హృదయాంతరంగముల ద్వారా ఆయన నిజముగ మహిమ పొందవలెననుకుంటున్నారు.

యెష 43:7లో *"నా మహిమ నిమిత్తము నేను సృజించినవారిని నా నామము పెట్టబడిన వారందరిని తెప్పించుము. నేనే వారిని*

కలుగజేసితిని వారిని సృష్టించినవాడను నేనే," చెప్పబడినది. మరియు నీకు 1వ కొరింథీలో 10:31లో నీకు ఇవ్వబడిన సూచన, *"కాబట్టి మీరు భోజనము చేసినను పానము చేసినను మీరేమి చేసినను సమస్తమును దేవుని మహిమ కొరకు చేయుడి."*

దేముడు సృష్టికర్త ప్రేమ, మరియు న్యాయమునైయున్నారు. మనలను రక్షించుటకు ఆయనయొక్క ఒకే ఒక్క కుమారుని మనలను రక్షించుటకొరకు ఇచ్చివేసెను, మరియు మనకు పరలోకమును నిత్యజీవమును సిధ్ధపరచెను. ఆయన మహిమ పొందుటకు మహా యోగ్యుడు. అంతేకాక, ఆయనకు మహిమ తెచ్చువానికి ఆయన మహిమనిచ్చు వాడైయున్నాడు.

కావున, దేముడు ఎందుకు ఘనపరచబడవలెనని కోరుచున్నారో నీవు అర్ధం చేసుకొని నిరంతరము ఈ ప్రేమను ఆయనతో పంచుకొనుటకు నీవు దేవుని నిజమైన బిడ్డలుగా అవ్వాలి.

దేముడు గోధుమలను పొట్టును వేరుపరచును

అధికముగ పంట పండించుటకు వ్యవసాయదారుడు భూమిని సేద్యపరచును. దేముడు భూమిమీద వారి హృదయాంతరంగము నుండి ఆయనను ప్రేమించి మహిమ పరచుటయే గాక ఆయనతో పరలోకములో నిత్యము ప్రేమను పంచుకొనుటకు తన నిజమైన బిడ్డలకొరకు మానవ ఆత్మలను భూమి మీద అభివృధ్దిచేయును.

పంట పండినప్పుడు అక్కడ గోధుమలతో పాటు పొట్టుకూడ ఉండును, కావున వ్యవసాయ దారులు గోధుమలను పొట్టును వేరుపరచి గోధుమలను వారి కొట్లలో కూర్చుకొని పొట్టును అగ్నితో తగలబెట్టుదురు. అదే రీతిగా, మానవుల అభివృధ్ది అనంతరము దేముడు గోధుమలను పొట్టును వేరుపరచును:

ఆయన చేట ఆయన చేతిలో ఉన్నది; ఆయన తన కళ్ళమును బాగుగా శుభ్రము చేసి గోధుమలను కొట్టులో పోసి ఆరని అగ్నితో పొట్టును కాల్చివేయును (మత్తయి 3:12).

కాబట్టి, దేవుడు భూమిమీద మానవ ఆత్మలను అభివృద్ధిచేసి ఆయన సమయములో ఆయన గోధుమలను—నిజమైన బిడ్డలను నిత్యజీవమునకు పరలోకమునకు పోగుచేయునని నీవు గట్టిగా నమ్మవలెను.

అయితే ఇప్పుడు దేవుని దృష్టిలో ఎలాంటివారు గోధుమలు ఎలాంటివారు పొట్టులాంటివారు మరియు పరలోకములో నరకములో ఎలాంటి స్థలములున్నవో మనము చూద్దాము.

గోధుమలు మరియు పొట్టు

గోధుమలు యేసుక్రీస్తును అంగీకరించినవారిని సూచిస్తున్నది, వారు సత్యమందు నడిచి, దేవునితో ప్రేమను పంచుకొనువారు. వారు వెలుగు బిడ్డలు, పోగొట్టుకున్న దేవుని స్వరూపమును పొందుకొని, దేవుడు చెప్పినదంతా వారు చేయువారు.

అయితే మరియొక వైపు, యేసుక్రీస్తును అంగీకరించనివారు పొట్టు ను సూచిస్తున్నారు అలాంటి వారు నమ్మకముంచామని అందురు గాని దేవుని వాక్యప్రకారము జీవించరు వారు వారి స్వంత దుష్టమైన కోరికలను అనుసరించుదురు.

1 వ తిమో 2:4 లో మన దేవుడు"*ఆయన మనుష్యులందరు రక్షణ పొంది సత్యమును గూర్చిన అనుభవ జ్ఞానము గలవారైయుండవలెనని యిచ్ఛయించుచున్నారు.*" అనగా మనుష్యులందరు గోధుమలవలె ఉండవలెనని పరలోకములో దేవునిరాజ్యములో ప్రవేశించాలని దేవుడు కోరుచున్నారు నీవు

గ్రహించవలెనని దేమడు అనేక రకములుగా నిన్ను రక్షణ మార్గములోనికి నడిపించుచున్నారు. ఏమయినప్పటికి, చివరకు ప్రజలు వారి స్వచిత్తానుసారముగ ప్రవర్తించి దేమని చిత్తమును మరియు ఆయన ఏర్పాటును అతిక్రమించుదురు. ఇలాంటి వారు దేమని ముందు మృగములకంటె తక్కువవారు, ఎందుకనగా వారి మానవ విలువలను పోగొట్టుకొనినవారు.

వ్యవసాయదారులు పొట్టును తగలబెట్టుదురు లేదా ఎరువుగా వాడుదురు ఎందుకనగా ఒకవేళ పొట్టు గోధుమలు రెండూ కొట్టులో పోసినట్లయితే, అప్పుడు గోధుమలు కుళ్ళిపోతాయి. కాబట్టి, గోధుమలున్నదేమని రాజ్యములోనికి పొట్టు రావడానికి దేమడు అనుమతించరు. జంతువుల వలెకాక, మానవుడు నిత్య జీవపు ఆత్మను కలిగియున్నాడు ఎందుకనగా దేమడు మానవుని సృజించినప్పుడు మానవునిలో జీవాత్మను ఊదెను. కనుక దేమడు పొట్టును నాశనము చెయ్యడు మరియు అవి ఎందుకు నిరుపయోగపడకుండ చెయ్యడు.

పరలోకములో గోధుమలను దేమడు పోగుచేయుట తప్పదు వారు నిత్య సంతోషమును ఆనందించుదురు, అయితే పొట్టును ఆరని నరకాగ్నిలో నిరంతరము కాలునట్లు చేయును. కాబట్టి మీరు నరకాగ్నిలో పడకుండునట్లు ఈ సత్యమును మనసులో జ్ఞాపకముంచుకోవాలి.

పరలోకము యొక్క సౌందర్యము మరియు నరకము యొక్క భయంకరము

ఒకవైపు పరలోకము ఈ లోకములో దేనితోను పోల్చజాలని చాలా సౌందర్యమైనది. ఉదా: ఈ లోకములో పువ్వులు త్వరగా వాడిపోవును, కానీ పరలోకములో పువ్వులు వాడిపోవు ఎండిపోవు ఎందుకంటే పరలోకములో అన్నీ నిత్యమైనవి. రోడ్లన్నీ

అద్దమంత స్పస్టముగా బంగారముతో చేయబడినవి, జీవనది స్పటికము వలె ప్రవహించుచున్ననది గృహములన్నీ అన్నిరకములైన విలువగల మణులతో ఉన్నవి. ప్రతీది నోరు విప్పి చెప్పలేనంత సౌందర్యముగనున్నవి (దయచేసి *పరలోకము I & II* భాగములు చూడండి).

మరొకవైపు, నరకములో పురుగు చావదు అగ్నీ ఆరదు. ప్రతివారు అగ్నిచేత పడుతూ లేస్తూ ఉంటారు (మార్కు 9:48-49). అంతేకాక, ఏడు రెట్లు అగ్నిగుండము కంటె మండుచున్న గంధకము గుండము నరకములో ఉన్నది(ప్రక 20:10, 15). రక్షింపబడని ప్రజలు ఆరని నరకాగ్నిలో జీవించాలి లేదా నిత్యము గంధకము గుండములో మండుచుండాలి. అలాంటి భయంకరమైన భయము గొలిపే స్థలములో నిత్యము ఉండుట ఎంత భయంకరము (*నరకము* అనే పుస్తకము చూడండి)!

కాబట్టి, యేసు మార్కు 9:43లో "*నీ చెయ్యి నిన్ను అభ్యంతర పరచినయెడల దానిని నరికివేయుము; నీవు రెండు చేతులు కలిగి నరకములోనికి ఆరని అగ్నిలోనికి పోవుటకంటె అంగహీనుడవై జీవములో ప్రవేశించుట మేలు.*"

ప్రేమ గల దేవుడు ఎందుకు భయంకరమైన నరకమును అందమైన పరలోకమును సృజించెను? ఒకవేళ దుష్టులైనవారిని మంచివారు మరియు దేవునికిష్టమైనవారున్న స్థలములోకి రానిచ్చినట్లయితే మంచివారికి అది బాధగాను మరియు పరలోకము చెడుగుచేత కలుషితమగును. సంక్షిప్తముగ, దేవుడు మానవులను ప్రేమించెను మరియు తన పిల్లలకు కేవలము శ్రేష్టమైనది మాత్రమే ఇవ్వాలనుకుంటారు గనుక ఆయన నరకమును చేసారు.

మహా ధవళ సింహాసనము యొక్క తీర్పు

వ్యవసాయకుడు సంవత్సరము వెంబడి సంవత్సరము

విత్తనములు విత్తిత పంటను కోయునో, దేమడు ఆదామును ఏదేను తోటనుండి బయటకు పంపినప్పటి నుండి మానమల ఆత్మలను అభివృధ్దిచేసి యేసు తిరిగి వచ్చువరకు ఆయన అలాగు చేయును.

పితరులైన నోవహు, అబ్రహాము, మోషే, బాప్తిస్మిచ్చు యోహాను, పేతురు, మరియు అపోస్తలుడైన పౌలు వీరందరికి దేమడు తన చిత్తమును చూపించెను. ఈరోజున, తన పరిచారకులు పనివారి ద్వారా ఆయన నిరంతరము మానమల ఆత్మలను అభివృధ్దిచేయుచున్నారు. అయినప్పటికి, ప్రారంభము తరువాత ముగింపు ఖచ్చితముగ వచ్చునట్లు, మానవ ఆత్మల అభివృధ్ది ఎక్కువ కాలము జరుగదు.

2వ పేతురు 3:8 లో, *"ప్రియులారా, ఒక సంగతి మరివోకుడి. ఏలయనగా ప్రభువు దృష్టికి ఒక దినము వెయ్యిసంవత్సరములవలెను, వెయ్యి సంవత్సరములు ఒక దినమువలె ఉన్నవి."* ప్రపంచమును ఆరు రోజుల సృష్టి చేసిన తరువాత దేమడు ఏడవదినమున విశ్రాంతి తీసుకొనిన రీతిగా, యేసు యొక్క రాకడ నూతన వెయ్యేళ్ళ పరిపాలన, ఆదాము యొక్క అవిధేయత మొదలుకొని ఆరువేల సంవత్సరముల తరువాత సబ్బాతు సమయము వచ్చును. అటు తరువాత, మహా ధవళ సింహాసనముయొక్క తీర్పు ద్వారా, దేమడు గోధుమలను పరలోక ప్రవేశమునకు అనుమతించి పొట్టును నరకాగ్నిలో విసరివేయును.

కామన దేమని ఏర్పాటును మరియు మానమల ఆత్మలను అభివృధ్దిచేసే ఆయన ప్రేమను అర్థం చేసుకోవాలని ఆశీర్వాదకరమైన జీవితమును జీవించి పరలోకముకై మన:పూర్వకమైన నిరీక్షణ గలిగి దేమని మహిమ పరచవలెనని యేసు క్రీస్తు నామములో నేను ప్రార్థిస్తున్నాను.

3 వ అధ్యాయము

మంచి చెడుల తెలివినిచ్చు వృక్షము

- ఏదేను తోటలో ఆదాము హవ్వ
- తన స్వంత చిత్తముతో ఆదాము అవిధేయుడయ్యెను
- పాపమునకు జీతము మరణము
- దేవుడు ఎందుకు మంచి చెడుల తెలివినిచ్చు వృక్షమును ఏదేను తోటలో ఉంచెను?

“మరియు దేవుడైన యెహోవా నరుని తీసుకొని ఏదేను తోటను సేద్యపరచుటకు దాని కాచుటకును దానిలో ఉంచెను. మరియు దేవుడైన యెహోవా—ఈ తోటలోనున్న ప్రతి వృక్షఫలములను నీవు నిరభ్యంతరముగా తినవచ్చును; అయితే మంచి చెడ్డల తెలివినిచ్చు వృక్షఫలములను నీవు తినకూడదు; నీవు వాటిని తినుదినమున నిశ్చయముగా చచ్చెదవని నరుని కాజ్ఞాపించెను.”

ఆది 2:15-17

సృష్టికర్తయైన దేమని యొక్క గొప్ప ప్రేమ మరియు తన నిజమైన బిడ్డలను లేపుకొనుటకు ఆయన లోతైన గంభీరమైన ఏర్పాటు తెలియనివారు, "ఎందుకు దేమడు మంచి చెడుల తెలివినిచ్చు వృక్షమును ఏదేను తోటలో ఉంచెను ?" అని అడగవచ్చును మరియు వారు "ఎందుకు ఆది మానమని నాశన మార్గములో వెళ్ళినప్పుడు ఆయన వెళ్ళనిచ్చెను?" దేమడే గానీ ఏదేను తోటలో ఆ చెట్టును పెట్టియుండ పోతే మానమడు చనిపోక ఎప్పటికి సంతోషకరమైన జీవితమును జీవించి ఉండేవాడేమో అని ఆలోచించుదురు.

ఇంకా కొంతమంది ఈ రీతిగా చెప్పుదురు "మంచి చెడుల తెలివినిచ్చు చెట్టు ఫలమును ఆదాము తినునని బహుశ ముందూగా దేమనికి తెలియకపోవొచ్చును" ఎందుకంటే దేమడు సర్వజ్ఞుడని సర్వ శక్తిమంతుడని వారు నమ్మరు. ఆదాము యొక్క భవిష్యత్తులో అవిదేయుడగునని తెలియనంత తక్కువ అంతర్దృష్టి గలిగి ఆ చెట్టును ఏదేను తోటలో పెట్టెనా? లేక మానమని మరణ మార్గములోనికి నడిపించే సంకల్పము గలిగి దేమడు దానిని పెట్టెనా? అలా కానేకాదు!

అలాంటప్పుడు, ఎందుకు దేమడు మంచి చెడ్డల తెలివినిచ్చు చెట్టును ఏదేను తోట మధ్యలో ఉంచెను? ఆదాము దేమని యొక్క ఆజ్ఞకు అవిధేయత చూపి మరణ మార్గములో పడిపోయెను?

ఏదేను తోటలో ఆదాము హవ్వ

దేవుడు నేలమంటితో నరుని చేసి వాని నాసికారంధ్రములలో జీవ వాయువు ఊదగా, నరుడు జీవాత్మాయెను (ఆది 2:7). జీవించు ప్రాణి ఆత్మసంబంధమైన ప్రాణి, మొదట సృజించక ముందు దానికి ఏ రకమైన జ్ఞానము లేదు. ఒక ఉదాహరణ తీసుకుందాము. క్రొత్తగా పుట్టిన శిశువుకు ఏ జ్ఞానమైనను, బుద్ధియైనను ఉండదు. శిశువుకు మెదడులో జ్ఞాపకముంచుకునే పద్దతి ఉంది, కానీ ఎప్పుడు చూడలేదు, వినలేదు. లేక ఏదైననూ నేర్పించబడలేదు. కావున ఆ శిశువు సహజ జ్ఞానముతోనే ప్రవర్తింప గలదు.

అదే రీతిగా, మొట్టమొదటి సారిగ జీవప్రాణి అయినప్పుడు ఆదాముకు ఆత్మసంబంధమైన జ్ఞానము లేదు.

ఆదాము జీవితముయొక్క తెలివి దేవుని నుండియే నేర్చుకొనెను

తూర్పు దిక్కున దేవుడు తోటవేసి అక్కడ ఆదామును పెట్టెను. జీవము మరియు సత్యమును గురించి ఒక్కొక్కటి ఆదాముకు నేర్పించి, ఆదాముతో నడచుచు ఏదేను తోటను కాచుకొనుమని దానిని అదుపులో ఉంచుకొనుమని చెప్పెను.

ఆది 2:19లో, *"దేవుడైన యెహోవా ప్రతి భూజంతువును ప్రతి ఆకాశ పక్షిని నేలనుండి నిర్మించి ఆదాము వాటికి ఏ పేరు పెట్టునో చూచుటకు అతనియొద్దకు వాటిని రప్పించెను."* వాటన్నిటినీ ఏలుటకు ఆదాము జీవముయొక్క తెలివి చాలును.

మరియు నరుడు ఒంటరిగా ఉండుట మంచిదికాదని దేవుడైన యెహోవా తలంచెను. ఇప్పుడు, దేవుడు ఆదాముకు గాఢనిద్ర కలుగచేసి అతనికి సాటియైన సహకారిని ఇచ్చెను. మానవుడు నిద్రించినప్పుడు దేవుడు మానవుని ఎముకలలో ఒకటి తీసి అక్కడ మాంసముతో శరీరమును పూడ్చివేసెను. అప్పుడు ఆయన

మానవుని నుండి తీసిన ప్రక్కటెముకను స్త్రీనిగా నిర్మించి, ఆ స్త్రీని పురుషుని దగ్గరకు తీసుకొని వచ్చెను. దేవుడు వారిద్దరిని ఏకము చేసెను అప్పుడు వారేక శరీరములైరి (ఆది 2:20-22).

ఇలా చేసినది ఆదాము మాత్రము ఒంటరిగా ఉండునని కాదు గాని కాలారంభము ముందునుండి దేవుడు ఎంతో కాలముగ ఒంటరిగనుండి ఒంటరితనము అంటే ఏమిటో ఆయనకు తెలుసు. దేవుని గొప్ప ప్రేమ మరియు కృప ఆదామునకు సహాయకారిని చేయుటకు తోడ్పడెను మరియు ముందుగానే ఆదాముయొక్క పరిస్థితి యెరిగి, ఆయన ఫలభరితముగ, భూమిని నిండించి వర్ధిల్లునట్లు మానవుని అతని భార్యను దీవించెను.

ఏదేను తోటలో ఆదాముయొక్క దీర్ఘకాల జీవితము

అయితే, ఏదేను తోటలో ఆదాము అతని భార్య అయిన హవ్వ ఎంత కాలము నివసించిరి? దీనివిషయమై బైబిలు వివరముగ చర్చించుటలేదు, మనుష్యులు తలంచినదానికంటే ఎక్కువగ వారు దీర్ఘకాలము జీవించిరని నీవు తెలుసు కొనవలెను.

ఈ సత్యములన్నీ బైబిలు కొన్ని వచనములలో చెప్పుచున్నది. కాబట్టి, దేవుడు ఆదామును ఏదేను వనములో పెట్టిన కొద్దికాలమునకే ఆదాము నిషేధించిన ఫలమును తిని పతనమైపోయాడని అనేక మంది మనుష్యులు తలంచుదురు. వారిలో కొంతమంది, “మానవుని జీవితము ఆరువేల సంవత్సరములనుండి ప్రారంభమైనదని బైబిలు చెప్తుంది, మరి అనేక శిలాజములు అనేక వందల వేల సంవత్సరములనుండి ఉన్నవి వాటి గురించి మీరు ఏమని చెప్తారు?” అని అడుగుతారు.

మానవుని జీవితము యొక్క చరిత్ర ఆదాము మరియు హవ్వ ఏదేను తోటనుండి తోలివేసినప్పటినుండి షుమారు 6,000 సంవత్సరముల నాటిది. వారు ఏదేను తోటలో జీవించిన

దీర్ఘకాలము దానిలో చేర్చబడలేదు. కాలము గడచిన కొలది, భూమి మీద ప్రతిక్రియ మరియు అనేకమైన పునరుత్పత్తులు, అంతరించిపోమట వంటి చాలా గొప్ప భూగర్భ శాస్త్రము మరియు భూగోళ శాస్త్ర మార్పులు జరిగినవి. 1వ అధ్యాయములో చర్చించిన ప్రకారము అనేక శిలాజములు ఈ వాస్తవమును ధృవపరచుచున్నవి.

ఆదికాండము 1:28 లో వారు శపింపబడక ముందు దేవుడు ఆది మానవుడైన ఆదామును హవ్వను ఆశీర్వదించి వారు దేవునితో నడిచి అనేకమంది పిల్లలను కని ఏదేను వనమును నింపిరి. సృజించిన సమస్తమునకు ప్రభువుగ ఆదాము, ఏదేను తోటను లోబరుచుకొని భూమిని అలాగే ఏదేను తోటను ఏలెను.

తన స్వంత చిత్తముతో ఆదాము అవిధేయుడయ్యెను

దేవుడు ఆదాము హవ్వకు ఏదేను తోటయొక్క సమృద్ధిని అనుభవించుటకు సంతోషించుటకు వారికి పూర్తి అధికారమునిచ్చెను. అయినా, ఒక్కటి మాత్రము దేవుడు నిషేధించెను. మంచి చెడులను తెలివినిచ్చు ఫలమును తినకూడదని దేవుడు ఆజ్ఞ ఇచ్చెను.

ఆదాము దేవునియొక్క లోతైన హృదయమును అర్థంచేసుకొని ఆయనను నిజముగా ప్రేమించినమంటే ఆ నిషేధించబడిన ఫలమును ఆదాము తినిమండేవాడు కాదు, ఏలయనగా దేవుని ఆజ్ఞ అతనికి తెలుసు. అయినప్పటికి, ఇచ్చిన ఖచ్చితమైన ఆజ్ఞకు అతడు విధేయుడు కాలేదు కారణమేమంటే అతడు దేవుని నిజముగా ప్రేమించలేదు.

మంచి చెడుల తెలివినిచ్చు చెట్టును దేవుడు ఏదేను తోటలో ఉంచెను మరియు దేవుడు మానవునికి దేవునికి ఖచ్చితమైన

నియమమును స్థాపించెను. ఈ ఆజ్ఞను పాటించుటకు వారికి పూర్తి స్వేచ్ఛనిచ్చెను. దీనిని బట్టి నిజమైన కుమారులు వారి హృదయలోతులలోనుండి ప్రేమించువారిని పొందుకొనవలెనని దేవుడు ఇలాగు చేసెను.

ఆదాము దేవుని వాక్యమును నిర్లక్ష్యపరచెను

బైబిల్‌లో దేవుడు, తన ఆజ్ఞలను గైకొని ఆయన వాక్యమునకు లోబడువారికి అనేక సార్లు ఆశీర్వాదములను వాగ్ధానము చేసెను (ద్వితీ 15:4-6, 28:1-14). అయినా, ఎవరు ఆయన ఆజ్ఞలను పాటించు చున్నారు? లోకమంతటిలో కొద్దిమందే అని బైబిలు కూడా చెప్తున్నది.

దేవునికి లోబడినంత కాలము అతడు నిత్యజీవమును మరియు ఆశీర్వాదములను పొందుకుంటాడని దేవుడు ఆదిమానవుడైన ఆదామునకు నేర్పించియుండి యుండును, కానీ అవిధేయుడైతే నిత్యనాశనమునకు చేరుకుంటాడని చెప్పియుండును. మంచి చెడుల తెలివినిచ్చు ఫలమును తినకూడదని దేవుడు అతనికి హెచ్చరిక చేసెను.

అయినప్పటికి, ఆదాము హవ్వ దేవునియొక్క ఆజ్ఞను నిర్లక్ష్యపరచి, నిషేధించబడిన ఫలమును తినిరి. సాతాను ఆదినుండి నిజమైన ఆత్మసంబంధమైన పిల్లలను లేపి దేవుని ప్రణాళికను పాడుచేయుటకు ప్రయత్నించుచుండెను. చివరకు, భూజంతువులన్నిటిలో సర్పము కుటిలమైనదై యుండగా సాతాను దాని ద్వారా ఆ ఫలమును తినుటకు వారిని శోధించుటలో వాడు గెలిచెను (ఆది 3:1). ఆదాము హవ్వ దేవుని ఆజ్ఞను ఉల్లంఘించిరి. దేవునిచేత సత్యమును మాత్రమే నేర్పించబడి జీవాత్మగా జీవించుచున్నప్పుడు ఎలాగ ఆదాము దేవుని ఆజ్ఞను ఉల్లంఘించెను?

ఆది 2:15లో, దేవుడు ఏదేను తోటను సేద్యపరచుటకు దానిని కాచుటకు ఆదాముకు ఇచ్చెనని మనము చూస్తున్నాము. దానిని పాలించుటకు కాపాడుటకు ఆదాము దేవునినుండి అధికారమును శక్తిని పొందుకొనెను. దానిని కాచుటకు దేవుడు అతనిని కావలివానిగ ఉంచెను లేకపోతే శత్రువైన అపవాది మరియు సాతాను దానిని పాడుచేయును. ఏమైనప్పటికి, సర్పము ఆదామును హవ్వను శోధించుటకు మరియు ఓడిపోకుండునట్లు సాతాను సర్పమును అదుపుచేసెను. ఇది ఎలాగ సాధ్యమైనది?

ఒక్క మాటలో చెప్పాలంటే, సాతాను అనువాడు దురాత్మ, దానికి వాయుమండలముపై అధికారము కలిగియున్నది. సాతానుకు రూపము లేదు. ఎఫేసీ 2:2, సాతాను వాయుమండల అధిపతిగా చెప్పబడెను, అవిధేయులైన కుమారులలో ఇప్పుడు పనిచేస్తున్న ఆత్మ అది.

ఎందుకనగా సాతాను గాలిలో ప్రవహించు ఒక రేడియో తరంగముల వంటివాడు, సాతాను ఏదేను తోటలో ఆదాము హవ్వను శోధించుటకు సర్పమును అదుపుచెయ్యగలిగెను. ఆది 1 లో ప్రత్యేకముగ చెప్పబడిన పదము. ప్రతిదినము సృష్టి అయిన తరువాత, "అది మంచిదని దేవుడు చూసెను" అని బైబిలు చెప్తుంది. రెండవ దినమున ఆకాశ విశాలమును చేసినప్పుడు ఈ పదమును చెప్పలేదు.

మరియు, ఎఫె 2:2 లో *"మీరు వాటిని చేయుచు, వాయుమండల సంబంధమైన అధిపతిని అనుసరించి, అవిధేయులైన కుమారులలో పనిచేయుచున్న ఆత్మతో ఈ ప్రపంచ ధర్మము చొప్పున మునుపు నడుచుకొంటిమి."* వాయుమండలముపై దురాత్మలకు అధికార ముండునని దేవునికి ముందుగానే తెలియును.

సర్పముయొక్క శోధనలో హవ్వ పడిపోయెను

భూజంతుములలో సర్పము కేవలము ఒక ప్రాణి. దేవుని ఆజ్ఞను ఉల్లంఘించునట్లు ఎలా హవ్వను శోధించుటలో గెలిచెను?

ఏదేను తోటలో మానవులు ప్రతివిధమైన జీవ ప్రాణులైన పువ్వులతో,చెట్లతో, పక్షులతో, పశువులతో మొదలగువాటితో సంభాషించ గలిగిరి. హవ్వకూడ సాతానుతో మాటలాడగలిగినది. ఇప్పటివలె గాక, మొదటిలో, సర్పములు మానవులచేత ప్రేమించబడి వారితో మంచి సంబంధములు కలిగియున్నవి. అవి చాలా నున్నగా, శుభ్రముగా, పొడవుగా, గుండ్రముగ తెలివిగనుండి హవ్వకు చాలా ఇష్టముగనుండినవి. అవి ఆమెను బాగా యెరిగి ఆమెను సంతోషపరిచేవి. కుక్కలు కూడ అవి చురుకుగానుండి ఏ జంతువు కంటేకూడ బాగా అర్థంచేసుకొని వారి యజమానులయొక్క కటాక్షమును పొందినటువంటివి.

అయినప్పటికి, "పాములు భయంకరమైనవి, విష పూరితమైనవి, మరియు చిరాకు కలిగించేవి." అని చలామంది ప్రజలు అంటుంటారు. వారు పాములను సహజముగానే అయిష్టపడుదురు ఏలయనగా మొదటి మనుష్యుడైన ఆదామును అతని భార్యయైన హవ్వను మోస పరచి దేవుని ఆజ్ఞను ఉల్లంఘింపచేసి వారిని మరణమార్గము లోనికి త్రోసివేసినవి.

సర్పముయొక్క స్వభావమును అర్థంచేసుకొనవలెనంటే, నేలయొక్క మొదటి స్వాభావికమైన స్థితిని తెలుసుకోవాలి. ప్రతి నేల వివిధములైన వ్యత్యాసమైన మిశ్రమ భాగములు కలిగియున్నది. నేలకు మూలపదార్ధములు కలిపిన విధముగా, ఆ నేల సారవంతమైనదిగా గానీ నిస్సారవంతముగా గాని అవ్వవచ్చును. భూమిమీద సమస్త జంతువులను, సమస్త ఆకాశ పక్షులను దేవుడు సృజించినప్పుడు, ఆయన ప్రతి నేలను ప్రతి

జంతుమకు సరియైనదిగా ఎంపికచేసెను (ఆది 2:19).

దేవుడు సర్పమును మొదటిలో యుక్తియైనదిగా చెయ్యలేదు. మనుష్యులు ప్రేమించునట్లుగా దానిని జ్ఞానము గలదిగా చేసెను. అయినా, దానిలోనికి దుష్టస్వభావము వచ్చినప్పుడు సర్పము యుక్తిగా అయ్యెను. సర్పము సాతానుయొక్క స్వరమును వినియుండక దేవుని చిత్తమును మాత్రమే చేసియుంటే అది జ్ఞానముగలిగి మంచి జంతువుగ ఉండి ఉండేది. సాతానుయొక్క మాట విని దానికి లోబడినది గాబట్టి, సర్పము కుయుక్తిగల జంతువుగ మారి హవ్వను మోసపరచి మరణములో పడునట్లు చేసెను.

ఏలయనగా హవ్వ దేవుని వాక్యమును మార్చివేసెను

దేవుడు ఆదామునకు చెప్పెనని సర్పమునకు తెలుసును: "*ఈ తోటలో ఉన్న ప్రతి వృక్షఫలములను నీవు నిరభ్యంతరముగ తినవచ్చును; అయితే మంచి చెడ్డల తెలివినిచ్చు వృక్షఫలములను నీవు తినకూడదు; నీవు వాటిని తినుదినమున నిశ్చయముగ చచ్చెదవని*" చెప్పెను (ఆది 2:16-17). కాబట్టి సర్పము హవ్వను కుయుక్తిగా అడిగెను, "ఇది నిజమా, దేవుడు చెప్పెనా, 'ఈ తోట చెట్లలో దేని ఫలములనైనను మీరు తినకూడదని దేవుడు చెప్పెనా'?" (ఆది 3:1)

అప్పుడు హవ్వ సర్పముతో ఏమని జవాబు చెప్పెను?

> *ఈ తోట చెట్లఫలములను మేము తినవచ్చును. అయితే తోట మధ్యనున్న చెట్టుఫలములను గూర్చి దేవుడు—మీరు చావకుండునట్లు వాటిని తినకూడదనియు వాటిని ముట్టకూడదనియు చెప్పెను (ఆది 3:2-3).*

దేవుడు ఆదాముకు స్పష్టమైన హెచ్చరికనిచ్చెను: "అయితే మంచి చెడ్డల తెలివినిచ్చు వృక్షఫలములను తినగూడదు; నీవు వాటిని తినుదినమున నిశ్చయముగా చచ్చెదవని" చెప్పెను (ఆది 2:17). మీరు ఆ చెట్టు ఫలము తినినట్లయితే వారెన్నడూ తిరిగి బ్రతుకరని ఆయన వారికి నొక్కిచెప్పెను. హవ్వయొక్క ప్రతిస్పందన ఖచ్చితముగ లేదు. ఆమె "మీరు చనిపోమదురు." కానీ "ఖచ్చితముగా" అన్న మాటను ఆమె వదిలేసింది. ఇంకోలా చెప్పాలంటే నిషేధించబడిన ఫలము తినినట్లయితే మీరు చనిపోవచ్చు చనిపోకపోవచ్చు. అని అస్పష్టముగా జవాబు చెప్పెను.

దేవునియొక్క ఆజ్ఞను ఆమె మనసులో ఉంచుకొనలేదు మరియు దేవుని మాటను కొంచెం అనుమానించినది. ఆమె చెప్పిన సందిగ్ధమైన అనుమానాస్పదమైన జవాబు సర్పము విని, మరి బలముగా ఆమెను శోధించుట మొదలుపెట్టినది. దేవుని ఆజ్ఞను సహితము పాడుచేసినది. సర్పము ఆ స్త్రీతో, "మీరు చావనే చావరు." చెప్పినది. దేవునియొక్క ఆజ్ఞను మార్చివేసి ఆ స్త్రీని: *"మీరు వాటిని తినుదినమున మీ కన్నులు తెరవబడుననియు మీరు మంచి చెడ్డలను ఎరిగినవారై దేవ దూతలవలె ఉందురనియు దేవునికి తెలియునని"* ప్రోత్సాహపరచినది (ఆది 3:5). అది మరల శోధించి ఆమెయొక్క ఆసక్తిని ఇంకా పురికొల్పినది.

హవ్వ తన స్వంత చిత్తములోనే అవిధేయురాలైనది

ఆ స్త్రీలో అసత్యమైన తలంపు ద్వారా పాపసంబంధమైన కోరికలను సాతాను ఊదిన తరువాత, ఆ చెట్టు అప్పటివరకు ఉన్నట్లుకాక చాలా వ్యత్యాసముగ ఉన్నట్లు తోచినది. ఆది 3:6 లో, *"స్త్రీ ఆ వృక్షము ఆహారమునకు మంచిదియు, కన్నులకు అందమైనదియునై యుండుట చూచినప్పుడు ఆమె దాని ఫలములలో*

కొన్ని తీసుకొని తిని తనతోపాటు తన భర్తకును ఇచ్చెను, అతడుకూడ తినెను."

సాతానుయొక్క శోధనను ఆ స్త్రీ పూర్తిగా ఖచ్చితముగా తీసివార వేయవలసియున్నది. పాపియైన మానవుని వాంఛ, ఆమెనేత్రాశ జీవపు డంబము ఆమెను తినివేసింది మరియు పాపమనే అవిధేయతలోకి పడవేసినది.

ఒక దినమున, "వారిలో పాపస్వభావముండుట వలన మంచి చెడులను తెలివినిచ్చు ఫలవృక్షమును ఆదాము హవ్వ తినలేదా?" అవిధేయత చూపకముందు వారిలో పాప స్వభావము లేదు కేవలము మంచి స్వభావము కలిగియున్నవారు. వారికి కేవలము వారి స్వంత చిత్తము కలిగియుండినప్పుడు వారు దేవుని ఆజ్ఞకు వ్యతిరేకముగ నిషేధించబడిన ఫలమును తినవచ్చును లేక తినకుండా ఉండవచ్చును.

సమయము గడచిన కొలది, వారు దేవుని ఆజ్ఞను నిర్లక్ష్యపరచిరి. అప్పుడు సాతాను వారిని సర్పము ద్వారా శోధించి వారిని శోధనకు లోనుచేసెను. ఆ రీతిగా, పాపము వారి ద్వారా వచ్చి దేవుడు స్థిరపరచిన నియమమును ఉల్లంఘించిరి.

దేవుని పిల్లలు దుష్టత్వములో పెరుగుట కూడా ఇలాంటిదే. ఒక పిల్లవాడు మాటయందును కోరికయందును పుట్టుక నుండి ఎల్లప్పుడు చెడ్డవాడు లేక దుష్టుడు కాడు. మొదటిలో, అర్థం తెలియకుండానే మిగతా పిల్లల మాటలు శాపవచనములు అనుకరించుదురు. లేదా ఒక కుర్రవాడు ఇంకొకరిని కొట్టునప్పుడు దానిని చెయ్యవచ్చును, లేదా ఇతరులను కొట్టుచున్నప్పుడు వారు ఏడుస్తుంటే చూసి ఆనందించవచ్చును. కనుక ఇతరులను మాటిమాటికి కొడుతున్నప్పుడు దుష్టత్వము అతనిలో పెరుగుట ప్రారంభమగును.

అదే రీతిగా, ఆదాముకు మొదటినుండి పాపస్వభావము లేదు. దేవుని ఆజ్ఞను మీరినప్పుడు తన స్వంతచిత్తముతో ఆ పండును

తినినప్పుడు, పాపము గర్భము ధరించి దుష్టత్వము అతనిలో స్థాపించబడెను.

పాపమునకు జీతము మరణము

ఆదాముతో దేవుడు చెప్పినట్లుగ, "మంచి చెడుల తెపిలినిచ్చు వృక్షఫలమును నీవు తినకూడదు. నీవు దానిని తిను దినమున నిశ్చయముగ చచ్చెదవు," ఆదాము మరియు హవ్వ ఆ పండును తినినప్పుడు వారు నిశ్చయముగ చనిపోయిరి. యాకోబు 1:15లో, *"దురాశ గర్భము ధరించి పాపమును కనగా, పాపము పరిపక్వమై మరణమును కనును."*

రోమా 6:23లో పాపముయొక్క ఫలితమును గురించి ఆత్మసంబంధమైన నియమము నేర్పించుచున్నది, *"పాపము వలన వచ్చు జీతము మరణము."* వారి అవిధేయతవలన ఆదాము హవ్వకు మరణము ఎలా సంభవించెనో చూద్దాము.

ఆత్మలయొక్క మరణము

దేవుడు ఆదాముతో స్పస్టముగా చెప్పెను, "ఈ మంచి చెడ్డల తెలిపినిచ్చు ఫలవృక్షమును మీరు తినకూడదు, దీనిని తినుదినమున మీరు ఖచ్చితముగా చనిపోవుదురు." అయినప్పటి, దేవుని ఆజ్ఞను మీరినతరువాత వారు వెంటనే చనిపోలేదు. వారు చాలాకాలము బ్రతికి చాలామంది పిల్లలను కనిరి. అలాంటప్పుడు, దేవుడు హెచ్చరించిన మరణము ఎలాంటిది?

వారి శారీరకమైన మరణమును గురించి ఆయన చెప్పలేదు కానీ వారి ఆత్మలయొక్క మరణమును గురించి చెప్పెను. దేవునితో సంభాషించ గలిగే ఆత్మతో దేవుడు మానవులను చేసెను,

ఆత్మయొక్క దాసిగా నుండే ప్రాణమును మరియు శరీరమును ఆ శరీరములోనే ప్రాణము ఆత్మ నివసించును. 1వ థెస్స 5:23లో, మానవులు ఆత్మ జీవము శరీరముచే నిర్మించబడిరి అని చెప్పుచున్నది. ఆదాము హవ్వ దేవుని ఆజ్ఞకు అవిధేయులైనప్పుడు, మానవుని యజమానుడైన వారి ఆత్మలు చనిపోయినవి.

దేవుడు నిందారహితుడు నిర్దోషి, మరియు పరిశుద్ధుడు సమీపించరాని తేజస్సుతో నివసించువాడు, కావున పాపులు ఆయనతో కలిసియుండలేరు. ఆదాము జీవాత్మగా జీవించినప్పుడు దేవునితో సంభాషించగలిగేవాడు, కానీ పాపమును బట్టి అతని ఆత్మ చనిపోయినప్పుడు అతడు మాటలాడలేనివాడాయెను.

బాధాకరమైన జీవితము ప్రారంభము

ఏదేను తోట అనునది ఎంతో సమృద్ధియైన మరియు సుందరమైన ప్రదేశము అక్కడ చింత ఆతృత అనునది ఏదీ లేదు, అక్కడ ఆదాము హవ్వలు జీవఫలము తింటూ నిత్యము జీవించగలిగేవారే. కానీ వారు పాపము చేసిన తరువాత ఏదేను తోటనుండి వారు బయటకు పంపివేయబడిరి. ఆదినమునుండి వారి కష్టములు శ్రమలు ప్రారంభమైనవి.

స్త్రీకి పిల్లలను కనుటలో అధికమైన బాధ కలిగియుండినది. తన భర్త మీద వాంఛ కలుగగా భర్త ఆమెను ఏలును. శపించబడిన నేలను మానవుడు ఎంతో శ్రమపడి నేలను దున్నిన తరువాతే తన బ్రతుకు దినములలో దాని పంటను తినగలడు (ఆది 3:16-17).

అదికాండము 3:18-19లో దేవుడు ఆదాముతో, "*అది ముండ్ల తుప్పలను గచ్చపొదలను మీకు మొలిపించును; పొలములోని పంట తిందువు; నీవు నేలకు తిరిగి చేరువరకు నీ ముఖమున చెమట కార్చి ఆహారము తిందువు; ఏలయనగా నేలనుండి నీవు తీయబడితివి; నీవు*

మన్నే గనుక తిరిగి మన్నైపోదువని" చెప్పెను. ఈ వచనముల ద్వారా, మానవుడు తిరిగి పిడికెడు మన్నైపోవునని దేవుడు ఉద్దేశించెను.

ఏలయనగా ఆదాము, మానవజాతికి పితామహుడు, అవిధేయత అను పాపము చేసినందున అతని ఆత్మ మరణించెను, అతని వారసులందరూ పాపులుగానే పుట్టి మరణ మార్గములోకి వెళ్ళిరి.

రోమా 5:12 లో ఆదాము మరణ శాసనముగా నిచ్చిన ఆస్తి: *"ఇట్లుండగా ఒక మనుష్యుని ద్వారా మరణము లోకములో ఏలాగు ప్రవేశించెనో అలాగుననే మనుష్యులందరు పాపము చేసినందున మరణము అందరికి సంప్రాప్తమాయెను."*

మనుష్యులందరు సహజమైన పాపముతో జన్మించిర

దేవుడు మానవులను చేసినప్పుడు వారికి ఇచ్చిన జీవ విత్తనము ద్వారామనుష్యులు ఫలించి అభివృద్ధిపొందునట్లు చేసెను. దేవుడు ప్రతి పురుషునికి స్త్రీకి జీవ విత్తనము ఇచ్చియుండగా వీర్యకణములు కలయిక ద్వారా మనుష్యులు పిల్లలను కనిదరు. వీర్యము లేక అండము తల్లిదండ్రుల లక్షణములను కలిగియుంటను బట్టి, ఆ వీర్యము మరియు అండము కలయిక ద్వారా శిశుమ గర్భమునందు జన్మించి తల్లిదండ్రులయొక్క పోలికలు, లక్షణములు, అభిరుచులు, ఇష్టములు, నడకవిధానము మొదలగునవి కలిగియుందురు.

ఆ రీతిగా, ఆదాము యొక్క పాపస్వభావము తన తరువాత తరమువారందరికి సంక్రమించినందున ఆదాము తరువాత మనుష్యులందరూ పాపము చేసిరి. దీనిని "ఆది పాపము." అందురు. ఆదాము సంతతివారందరు ఆది పాపముతో జన్మించిరి. కనుక తప్పనిసరిగా పాపులైయున్నారు.

కొంతమంది అవిశ్వాసులు, "ఎందుకు లేక ఎలాగ భూమిమీద నేను పాపిని? నేనే పాపము చెయ్యలేదే." అని ఫిర్యాదు చేస్తారు.

లేక మరికొందరు, "ఆదాము పాపము నా మీద ఎందుకు పడవలెను?"

ఒక శిశువును ఉదాహరణగా తీసుకుందాము. ఒక సంవత్సరము కూడా నిండని శిశువును ఒక తల్లి సాకుతున్నది. తన స్వంత బిడ్డ కళ్ళముందే మరియొక శిశువుకు తల్లిపాలిస్తూ ఉంటుంది. అప్పుడు ఈ శిశువు మరియొక శిశువును త్రోసివేయుటకు ప్రయత్నించును. ఒకవేళ తల్లి తనిదకాని శిశువుకు పాలివ్వడం ఆపివేయకపోతే, లేక ఆ శిశువైనా పాలు త్రాగడం ఆపకపోతే, తన స్వంత బిడ్డ తల్లిని గాని ఆ శిశువును గానీ తన్నడం ప్రారంభించును. తల్లిగానీ ఆ శిశువుకు పాలిస్తూనే ఉంటే, తన స్వంత బిడ్డ ఏడ్వడం ప్రారంభించును.

ఆ చిన్న శిశువుకు అసూయను, మత్సరమును, ద్వేషమును, దురాశను, కొట్టుటను ఎవరూ నేర్పించపోయినప్పటికి, ఆ శిశువుకు తన మనస్సులోకి పుట్టుకనుండే ఇవన్నీ వచ్చియున్నవి. ఈ సత్యము మానవులు పుట్టుకతోనే తల్లిదండ్రుల నుండి ఆది పాపమును సంక్రమించుకొనినట్లు మనకు తెలియజేయుచున్నది.

అటువంటప్పుడు ప్రతివాడు తన జీవితకాలమంతా ఎంత పాపము చేయును? వెలుగైయున్న దేవుని ముందు పాప కార్యములే కాక మనిషి మనస్సులో ఉన్న ప్రతివిధమైన దుష్టత్వము పాపమని నీవు తప్పక గ్రహించవలెను. మనసులో ఉన్న ద్వేషము, దురాశ, ఖండింపు అలాంటి దుష్టత్వమునంతా దేవుడు గమనించును.

కాబట్టి, ధర్మశాస్త్ర సంబంధమైన క్రియల మూలముగా ఏ మనుష్యుడును ఆయన దృష్టికి నీతిమంతుడని తీర్పు తీర్చబడడు, అందరు పాపము చేసి దేవుడు అనుగ్రహించు మహిమనుపొందలేక పోయుచున్నారు (రోమా 3:20, 23).

మానవుడే కాదు సమస్త సృష్టి శపించబడినది

ఆదాము సమస్తమునకు అధికారియైయుండగా, పాపము చేసి శపించబడినప్పుడు, నేల సమస్త భూజంతువులు ఆకాశ పక్షులు నీరు పొలములు ఆయనతో పాటు శపించబడెను. అప్పటినుండి, ప్రమాదకరమైన, విషపూరితమైన ఈగలు దోమల వంటి కీటకములు రావడం ప్రారంభించినవి.

నేల ముళ్లను, తుప్పలను ఉత్పత్తిచేయుట ప్రారంభించినది, మానవుడు తన కష్టమును నుదుటి చెమటతో కష్టపడి ఆహారమును పొందవలసియుండెను. మానవుడు బలవంతముగ కన్నీరు కార్చుట, దుఃఖము, బాధ, వ్యాధి, మరణము మొదలుగనవి పొందవలసివచ్చెను ఎందుకనగా వారు శపించబడిరి.

కాబట్టి, రోమా 8:20-22లో, *"ఏలయనగా సృష్టి, నాశనమునకు లోనయిన దాస్యములోనుండి విడిపింపబడి, దేవుని పిల్లలు పొందబోవు మహిమగల స్వాతంత్ర్యము పొందుదుననను నిరీక్షణకలదై, స్వేచ్ఛగాకాక దానిని లోపరచినవాని మూలముగా వ్యర్థపరచబడెను. సృష్టి యావత్తు ఇదివరకు ఏకగ్రీవముగా మూలుగుచు ప్రసవవేదన పడుచున్నదని యెరుగుదుము."*

అటువంటప్పుడు, పాము ఎందుకు శపించబడినది? ఆది 3:14లో, దేవుడు మానవులను పాపము చేయుటకు శోధించిన కుటిలమైన పాముతో, "నీవు దీని చేసినందున పశువులన్నిటిలోను భూజంతువులన్నిటిలోన నీవు శపించ బడినదానవై నీ కడుపుతో ప్రాకుచు నీవు బ్రతుకు దినములన్నియు మన్ను తిందువు." అని చెప్పెను. సర్పము మన్ను తినదు గానీ పక్షులు, కప్పలు, ఎలుకలు, కీటకములు లాంటి బ్రతికిన జంతువులను తినును. దేవుడు స్పష్టముగా, "నీవు బ్రతుకు దినములన్నియు మన్ను తిందువు." అని చెప్పెను. ఈ వాక్యమును ఎలా అనువదించగలము?

“మన్ను” అనగా ఇక్కడ “నేల మంటితో చేయబడిన మానవుడు” అని సూచిస్తున్నది (ఆది2:7), మరియు “సర్పము” అనగా శత్రువైన సాతానుకు సూచనగా నున్నది (ప్రక 20:2). “నీవు బ్రతుకు దినములన్నియు మన్ను తిందువు” అను మాట సాతాను మరియు అపవాది దేవుని వాక్యము చేత నివసించక చీకటిలో నడచువారిని మ్రింగివేయును.

దేవుని పిల్లలైనప్పటికి దేవుని చిత్తమునకు వ్యతిరేకముగ పాపము చేసినప్పుడు సాతాను మరియు అపవాది కష్టములను శ్రమలను తీసుకొనివచ్చును. ఈ రోజు, సాతాను ఘర్జించు సింహమువలె ఎవరిని మ్రింగుదునా అని తిరుగుచున్నాడు (1 వ పేతు 5:8). వీరికి ఎవడైన దొరికిన యెడల వారు వానిని పాపముయొక్క శాపమునకు బానిసగ చేసి నాశన మార్గమునకు వానిని లాగివేయును. వీలయితే, దేవుని పిల్లలను సహితము శోధించుటకు ప్రయత్నించుదురు.

“నేను దేవుని యందు నమ్మికయుంచాను,” అని చెప్పి దేవుని వాక్యమంటే నిశ్చయత లేనివారిని సాతాను అపవాది శోధించి మరణ మార్గములోనికి నడిపించును. సాధారణముగ, సాతాను మరియు అపవాది నీకు సమీపముగనున్న వారితో అనగా నీ భార్య లేక భర్త స్నేహితులు, బంధుమల ద్వారా నీకు శోధనను తెచ్చును – సర్పము అనగా హవ్వకు ఎంతో ముద్దు, అలాంటి సర్పము హవ్వను ఎలాగు మోసగించెనో అలాగు నిన్నుమోసగించును.

ఉదాహరణకు, నీ భార్య లేక భర్త లేక స్నేహితుడు అడుగవచ్చు, “ఆదివారపు ఆరాధనకు మాత్రం వెళితే సరిపోదా? ఆదివారపు సాయంకాలపు ఆరాధనకు కూడా ప్రతిసారి వెళ్ళవలెనా?” లేక “ప్రతి దినము కూడుకొనుటకు నీవు శాయశక్తులా ప్రయత్నించాలా?” “దేవుడు సర్వజ్ఞుడు

సర్వశక్తిమంతుడు గనుక ఆయన నీ హృదయాంతరంగమును యెరుగును. నీ ప్రార్ధనలో నీవు ఖచ్చితముగా మొఱ్ఱపెట్టవలెనా?"

సబ్బాతు దినమును జ్ఞాపకముంచుకొనవలెనని దానిని పరిశుద్ధముగ ఆచరించవలెనని చెప్పెను (నిర్గ 20:8), ప్రభుమ నామము పేరిట కూడుకొనుడు (హెబ్రీ 10:25), ప్రార్ధనయందు మొఱ్ఱపెట్టుడి (యిర్మీ 33:3) అని దేవుడు ఆజ్ఞాపించెను. సంపూర్ణముగా దేవుని వాక్యమందు నిలిచియుండువారిని సాతాను శోధించలేడు వారిచేత పాపము చేయించలేడు (మత్తీ 7:24-25).

ఎఫెసీ 6:11లో చెప్పబడినట్లు, "మీరు అపవాది తంత్రములను ఎదిరించుటకు శక్తిమంతులగునట్లు దేవుడిచ్చు సర్వాంగ కవచము ధరించుకొనుడి," మీరు దేవుని సత్యవాక్యముతో నిండియుండి విశ్వాసము ద్వారా అపవాది మరియు సాతానును ఎదిరించి పారద్రోలవలెను.

దేవుడు ఎందుకు మంచి చెడుల తెలివినిచ్చు వృక్షమును ఏదేను తోటలో ఉంచెను?

దేవుడు మంచి చెడుల తెలివినిచ్చు వృక్షమును ఏదేను తోటలో నుంచుట మానవులను త్రోలివేయుటకు కాదు గాని వారికి నిజమైన సంతోషమునిచ్చుటకు చేసెను. ఆయనయొక్క లోతైన ప్రణాళికను అర్ధంచేసుకోలేక దేవుని యొక్క న్యాయమును అపార్ధముచేసుకొని చివరకు దేవునిని నమ్ముటకూడ నమ్మలేకపోతున్నారు. వారు మందమైన లేక జీవములేని జీవితమును జీవించుచు వారియొక్క జీవితములలో దేవుని సంకల్పమును ఎరుగకయుండిరి.

అటువంటప్పుడు, ఎందుకు దేవుడు మంచి చెడ్డల తెలివినిచ్చు వృక్షమును ఏదేను తోటలో నుంచెను అది నీకెలాగ గొప్ప ఆశీర్వాదమును తెచ్చును?

ఆదాము హవ్వ నిజమైన సంతోషమును యెరుగకయుండిరి

మన ఊహకు అతీతముగ ఏదేను తోట ఎంతో సుందరమైనది మరియు సమృద్ధియైనది. దేవుడు ప్రతి వృక్షమును నేలనుండి మొలిపించెను. అవి చూచుటకు రమ్యముగాను తినుటకు రుచికరముగనుండెను. తోట మధ్యలో మంచి చెడుల తెలివినిచ్చు వృక్షము ఉంచబడియున్నది. (ఆది 2:9).

అలాగైతే, ఎందుకు దేవుడు తోట మధ్యలో బాగా కనబడునట్లు జీవ వృక్షముతో పాటు మంచి చెడుల తెలివినిచ్చు వృక్షమును ఉంచెను? శోధింపబడి ఆ చెట్టు ఫలమును తిని నాశన మార్గములోనికి త్రోయుటకు దేవుడు ఎన్నడూ ఉద్దేశించలేదు. దేవునియొక్క ఏర్పాటు ఒకటున్నది, మనం అర్థం చేసుకుంటే ఆయన హృదయమును అనుభూతి చెందినవారు మంచి చెడుల తెలివినిచ్చు వృక్షము ద్వారా నిజముగ ఆయన యొక్క ఆత్మసంబంధమైన బిడ్డలుగ అగుటకు దీనిని చేసెను.

మనుష్యులు కన్నీటిని, బాధను, బీదరికమును, వ్యాధులను అనుభవించినప్పుడు, ఆదాము హవ్వలు ఏదేను తోటలో చాలా సంతోషముగ నుండి ఉండవచ్చును అని వారు ఊహించి ఉండగలరు ఎందుకంటే వారు ఈ లోకములో బాధలు, కన్నీరు, దు:ఖము, బీదరికము లేక వ్యాధులు అనుభవించి యుండలేదు. అయినప్పటికి, ఏదేను తోటలోనున్న వారికి నిజమైన సంతోషముగాని లేక నిజమైన ప్రేమను గాని ఎరుగరు ఎందుకనగా ఆ తారతమ్యమును వారు ఎరుగరు గనుక.

ఒక ఉదాహరణ తీసుకుందాము. ఇద్దరు బాలురు ఉన్నారు.

ఒకడు పేదరికములో పుట్టి పెరిగెను కానీ రెండవవాడు సమృద్ధిలో జన్మించి అనుభవించుచున్నాడు. వారిద్దరికి బహుమానముగా ఒక్కొక్కరికి ఒక ఖరీదైన బొమ్మ ఇచ్చినట్లయితే వారిద్దరు ఎలాంటి ప్రతిస్పందన పొందియుంటారు? ఒకవైపు, సమృద్ధిలో పెరిగిన కుర్రవాడు అంతగా కృతజ్ఞత కలిగియుండడు ఎందుకంటే బొమ్మయొక్క విలువను ఎరుగడు. మరొకప్రక్క, పేదరికములో పెరిగిన కుర్రవాడు ఆ బొమ్మ విషయమై చాలా కృతజ్ఞత గలిగి ఆ బొమ్మ చాలా ప్రశస్తమైనదిగా దానిని చూచుకుంటాడు.

తారతమ్యము ద్వారా నిజమైన సంతోషము వచ్చును

అదే రీతిగా, స్వేచ్ఛకు మరియు సమృద్ధికి మధ్య తారతమ్యమును గమనించినవాడు, నిజమైన సంతోషమును లేక నిజమైన స్వేచ్ఛను తెలుసుకొని సంతోషించును. ఏదేను వనములో లాగ కాక లోకములో వ్యత్యాసమైనవి అనేక రకములైన విషయములున్నవి.

ఏదైనా ఒక దాని విలువను తెలుసుకొని దానిని ఆనందించవలెననగా నీవు దాని సామీప్యమైన దానిని అనుభవపూర్వకముగ తెలుసుకొని తీరాలి. దానికున్న పరోక్షమైన కోణములను నీవు అనుభవ పూర్వకముగ తెలుసుకొన లేకపోతే దానియొక్క నిజమైన విలువను పూర్తిగా గ్రహించలేము.

ఉదాహరణకు, నీవు నిజమైన సంతోషమును గురించి తెలుసుకొనవలెనంటే నీవు సంతోషముగ లేకుండుట ఏమిటో మొదట అనుభవించవలెను. ప్రేమయొక్క నిజమైన విలువను నీవు తెలుసుకోవాలంటే, ద్వేషమును నీవు అనుభవపూర్వకముగ తెలుసుకోవాలి. ఒక రోగముయొక్క బాధ లేక అస్వస్థతను నీవు కలిగియుంటే తప్ప నీ ఆరోగ్యముయొక్క విలువను నీవు పూర్తిగా

గ్రహించలేవు. నరకము మరణము ఉందని ఖచ్చితముగా తెలియక పోయినట్లయితే, నిత్యజీవము యొక్క విలువ నీకు తెలియదు మరియు నీ కొరకు సిద్ధపరచిన మంచి పరలోమునకై నీ దేవునికి నీవు కృతజ్ఞునిగా ఉండలేవు.

మొదటి మానవుడైన ఆదాము ఏది తినాలని కోరినా దానిని తినేవాడు మరియు ఏదేను తోటలో సమస్తమైన వాటిని నిర్వహించుటకు అధికారము కలిగినవాడు. ఇవన్నీయూ ఏ బాధా శ్రమ లేక నుదిటి చెమట లేకుండా పొందుకున్నవాడు. ఆ కారణమునుబట్టి, సమస్తమును అనుగ్రహించిన దేవునికి అతడు కృతజ్ఞత తెలుపలేకపోయె ఆయనయొక్క హృదయములోనున్న ప్రేమను ఆయన కృపను అర్థంచేసుకోలేకపోయెను.

తరువాత, ఆదాము ఆ ఫలము తినుట ద్వారా దేవుడిచ్చిన ఆజ్ఞకు అవిధేయుడయ్యెను. అప్పటివరకు అతడు జీవాత్మ, కానీ అతడు పాపము చేసినప్పుడు, ఆతని ఆత్మ మృతమై అతడు శరీరానుసారుడైన మనుష్యునిగ తయారయ్యెను. ఏదేను తోటనుండి అతనిని అతని భార్యను తోలివేసి భూమిమీద జీవించుటకు పంపించివేసెను. కన్నీరు, దుఃఖము, వ్యాధి, బాధ, దురదృష్టము, మరణము ఇలాగ అనేకమైనవి ఇంతకుముందెన్నడూ అనుభవించనివి అతడు భరించవలసి వచ్చెను. చివరకు, ఏదేను తోటలో ఉన్న సంతోష జీవితమునకు వ్యత్యాసముగ సమస్తము అనుభవించవలసి వచ్చెను.

ఈ విధానములో, ఆదాము హవ్వలు సంతోషమంటే దుఃఖమంటే ఏమిటో ఆ తేడాను, మరియు ఏదేను తోటలో వారనుభవించిన స్వేచ్ఛ సమృద్ధి ఎంత విలువైనదో అర్థంచేసుకోగలిగారు.

సంతోషమంటే ఏమిటో దుఃఖమంటే ఏమిటో తెలియకుండా జీవించినట్లయితే నీ జీవితము అర్థరహితముగ నుండును. నీకు ప్రస్తుతము కష్టములున్నప్పటికి నీవు గానీ నిజమైన సంతోషమును అనుభవించినట్లయితే నీ జీవితము విలువైనదిగాను

అర్ధవంతమైనది గాను ఉండును.

ఉదాహరణకు, చదుమకోవాలంటే బాధను అనుభవించాలని తలిదండ్రులకు తెలిసినప్పటికి, వారిని స్కూలుకు పంపించెదరు. వారి పిల్లలను వారు ప్రేమించినప్పుడు, పిల్లలు కష్టపడి చదువుటకు మరియు ఎన్నో మంచి విషయములను తెలుసుకొనుటకు తల్లిదండ్రులు వారి చదుమలలో ఎంతో సహాయపడుదురు. తండ్రియైన దేమని హృదయము విషయములో కూడా ఇలాగే ఉండును, ఆయన మానవులను ఈ లోకమునకు పంపించి అన్నిరకములైన అనుభవముల ద్వారా వారిని తన నిజమైన బిడ్డలనుగా అభివృధ్ది చేసెను.

ఆ కారణమును బట్టియే, మంచి చెడుల తెలివినిచ్చు ఫలమును ఏదేను తోటలో ఉంచి ఆదాము హవ్వలు దానిని వారి స్వంత ఇష్టముతో తినునప్పుడు నివారించలేదు. మానవ అభివృధ్ది ద్వారా మానవులందరు ఆయన యొక్క నిజమైన బిడ్డలగుటకు వారు ఈ లోకములో అన్ని విధములైన ఆనందము, కోపము, దు:ఖము మరియు సంతోషము అనుభవించునట్లు ఆయన సమస్తమును చేసెను.

బాధాకరమైన అనుభవముల ద్వారా, చివరికి వారి హృదయములలో నిజమైన విలువ మరియు వాటియొక్క అర్ధములు ఒక్కొక్క విషయము లోతుగా అర్ధం చేసుకోగలిగిరి.

ఎందుకనగా మానవ అభివృధ్ది ద్వారా నిజమైన సంతోషమును తెలుసుకొందురు గాబట్టి, ఏదేను తోటలో ఆదాము దేమనిని మోసగించినట్లు దేమని పిల్లలు మరల ఎప్పటికి మోసగించరు. దానికి బదులుగ, ఆయనను ఎక్కువగ మరియెక్కువగ ప్రేమించి సంతోషానందములు కృతజ్ఞతతో నింపబడి ఆయనకు మరియెక్కువ మహిమను ఇచ్చెదరు.

పరలోకములో నిజమైన సంతోషము

ఈ లోకములో దేవుని పిల్లలు కన్నీటిని, దు:ఖమును, బాధను, వ్యాధిని అనుభవించినప్పుడు వారు నిత్యమైన పరలోకములో ప్రవేశించి నిత్యానందమును, ప్రేమ, సంతోషము, కృతజ్ఞత ఎన్నిటెన్నటికి అనుభవించెదరు. వారు పరలోకములో సంపూర్ణమైన ఆనందమును అనుభవించెదరు.

ఈ శరీరసంబంధమైన లోకములో, సమస్తము క్షీణించి నశించిపోవును, గానీ నిత్య పరలోక రాజ్యములో క్షీణత, మరణము, కన్నీరు, మరియు దు:ఖము ఉండవు. బంగారమంటే ఈలోకములో చాలా గొప్పది కావచ్చు గానీ నూతన యెరూషలేములో రోడ్లన్నీ అచ్చమైన బంగారుతో వేయబడినవి. పరలోక నివాసములు చాలా అందమైన విలువైన రాళ్ళతో కట్టబడినవి. అవి ఎంత ఆశ్చర్యకరమైనవి సౌందర్యమైనవిగ నున్నవి!

నేను ప్రభువు కలుసుకొనే వరకు బంగారమును విలగల రాళ్ళను అతి విలువైనవిగ ఎంచేవాడిని, కానీ నిత్య పరలోకము గురించి తెలుసుకున్నప్పటినుండి ఈ లోకములోనున్నవన్నీ వ్యర్థమైనవి విలువలేనివిగ ఎంచుట ప్రారంభించాను. నిత్యత్వము గురించి ఆలోచించినప్పుడు ఈ లోక జీవితముతో పోలిస్తే ఇది క్షణికము. నిత్య పరలోకమును గురించి నీవుగాని నిజముగా నమ్మే నిరీక్షణ కలిగియున్నట్లయితే, ఈ లోకాన్ని ఎన్నడూ ప్రేమించలేవు. దానికి బదులుగా, ఇంకొక వ్యక్తి రక్షింపబడుటకు ఏమి చెయ్యాలి లేక లోకములోనున్నవారికి సువార్త ఎలా ప్రకటించాలి అని మాత్రమే నీవు ఆలోచించుదువు. భూమిమీద నీకు నీవు ధనాగారమును సమకూర్చుకొనక నీ హృదయమంతటితో దేవునికి నీ శ్రేష్టమైన అర్పణలనిచ్చి నీ బహుమానములను పరలోకములో నీవు కూర్చుకొందువు.

అపోస్తలుడైన పౌలు అంతము వరకు తన శ్రమజీవిత

మార్గమును సంతోషముతోను కృతజ్ఞతతోను చేసుకోగలిగెను, ఏలయనగా దర్శనములో దేవుడు అతనికి మూడవ ఆకాశమును చూపించెను. అన్యజనుల నిమిత్తము అతడు భయంకరమైన కష్టములను ఓర్చుకొనవలసి వచ్చినది. దేవుడు అంతము వరకు పరలోకము కొరకు నిరీక్షణతో తన మార్గమును కొనసాగించుటకు పరలోకపు గొప్ప సౌందర్యమును చూపించి అతనిని ప్రోత్సాహపరచెను. అతడు ఇనుప బెత్తములతో కర్ర బెత్తములతో విపరీతముగ కొట్టబడి, రాళ్ళతో కొట్టబడి తరచుగా చెరసాలలో వేయబడి, ప్రభువుయొక్క సువార్త చెప్పుచున్నప్పుడు తన రక్తమును కార్చెను. ఇవన్నీ జరిగినప్పటికిని, వీటికి పరలోకములో వర్ణనాతీతమైన బహుమానము పొందుకొనునని పౌలుగారికి తెలియును. అంతములో, అతడు పడ్డ శ్రమలన్నిటికి గొప్ప పరలోక ఆశీర్వాదములు ఉన్నవి.

దైవజనులు ఈ లోకముపై నిరీక్షణనుంచరు. వారు కేవలము పరలోక రాజ్యముకై ఎదురుచూచువారు. దేవుని దృష్టిలో ఈ లోకము క్షణభంగురము, కానీ పరలోక రాజ్యములో జీవితము నిత్యమైనది. అక్కడ పరలోకములో కన్నీరు, దు:ఖము, బాధ, మరణము ఏవీ ఉండవు. కావున వారు ఎల్లప్పుడు సంతోషముతో జీవిస్తూ వారు విత్తినదానికి చేసినదానికి దేవుని నుండి వచ్చు బహుమానముల కొరకు నిరీక్షణ కలిగియుందురు.

కాబట్టి, మన ప్రభువైన యేసుక్రీస్తు నామములో ప్రార్ధన చేస్తున్నాను సృష్టికర్తయైన దేవుని గొప్ప ప్రేమ మరియు ఏర్పాటును అర్ధంచేసుకొని పరలోకములో ప్రవేశించుటకు నిన్ను నీవు సిద్ధపరచుకొనినప్పుడు మహిమగల సౌందర్యమైన ఆశ్చర్యకరమైన పరలోకములో నిత్యజీవమును నిజమైన సంతోషమును అనుభవించగలవు.

4వ అధ్యాయము

కాలారంభమునకు ముందు దాగియున్న రహస్యము

- ఆదాముయొక్క అధికారము సాతానుకు అప్పచెప్ప బడినది
- దేశముయొక్క విమోచనా ధర్మము
- కాలారంభమునకు పూర్వమే ఈ రహస్యము గుప్తమైయున్నది
- ధర్మశాస్త్రప్రకారము యేసు అర్హుడు

"పరిపూర్ణులైన వారి మధ్య జ్ఞానమును బోధించుచున్నాము, అది ఈ లోక జ్ఞానము కాదు, నిరర్థకులై పోయుచున్న ఈ లోకాధికారుల జ్ఞానమును కాదుగాని దేవుని జ్ఞానము మర్మమైయున్నట్టుగా బోధించుచున్నాము; ఈ జ్ఞానము మరుగైయుండెను. జగదుత్పత్తికి ముందుగానే దీనిని దేవుడు మన మహిమ నిమిత్తము నియమించెను; అది ఈ లోకాధికారులలో ఎవనికిని తెలియదు; అది వారికి తెలిసియుండిన యెడల మహిమాస్వరూపియగు ప్రభుమను సిలువ వేయక పోయియుందురు."

1 వ కొరింథీ 2:6-8

ఏదేను తోటలో ఆదాము హవ్వలు సర్పముచేత శోధించబడిరి, దేవుని ఆజ్ఞకు అవిధేయులైరి, మంచి చెడుల తెలివినిచ్చు వృక్షము ఫలమును తినిరి ఏలయనగా వారి మనస్సులలో దేవుని వలె అగుటకు కోరిక కలిగియుండిరి. దీని ఫలితముగ, వారు వారి సంతతివారందరు పాపులైయుంటిరి.

మానవ దృక్పదములో, ఆదాము హవ్వలు ఏదేను తోటనుండి త్రోలివేయబడితిరి మరియు వారు మరణ మార్గమునకు పోవలసియుండెను గనుక వారి పరిస్థితి ఘోరమైనదని అనుకొందురు. ఆత్మసంబంధముగ మాటలాడితే, ఏమయినప్పటికి, ఇది దేవునియొక్క అద్భుతమైన ఆశీర్వాదము ఏలయనగా వారు యేసుక్రీస్తు ద్వారా రక్షణ ఆనందము, నిత్యజీవము, పరలోక ఆశీర్వాదములు పొందుటకు ఒక అవకాశము కలిగియుండిరి.

మానవ అభివృద్ధి ద్వారా, కాలారంభమునకు ముందు మీ మహిమకొరకు దాచబడిన రహస్యము బయలుపరచబడి రక్షణ మార్గము సమస్త దేశములకు తెరువబడినది. కాలారంభమునకు ముందు దాచబడిన లోతైన రహస్యము ఎలాగు రక్షణ మార్గము తెరువబడినదో మనము లోతుగా త్రవ్విచూద్దాము.

ఆదాముయొక్క అధికారము సాతానుకు అప్పచెప్పబడినది

లూకా 4:5-6లో, యేసు 40 రోజుల ఉపవాసమున్న తరువాత

సాతాను యేసును శోధించుట మనము చూస్తున్నాము:

భూలోక రాజ్యములన్నిటిని ఒక నిమిషంలో ఆయనకు చూపించి—ఈఅధికారమంతయు, ఈ రాజ్యముల మహిమయు నీ కిత్తును, అది నాకప్పగింప బడియున్నది, అదెవనికి నేను ఇయ్యగోరుదునో వానికిత్తును"

సాతాను యేసుతో ఆ అధికారమును యేసుకు ఇస్తానని చెప్పెను ఏలయనగా ఆ అధికారము ఒకరి దగ్గరనుండి పొందుకున్నాడు. సమస్తమును పరిపాలించు దేవుడు ఎందుకు ఆ అధికారమును సాతానుకు అప్పగించుటకు అనుమతించెను?

ఆది1:28లో, *"దేవుడు వారిని ఆశీర్వదించెను; ఎట్లనగా--మీరు ఫలించి అభివృద్ధి పొంది విస్తరించి భూమిని నిండించి దానిని లోబరచుకొనుడి; సముద్రపు చేపలను ఆకాశ పక్షులను భూమి మీద ప్రాకు ప్రతి జీవిని ఏలుడి."'"* అని దేవుడు వారితో చెప్పెను.

ఆదాము దేవుని నుండి ఆ అధికారమును ఏలుటకును నిర్వహించుటకును శక్తిని పొందుకొనెను. సమస్త వాటిపై ఆయనే అధిపతి కానీ చాలా కాలము తరువాత, యుక్తి గల సర్పము చేత అతడు అతని భార్య మంచి చెడుల తెలివినిచ్చు ఫలమును తినుటలో మోసగించబడిరి. అతడు అవిధేయత అను పాపమును దేవునికి వ్యతిరేకముగ చేసెను.

రోమా 6:16లో, *"లోబడుటకు మిమ్మును మీరు దేనికి దాసులుగా అప్పగించుకుందురో, అది చావునిమిత్తము పాపమునకే గానీ, నీతి నిమిత్తము విధేయతకే గానీ, దేనికి మీరు లోబడుదురో దానికే దాసులగుదురని మీ రెరుగరా?"* నీవు పాపమునకు గానీ లేక నీతికి గాని దాసినుగ నుందువు. నీవు పాపములను చేసినట్లయితే, నీవు పాపమునకు దాసినగ అప్పుడు నీవు మరణమునకు నడిపించబడుదువు. నీవు గానీ నీతి వాక్యమునకు

లోబడినట్లయితే, ఏమయినప్పటికి, నీమ నీతికి దాసుడమ అప్పుడు పరలోకములోనికి ప్రవేశించెదమ.

ఆదాము దేవునికి అవిధేయుడై పాపము చేసినప్పుడు పాపమునకు దాసుడయ్యెను. కనుక దేవుడిచ్చిన ఆ అధికారము మరియు శక్తి ఇంక ఎంతమాత్రము కలిగియుండలేదు. బానిస కలిగినదంతయు సహజముగా యజమానునికి చెందిన రీతిగా అతని అధికారము శక్తి సాతానుకు అప్పచెప్పవలసి వచ్చెను. క్లుప్తముగ, ఆదాము దేమడు తనకు ఇచ్చిన అధికారమును శక్తిని సాతానుకు అప్పగించెను ఏలయనగా పాపము చేసి పాపమునకు దాసుడాయెను.

ఆదాము యొక్క అవిధేయత మనష్యులందరు పాపము చేయుటకు కారణమాయెను. దాని మూలముగ అతని తరమువారంతా బానిసలుగా సాతానును సేవింప వలసి వచ్చి మరణము పాలయ్యెిర.

దేశముయొక్క విమోచనా ధర్మము

శత్రువైన సాతాను నుండి విడుదల పొందుటకు పాపములనుండి మరణమునుండి రక్షించబడుటకు మనుష్యులు ఏమి చేయ్యవలెను? కొందరు అంటారు, "దేవుడు ప్రేమయైయున్నాడు గాబట్టి ఆయన విధిలేకుండా ప్రతివారిని క్షమించును. ఆయన కృప కనికరములతో నిండినవాడు." అయినప్పటికి, 1 వ కొరింథి 14:40 లో, "*సమస్తమును మర్యాదగాను క్రమముగాను జరుగనియ్యుడి.*" దేమడు ఏదైనా క్రమమైన మార్గములో ఆత్మసంబంధమైన రాజ్యముయొక్క చట్టమును బట్టి చేయును. ఆత్మసంబంధమైన చట్టమునకు వ్యతిరేకముగా ఏదియు చేయరు, ఏలయనగా ఆయన

న్యాయవంతుడును నిష్పక్షపాతియైన దేవుడైయున్నారు.

ఆత్మసంబంధమైన రాజ్యములో, పాపులను శిక్షించుటకు చట్టమున్నది, "పాపమునకు వచ్చు జీతము మరణము." అని చెప్పుచున్నది. మరియు పాపులను విడిపించుటకు ఒక చట్టమున్నది. ఈ ఆత్మసంబంధమైన చట్టము ఆదాము సాతానుకిచ్చిన అధికారమును తిరిగి తెచ్చుకొనుటకు పాడవలసియున్నది.

అప్పుడైతే, పాపులయొక్క విమోచనము కొరకున్న చట్టమేమిటి? ఇది పాత నిబంధనలో వ్రాయబడిన దేశముయొక్క విమోచనా ధర్మము. కాలారంభమునకు ముందు, తండ్రియైన దేవుడు, ఈ చట్టప్రకారము మానవుని రక్షణ మార్గమును గుప్తముగ సిద్ధపరచెను.

దేశముయొక్క విమోచనా ధర్మము అనగా నేమిటి?

లేవీకాండము 25:23-25లో దేవుడు ఇశ్రాయేలీయులకు ఇచ్చినది:

భూమిని శాశ్వత విక్రయము చేయకూడదు, ఆ భూమి నాదే; మీరు నాయొద్ద కాపురమున్న పరదేశులు. మీ స్వాస్థ్యమైన పొలము మరల విడిపింపబడుటనట్లు దాని అమ్ముకొనవలెను. నీ సహోదరుడు బీదవాడై తన స్వాస్థ్యములో కొంత అమ్మిన తరువాత అతనికి సమీప బంధువుడు విడిపింప వచ్చినయెడల తన సహోదరుడు అమ్మినదానిని అతడు విడిపించును.

భూమి సమస్తము దేవునికి చెందినది కాబట్టి దానిని శాశ్వతముగ విక్రయింపకూడదు. తన బీదరికమును బట్టి ఎవడైన

తన భూమిని అమ్మినట్లయితే, తన సమీప బంధుమ ఆ భూమిని కొనుటకు దేవుడు అనుమతిస్తున్నారు. ఇది దేశముయొక్క విమోచనా ధర్మము.

ఇశ్రాయేలు ప్రజలు భూమిని అమ్మినప్పుడు కొనినప్పుడు వారు దానిని శాశ్వితముగా అమ్మకుండునట్లు ఆ దేశముయొక్క విమోచనా చట్టము ప్రకారము వారు ఒక ఒప్పంద పత్రమును వ్రాయుదురు.

అమ్మువాడు కొనువాడు ఇద్దరూ భూమియొక్క విశదీకరణ విషయములతో ఒక ఒప్పంద పత్రమును వ్రాసుకొనెదరు దానిని బట్టి అమ్మినవాడుగాని వానియొక్క సమీప బంధుమగాని కొంతకాలమైన తరువాత దానిని విడిపించుకొనగలరు. వారు దాని నకలు తయారుచేసి ఇద్దరు లేక ముగ్గరు సాక్షుల ముందు వారివారి ముద్రలను ఆ రెండు పత్రములమీద వేయుదురు. వాటిల్లో ఒక పత్రమును పవిత్ర దేవాలయముయొక్క గిడ్డంగిలో ఉంచుదురు. మరియొక పత్రము ప్రవేశించు ద్వారముయొద్ద మూయకుండ తెరచి యుంచెదరు. దేశముయక్క విమోచనా చట్టము అమ్మినవానిని గాని అతని సమీప బంధుమనుగాని ఎప్పుడైనా ఆ భూమిని విడిపించుటకు అనుమతించబడును.

దేశముయొక్క విమోచనా ధర్మము మరియు మానమని రక్షణ

దేశముయొక్క విమోచనా ధర్మము ద్వారా దేవుడు ఎందుకు మానమని రక్షణను సిద్ధపరచెను? ఆది 3:19లో మరియు 23లో దేశముయొక్క విమోచనా ధర్మము మానవజాతి రక్షణతో ప్రత్యక్షమైన సంబంధము కలిగియుందని స్పస్టముగ మనకు తెలియ పరచుచున్నది:

నీవు నేలకు తిరిగి చేరువరకు నీ ముఖపు చెమట కార్చి ఆహారము తిందువు; ఏలయనగా నీవు నేలనుండి తీయబడితివి; నీవు మన్నే గనుక తిరిగి మన్నైపోదువు (ఆది 3:19).అని చెప్పెను.

అతడు తీయబడిన నేలను సేద్యపరచుటకు దేవుడు వారిని ఏదేను తోటలోనుండి పంపివేసెను (ఆది 3:23).

ఆదాము యొక్క అవిధేయత తరువాత దేవుడు ఆదాముతో, "నీవు మన్నైయున్నావు గనుక తిరిగి మన్నైపోదువని." చెప్పెను. ఇక్కడ, "మన్ను" మంటినుండి చేయబడిన మనుష్యులను సూచిస్తున్నది. కాబట్టి, మనుష్యులు చనిపోయిన తరువాత మన్నైపోవుదురు.

సమస్త భూమి దేవునికి చెందినది కాబట్టి భూమిని శాశ్వితముగ విక్రయింపకూడదని దేశముయొక్క విమోచనా చట్టము చెప్పుచున్నది. (లేవీ 25:23-25) సమస్త జనులు దేవునికి చెందిన నేల మంటినుండి చేయబడితిరి కాబట్టి దానిని శాశ్వితముగ అమ్మకూడదు. మరియు ఏదేను తోటనుండి ఆదాము దేవుని నుండి పొందిన ఏ అధికారమును బలమును శాశ్వతముగ విక్రయింపకూడదు ఏలయనగా అవి దేవునికి చెందినవి.

ఆదాము యొక్క అధికారము శత్రువైన సాతానుకు అప్పగించబడినది అయితే ఆదాము పోగొట్టుకున్న అధికారమును తిరిగి పొందుటకు శత్రువైన సాతానునుండి విడిపించుటకు ఎవరు తగినవారు? అదేవిధముగా, సత్యవంతుడైన దేవుడు దేశముయొక్క విమోచనా చట్టప్రకారము పరిపూర్ణమైన విమోచకుని నిర్ణయించెను. ఆ విమోచకుడు మానవులందరికి రక్షకుడు.

కాలారంభమునకు పూర్వమే ఈ రహస్యము గుప్తమైయున్నది

కాలము ప్రారంభము కాకమునుపు, ఆదాము అవిధేయుడగునని మరియు అతనియొక్క తరమువారు మరణ మార్గములో పడుదురదని ప్రేమగల దేవునికి ముందే తెలుసు. ఆయన మానవ జాతికి రక్షణను గుప్తముగ సిద్ధపరచి ఆయన సమయము ఆసన్నమగువరకు దానిని దాచియుంచెను.

సాతానుకు దేవుని మార్గము ముందే తెలిసియుంటే, వాడి అధికారము పోకుండునట్లు మానవులందరి పాప మరణముల పరిష్కారము జరుగకుండ వాడు దేవునికి అడ్డుపడేవాడు.1వ కొరి 2:7లో *"దేవుని జ్ఞానము మర్మమైనట్టుగ బోధించుచున్నాము బోధించుచున్నాము, ఈ జ్ఞానము మరుగైయుండెను. జగదుత్పత్తికి ముందుగానే దీనిని దేవుడు మన మహిమ నిమిత్తము నియమించెను."*

యేసుక్రీస్తు దేవుని జ్ఞానమైయుండెను

రోమా 5:18-19లో,*"కాబట్టి తీర్పు ఒక్క అపరాధమువలన వచ్చినదై, మనుష్యులకందరికిని శిక్షావిధి కలుగుటకు ఏలాగు కారణమాయెనో, అలాగే ఒక్క పుణ్యకారణము వలన కృపాదానము మనుష్యులందరికిని జీవప్రదమైన నీతి విధింపబడుటకు కారణమాయెను. ఏలయనగా ఒక మనుష్యుని అవిదేయత వలన అనేకులు పాపులుగా ఎలాగు చేయబడిరో, అలాగే ఒకని విధేయతవలన అనేకులు నీతిమంతులుగా చేయబడుదురు."*

ఒకని విధేయతవలన అనేకులు నీతిమంతులుగా చేయబడి రక్షణ పొందుదురు అలాగే ఒక మనుష్యుని అవిదేయత వలన అనేకులు పాపులుగా చేయబడి మరణ మార్గములోకి పడిపోయెదురు.

అలాగే, దేవుడు యేసుక్రీస్తును పంపి, ఆయనను గుప్తముగ

రక్షణ మార్గముగా సిద్ధపరచి ఆయన సిలువేయబడి తిరిగి లేచునట్లుగ చేసెను. అప్పటినుండి, ఆయన యందు నమ్మికయుంచువాడు రక్షణ పొందును. 1వ కొరి 1:18లో, దేవుడు "సిలువను గూర్చిన వార్త నశించుచున్నవారికి వెర్రితనము గాని రక్షింపబడుచున్న మనకు దేవుని శక్తి." అని మనకు చెప్పుచున్నారు.

తాను సృష్టించిన వారి చేతిల్లోనే సర్వశక్తుడైన దేవుని కుమారుడు నిందించబడి చంపబడుట అనునది కొంతమందికి వెర్రితనముగ అనిపించవచ్చును. అయినప్పటికి, ఈ "వెర్రితనమైన" దేవుని ప్రణాళిక మానవుల జ్ఞానకరమైన ప్రణాళికల కంటే జ్ఞానమైనది మరియు దేవునియొక్క "బలహీనత" మానవుని బలముకంటే బలమైనది (1 వ కొరి 1:19-24). ధర్మశాస్త్రమును బట్టి ఎవరును దేవుని దృష్టిలో నీతిమంతులుగా తీర్చబడరని బైబిలు చాలా స్పష్టముగ చెప్పుచున్నది. అయినా, దేవుడు యేసుక్రీస్తునందు నమ్మకముంచు ప్రతివానికి ఈ రీతిగ సులభముగ రక్షణ మార్గము తెరచెను.

పాపము వలన వచ్చు జీతము మరణము. కాబట్టి, మన పాపములకొరకు యేసు చనిపోకపోతే ఎవరూ రక్షింపబడలేరు. మన పాపముల కొరకు యేసు సిలువవేయబడి దేవుని శక్తిచేత తిరిగి లేచెను. అలాగే, దేవుడు అనాదికాలముగ సిద్ధపరచిన మార్గము బుద్ధిహీనముగ బలహీనమైనదిగ కనపబవచ్చును.

శత్రువైన సాతానును బట్టి దేవుడు యేసుక్రీస్తును ఆయనయొక్క సిలువమరణమును గుప్తముగనుంచెను, వీటినిగురించి వానికి తెలిసియుంటే, మానవుని రక్షణను అడ్డుకునేవాడే. మానవుల పాపములనుండి విమోచించి మరణమునుండి వారిని రక్షించుటకు, పోగొట్టుకున్న ఆదాముయొక్క అధికారమును సాతానునుండి తిరిగి పొందుటకు,

దేవుడు మానవులకు సిలువద్వారా రక్షణను సిద్ధపరచిన విషయము సాతాను యెరిగియుంటే యేసును సిలువయందు ఎన్నటికి చంపి ఉండేవాడుకాడు.

ఇంకా, జ్ఞాపకముంచుకొనండి 1వ కొరింథి 2:7-8లో: "*దేవుని జ్ఞానము మర్మముగానున్నట్టుగ బోధించుచున్నాము; ఈ జ్ఞానము మరుగైయుండెను. జగదుత్పత్తికి ముందుగానే దీనిని దేవుడు మన మహిమ నిమిత్తము నియమించెను. అది లోకాధికారులలో ఎవనికిని తెలియదు; అది వారికి తెలిసియుండినయెడల మహిమాస్వరూపియగు ప్రభువును సిలువ వేయక పోయియుందురు.*"

ధర్మశాస్త్రప్రకారము యేసు అర్హుడు

ప్రతి ఒడంబడికలోను నియమములున్నట్లే, ఆత్మ సంబంధమైన విషయములోను ఒక నియమమున్నది, ఆ దేశ విమోచనా చట్ట ప్రకారము ఆదాము పోగొట్టుకున్న అధికారమును తిరిగి సాతాను నుండి తీసికొని ఇచ్చుటకు విమోచకుడు అర్హుడైయుండవలెను.

ఉదాహరణకు, ఒక వ్యక్తి తన వ్యాపారములో దివాళా తీసే పరిస్థితిని చూస్తున్నాడు. అతనికి తీర్చలేనంత పెద్ద అప్పు ఉన్నది. అతనిని ప్రేమించే సంపన్నుడైన సహోదరుడుంటే, అతని అప్పంతా సహోదరుడు తీర్చును.

ఆదాము మొదలుకొని మనుష్యులందరు పాపము చేసినందున వారి పాపములనుండి కడిగి విమోచించుటకు ఒక అర్హుడైన విమోచకుడు అవసరము. అటువంటప్పుడు ఆ విమోచకుని యొక్క అర్హతలు ఎలాగుండాలి? యేసు మాత్రమే రక్షకుడని బైబిలు ఎందుకు చెప్పుచున్నది?

మొదట, విమోచకుడు మానవుడై యుండవలెను

లేవీ25:25లో, *"నీ సహోదరుడు బీదవాడై తన స్వాస్థ్యములో కొంత అమ్మిన తరువాత అతనికి సమీప బంధువుడు విడిపింప వచ్చినయెడల తన సహోదరుడు అమ్మినదానిని అతడు విడిపించును."* అని చెప్పుచున్నది. దేశముయొక్క విమోచనా చట్టము చెప్పుచున్నదేమనగా ఒక మనుష్యుడు బీదవాడై తన ఆస్థిని అమ్మినయెడల అతని సమీపబంధువు అమ్మినదానిని విడిపించవచ్చును.

1వ కొరి 15:21-22 లో, *"మనుష్యుని ద్వారా మరణము వచ్చెను గనుక మనుష్యుని ద్వారానే మృతుల పునరుత్థానము కలిగెను. ఆదామునందు అందరు ఏలాగు మృతిపొందుచున్నారో, అలాగుననే క్రీస్తునందు అందరు బ్రతికింపబడుదురు."* ఆదాముయొక్క అధికారమును తిరిగిపొందుటకు విమోచనకునికి కావలసిన మొదటి అర్హత అతడు మానవుడైయుండవలెను. ఈ వాస్తవము ప్రకటన 5:1-5లో మరియొకసారి విశదముగ వివరించబడినది

మరియు లోపటను వెలుపటను వ్రాతకలిగి, యేడు ముద్రలు గట్టిగా వేసియున్న యొక గ్రంథము సింహాసనమునందు ఆసీనుడైయుండువాని కుడిచేత చూచితిని. మరియు దాని ముద్రలు తీసి ఆ గ్రంథము విప్పుటకు యోగ్యుడైనవాడెవడని బలిష్ఠుడైన యొక దేవదూత బిగ్గరగా ప్రచురింపగా చూచితిని. అయితే పరలోకమందుగాని భూమిమీదగాని భూమి క్రిందగాని ఆ గ్రంథము విప్పుటకైనను చూచుటకైనను ఎవనికిని శక్తి లేకపోయెను. ఆ గ్రంథము విప్పుటకైనను చూచుటకైనను యోగ్యుడెవడును కనబడనందున నేను బహుగా ఏడ్చుచుండగా ఆ పెద్దలలో ఒకడు—ఏడువకుము; ఇదిగో దావీదుకు చిగురైన యూదా

గోత్రపు సింహము ఏడు ముద్రలను తీసి ఆ గ్రంథమును విప్పుటకై జయముపొందెనని నాతో చెప్పెను.

"లోపటను బయటను వ్రాతకలిగి, యేడు ముద్రలు" అనునది ఆదాము దేవునికి అవిధేయుడై పాపియైనప్పుడు దేవునికి సాతానుకు మధ్య కలిగిన ఒడంబడికను సూచిస్తున్నది. ఆ ముద్రలు తీసి ఆగ్రంథములు విప్పుటకు యోగ్యుడైన వ్యక్తి భూమిమీదను, భూమి క్రిందను, పరలోకమందును అపోస్తలుడైన యోహానుకు కనబడలేదు.

ఏలయనగా పరలోకములో దేవదూతలు మనుష్యులు కారు, ఆదాముయొక్క సంతతివారుగా భూమిమీద ఉన్న మనుష్యులందరు పాపముచేసినవారు, మరియు సాతాను సంబంధులైన దురాత్మలు నరకములో పడవలసినవారు ఉన్నారు.

ఆ సమయములో, పెద్దలలో ఒకరైన యోహాను, "*ఏడువకుము; ఇదిగో దావీదుకు చిగురైన యూదాగోత్రపు సింహము ఏడు ముద్రలను తీసి గ్రంథము విప్పుటకై జయము పొందెను.*" ఇక్కడ, "*దావీదు యొక్క చిగురు*" అనునది యేసును సూచిస్తున్నది, ఆయన రాజైన దావీదుకు చిగురైన యూదా గోత్రపు సింహము (అపో 13:22-23). కాబట్టి, ఆ దేశముయొక్క విమోచనా చట్టప్రకారము యేసు మొదటి షరతుకు అర్హుడయ్యెను.

కొంతమంది, "దేవుడు పరమాత్మ. యేసు నిశ్చయముగ దేవుడు ఏలయనగా ఆయన దేవుని కుమారుడు. ఆయన ఎన్నటికి మానవుడు కాజాలడు." అందురు. జ్ఞాపకముంచుకొనండి, ఏమయినప్పటికి, యోహాను 1:1 లో "*వాక్యము దేవుడైయుండెను,*" మరియు యోహాను 1:14లో, "*వాక్యము శరీరధారియై మనుష్యుల మధ్యనివసించెను.*" వాక్యమైయున్న దేవుడు, శరీరధారియై భూమిమీద మనుష్యుల మధ్య నివసించెను.

యేసు యొక్క అసలైన అస్తిత్వము దేవుడై ఆయన

మనుష్యుని వలె శరీరధారియైయుండెను. అస్థిత్వములో ఆయన వాక్యమై దేవుని కుమారునిగ నుండెను. ఆయన మానవత్వము దేవత్వము కలిగిన వాడు. ఏమయినప్పటికి, ఆయన పుట్టి పెరిగి మానవుని పోలికలో శరీరములో ఉన్నవాడు. మానవ జాతి చరిత్ర యేసుయొక్క సమయములో ఆయన పుట్టుక దానిని రెండు భాగములుగ చేసినది: క్రీస్తు పూర్వము, క్రీస్తు శకము. యేసు భూమిమీదకు శరీరాకారముగ వచ్చెనని ఇదే చెప్పుచున్నది. యేసుయొక్క పుట్టుక, ఆయన పెరినది, మరియు ఆయన సిలువమరణము ఇవన్నియు ఈ వాస్తవములోని భాగములే.

కావున,యేసు, మన విమోచకునిగా అర్హుడైనవాడు.

రెండవది, అతను ఆదాము వారసుడు కాకూడదు

ఒక అప్పుదారుడు మరియొక అప్పుదారుని అప్పు చెల్లించలేడు. అప్పు మరియు బాకీ లేని వ్యక్తి ఇతరులకు సహాయపడి వారి అప్పుతీర్చగలడు. అదే రీతిగా, మానవులను పాపములనుండి మరణమునుండి విడిపించే విమోచకుడు నిందారహితుడుగాను మచ్చలేనివాడుగాను ఉండవలెను. మనుష్యులందరు పాపము చేసినవారు ఆదాముయొక్క సంతతివారే ఏలయనగా మనుష్యుల మూలపురుషుడైన ఆదాము పాపము చేసెను. మనుష్యులందరిని విమోచించుటకు ఆదాము సంతతివారెవరును అర్హులుకారు దానికి కారణము వారంతా పాపముచేసినవారు. చరిత్రలో అతిగొప్ప వ్యక్తి సహితము ఇతరుల పాపము విషయమై బాధ్యత వహించలేడు.

యేసుకు ఈ అర్హత ఉన్నదా?

మత్త 1:18-21లో పరిశుద్ధాత్మ ద్వారా యేసుయొక్క జన్మము వివరించబడినది. ఆయన పరిశుధ్ధాత్మ ద్వారా జన్మించెను గాని స్త్రీ పురుషుల కలయిక వలన జన్మించలేదు.

ఈ వచనములు ఇలాగున్నవి:

> *ఇప్పుడు యేసుక్రీస్తు యొక్క జననవిధమేదనగా: ఆయన తల్లియైన మరియ యోసేపునకు ప్రధానము చేయబడి, వారేకము కాకమునుపు పరిశుద్ధాత్మ ద్వారా ఆమె గర్భము ధరించినది. మరియు ఆమె భర్తయైన యోసేపు, నీతిమంతుడై ఆమెను అవమాన పరచనొల్లక, రహస్యముగా ఆమెను విడనాడ నుద్దేశించెను. అతడు ఈ సంగతులను గూర్చి ఆలోచించుకొనుచుండగా, ఇదిగో ప్రభువు దూత స్వప్నమందు అతనికి ప్రత్యక్షమై, "దావీదు కుమారుడవైన యోసేపూ, నీ భార్యయైన మరియను చేర్చుకొనుటకు భయపడకుము, ఆమె గర్భము ధరించినది పరిశుద్ధాత్మ వలన కలిగినది.; ఆమె యొక కుమారుని కనును; తన ప్రజలను వారి పాపములనుండి ఆయనే రక్షించును గనుక ఆయనకు యేసు అను పేరు పెట్టుదువనెను."*

వంశావళి ప్రకారము యేసు దావీదు సంతతివాడు (మత్తయి 1; లూకా 3:23-37). అయినప్పటికి, ఆయన పరిశుద్దాత్మవలన మరియ యోసేపుతో ఏకము కాకమునుపు ఆమె గర్భము ధరించెను. కాబట్టి, ఆయనకు పాపస్వభావము లేదు.

ప్రతి మనుష్యుడు తన తల్లిదండ్రుల పాపమును సంక్రమించుకొని పాపములోనే జన్మించుదురు. మరొకమాటలో చెప్పాలంటే, ఆదాము పాపము చేసిన తరువాత, అతని పాపస్వభావము అతని తరమువారందరికి అందజేసెను. ఈ రోజు వరకు ఆ పాపస్వభావము మానవులందరికి సంక్రమించినది, ఆ పాపమును "మూల పాపము." అని అందురు. కాబట్టి, ఆదాము యొక్క సంతతివారంతా పాపము చేసి వేరొకరిని విమోచించలేనివారుగ ఉన్నారు.

కాబట్టి, తండ్రియైన దేవుడు తన కుమారుడైన యేసుక్రీస్తు పరిశుద్ధాత్మ వలన కన్యకయైన మరియ గర్భమున ధరింపజేయుటకు ప్రణాళిక చేసెను. ఈ రీతిగా, యేసు శరీర ధారియై ఈ లోకమునకు వచ్చెను, గానీ ఆదాము వారసునిగా రాలేదు.

మూడవది, సాతానును జయించు శక్తిగలవాడుగ నుండవలెను

మరల, లేవీ 25:26-27 లో:

అయితే ఒకడు సమీప బంధువుడు లేకయే దాని విడిపించుకొనుటకు కావలసిన సొమ్ము సంపాదించిన యెడల దానిని అమ్మినదిమొదలుకొని గడచిన సంవత్సరములు లెక్కించి యెవరికి దానిని అమ్మెనో వారికి ఆ శేషము మరల ఇచ్చి తన స్వాస్థ్యమును పొందును .

క్లుప్తముగ, విడిపించువాడు అమ్మినదానిని తిరిగి కొనుటకు శక్తి గలిగియుండవలెను. బీదవాడు తన స్నేహితుని అప్పు తీర్చవలెనని ఆశ ఉండినప్పటికి అతను తీర్చలేడు. అదే రీతిగా, విమోచకుడు మనుష్యుల పాపములనుండి విడిపించుటకు పాపము లేనివానిగ ఉండవలెను. పాపము లేకుండుట ఆత్మసంబంధమైన దేశములో ఒకనియొక్క శక్తి.

విమోచించువానికి శత్రువైన సాతానును ఎదిరించి ఓడించి ఆదాము యొక్క అధికారమును తిరిగి పొందే శక్తి ఉండవలెను. అనగా, విమోచకునికి మూలపాపము ఉండగూడదు లేక స్వంత పాపము ఉండగూడదు. పాపరహితుడైన విమోచకుడు మాత్రమే సాతానును ఓడించి మానవులందరిని విడిపించగలడు.

యేసు పాప రహితుడా?

యేసు మూలపాపము కలిగినవాడు కాదు, ఏలయనగా ఆయన పరిశుద్ధాత్మ వలన జన్మించెను. దేమని ధర్మశాస్త్రమునకు పూర్తిగ లోబడినవాడు, ఏలయనగా భయభక్తులు గలిగిన తల్లిదండ్రుల దగ్గర అదుపులో పెంచబడినవాడు. ప్రేమతో ధర్మశాస్త్రమునంతా నెరవేర్చినవాడు. ఆయన జన్మించిన తరువాత ఎనిమిదవ దినమున సున్నతి పొందినవాడు (లూక 2:21). స్వంతగ ఏ పాపమును అతడు ఎన్నడు చెయ్యలేదు, ఆయన 33వ సంవత్సరమున సిలువ వేయబడునంత వరకు కేవలము తండ్రియైన దేమని చిత్తమునకు మాత్రమే లోబడినవాడు (1 పేతు 2:22-24; హెబ్రీ 7:26).

ఆయనలో ఏ పాపము లేనందున యేసు సాతానును జయించి మానవులందరిని ఆయన విమోచించగలవాడు. ఆయన "పాపరాహిత్యము" ఆయన చేసిన శక్తివంతమైన కార్యలను బట్టి సాక్ష్యమిచ్చుచున్నది. ఆయన దెయ్యములను వెడలగొట్టెను, గ్రుడ్డివారు చూపు పొందితిరి, చెవిటివారు వినగలిగిరి, కుంటివారు నడువ గలిగిరి, ఎలాంటి నయముకాని రోగమునైనను ఆయన స్వస్థపరచెను. భయంకరమైన తుఫాను నిమ్మళించెను, తీవ్రమైన గాలిని "హుష్ కదలకుండుము" అని గద్దించి నిమ్మళ పరచెను (మార్కు 4:39)

చివరిగ, అతడు త్యాగపూరితమైన ప్రేమ గలిగియుండవలెను

భూమిని అమ్మివేసిన వ్యక్తి పట్ల ప్రేమ లేకపోతే ధనవంతుడైనను ఆ భూమిని విడిపించలేడు. అదే రీతిగా, విమోచకుడు పాపముయొక్క సమస్యను నివారించుటకు తన్నుతాను త్యాగము చేయునంత వరకు పాపుల పట్ల ప్రేమగలిగియుండవలెను.

రూతు 4:1-6లో, బోయజు నయోమియొక్క పిదరికమును పూర్తిగ

తెలిసి తన సమీపబంధువుడైన విమోచకునితో అవసరమైన యెడల ఆమె భూమిని తిరిగి కొనుక్కొనమని చెప్పెను. కానీ ఆ మనుష్యుడు దానికి తిరస్కరించి బోయజుతో*"నేను నా అంతట నేను విడిపింప జాలను, ఏలయనగా నా స్వాస్థ్యమును నేను పోగొట్టుకొందునేమో"* అనెను. *నీవే విడిపించుకొనుము; నా విమోచనా హక్కు నీవు కలిగియుండుము, ఏలయనగా నేను దానిని విడిపింపలేను"* (వ. 6). అతడు ధనవంతుడైనప్పటికిని నయోమి మరియు రూతు కొరకు అతడు ఆ భూమిని విడిపింపలేదు. అనగా త్యాగపూరితమైన ప్రేమ అతనిలో లేదు. అయితే బోయజు అతని తరువాత సమీపబంధువు అతడు త్యాగపూరితమైన ప్రేమ గలిగినందున ఆ భూమిని విడిపించెను.

బోయజు చట్టరీత్యా విమోచకుడై రూతును పెండ్లి చేసికొనెను, ఏలయనగా విమోచించుటకు నయోమియొక్క భూమిపట్ల తగినంత ప్రేమగలిగి యుండెను. బోయజు రూతునందు కనిన కుమారుడు రాజైన దావీదుకు ముత్తాత అయివుండెను అది యేసు యొక్క కుటుంబ వంశావళిలో వ్రాయబడియున్నది.

యేసు ప్రేమనందు సిలువవేయబడెను. యేసు వాక్యమైయుండెను, కానీ శరీరధారియై ఈ భూలోకమునకు వచ్చెను. ఆయన ఆదామునుయొక్క సంతతి కాదు ఏలయనగా ఆయన పరిశుద్ధాత్మ ద్వారా జన్మించెను. కాబట్టి ఏ మూల పాపము లేకుండా ఆయన జన్మించెను. ఆయన పాపరహితుడు కాబట్టి ఆయన మానవులందరిని వారి పాపములనుండి విమోచించుటకు శక్తిగలవాడు.

ఏమయినప్పటికి, ఆయనకు మిగతా మూడు అర్హతలుండినప్పటికి ఆత్మసంబంధమైన త్యాగపూరితమైన ప్రేమ లేనివాడైతే, ఆయన విమోచకుడైయుండడు. మానవులందరిని వారి పాపముల నుండి విడిపించుటకు వాపులు తీసుకొనవలసిన

పాపపు శిక్షను ఆయన తీసుకోవలసి వచ్చినది.

మహా భయంకరమైన ప్రమాదకరమైన దోషిగ ఆయన తీర్చబడ వలసి వచ్చి కరుకైన సిలువయందు వ్రేలాడ తీయబడవలసి వచ్చెను. మనుష్యులందరిని రక్షించుటకు ఆయన పరిహసింపబడి సిగ్గు పరచబడి, ఆయన శరీరమునుండి రక్తమును నీరును కార్చెను. గొప్ప త్యాగమును చేసి ఎంతో హెచ్చైన మూల్యమును చెల్లించవలసి వచ్చెను.

మానవ చరిత్రలో ఒక నిర్దోషియైన రాజు తన బుద్ధిలేని దుష్ట ప్రజల కొరకు చనిపోవుట నీవు చూడలేవు. యేసు మాత్రమే సర్వశక్తుడైన దేవుని కుమారుడు, రాజాధిరాజు, ప్రభువులకు ప్రభువునైయున్నారు, సర్వసృష్టికి అధిపతియైయున్నారు. అలాంటి గొప్ప ఔదార్యముగల నిందారహితుడైన యేసు సిలువయందు వ్రేలాడి తన రక్తమును కార్చి చనిపోయెను. ఎలాంటి కొలువలేని ప్రేమ ఆయన మన పట్ల కలిగియుండెను?

వాస్తవమునకు, యేసు తన జీవితమంతా సత్కార్యములనే చేసెను. పాపులకు ఆయన క్షమాపణ ఇచ్చెను, అనేక వ్యాధులుగల వారిని ఆయన స్వస్థపరచెను, దెయ్యములనుండి అనేకమందిని విడిపించెను, సమాధానకరమైన సువార్తను ఇచ్చెను, ఆనందము, ప్రేమ, పరలోకమునకు రక్షణకు ఖచ్చితమైన నిరీక్షణను ఇచ్చెను. వీటన్నిటికి మించి, ఆయన పాపుల కొరకు తన స్వంత ప్రాణమును పెట్టెను.

రోమా5:7-8లో, "*నీతిమంతుని కొరకు సహితము ఒకడు చనిపోవుట అరుదు; మంచివానికొరకు ఎవడైన ఒకవేళ చనిపోవుటకు తెగింపవచ్చును. అయితే దేవుడు మనయెడలన తన ప్రేమను వెల్లడి పరచుచున్నాడు; ఎట్లనగా, మనమింకను పాపులమైయుండగానే క్రీస్తు మనకొరకు చనిపోయెను.*" నీతిమంతుము గాము లేక మంచివారము గాముకాని మనకొరకు తండ్రియైన దేవుడు తన ఒక్కగానొక్క కుమారుడైన యేసును పంపించి సిలువయందు

వ్రేలాడి దానిపైన మరణించుటకు అనుమతించెను. ఆయనయొక్క గొప్ప ప్రేమను ఈ రీతిగా ప్రదర్శించెను.

కాబట్టి, యేసుక్రీస్తు నామమున తప్ప మరి యేనామమున రక్షణ పొందనేరరన్న విషయము మీరు అర్థం చేసుకోవాలని నేను ప్రభువు నామమందు ప్రార్థన చేయుచున్నాను. యేసుక్రీస్తును అంగీకరించుటను బట్టి దేముని బిడ్డగా అగు హక్కును పొందుకొనండి, రక్షణ నిశ్చయతలో జీవితమును జయకరమైనదిగా ఎల్లప్పుడు ఆనందించుడి!

5వ అధ్యాయము

ఎందుకు యేసు మాత్రమే మన రక్షకుడు?

- యేసుక్రీస్తు ద్వారా రక్షణయొక్క ఏర్పాటు
- ఎందుకు యేసు సిలువ మ్రానుపై వ్రేలాడెను?
- లోకములో “యేసు క్రీస్తు” నామము తప్ప మరొకటి లేదు

“ఇల్లు కట్టువారైన మీరు తృణీకరించిన రాయి ఆయనే, ఆ రాయి మూలకు తలరాయి ఆయెను, మరి యెవనివలనను రక్షణ కలుగగదు, ఈ నామముననే మనము రక్షణ పొందవలెను గాని, ఆకాశము క్రింద మనుష్యులలో ఇయ్యబడిన మరి ఏ నామమున రక్షణ పొందలేము అనెను.”

అపో 4:11-12

మానవ జాతి మనుగడకు దేమనియొక్క లోతైన శ్రధ్దకలిగిన ఏర్పాటును గ్రహించినట్లయితే నీ హృదయమంతటితో దేమని నీమ ప్రేమించుదుమ. మరియు, యేసుక్రీస్తు ద్వారా రక్షణ ఏర్పాటును గ్రహించినట్లయితే ఆయన ప్రేమను, జ్ఞానమును నీమ హర్షించుదుమ.

మరి, కాలారంభమునకు ముందే దాచబడిన రక్షణయొక్క ఏర్పాటు యేసుక్రీస్తు ద్వారా ఎలాగ నెరవేరినది? న్యాయవంతుడైన దేవుడు మనుష్యులందరిని ధర్మశాస్త్రప్రకారము విడిపించుటకు అర్హతగల వానిని సిద్దపరచెనని నేను ముందే చెప్పాను, మరియు ఆకాశము క్రింద మనుష్యులలో ఈ అర్హత గలవారు యేసుతప్ప మరెవరును లేరు.

యేసు ఒక్కడే ఆదాము సంతతికాని మనుష్యుడు ఏలయనగా ఆయన పరిశుధ్దాత్మ వలన జన్మించి భూమిమీదకు శరీరాకారముతో వచ్చెను. అంతేకాక, మనుష్యులందరిని విమోచించుటకు శక్తి ప్రేమ గలవాడు. కామన ఆయన సిలువవేయబడి రక్షణ మార్గమును తెరచెను.

కామన, అపో. 4:12లో, “మరి యెవని వలనను రక్షణ కలుగదు; ఈ నామముననే మనము రక్షణ పొందవలెను గాని ఆకాశము క్రింద మనుష్యులలో యియ్యబడిన మరి యే నామమున రక్షణ పొందలేము.” అని చెప్పబడెను ఎవరైతే యేసుక్రీస్తును అంగీకరించి నమ్ముదురో వాని పాపములన్నీ క్షమించబడి రక్షణ పొందును. వాడు చీకటినుండి వెలుగులోనికి వచ్చి, అధికారమును

దేవుని పిల్లల ఆశీర్వాదములను పొందుకొనును.

నీవు రక్షణ పొంది అధికారమును దేవుని పిల్లల ఆశీర్వాదములను పొందుకొనుటకు సిలువవేయబడిన యేసును ఎందుకు నమ్మవలెనో నేను ఇప్పుడు మీకు వివరించెదను.

యేసుక్రీస్తు ద్వారా రక్షణయొక్క ఏర్పాటు

కాలారంభమునకు ముందే దేవుడు రక్షణ మార్గమును సిధ్ధపరచెను. ఆదికాండములో యేసును గురించి సిలువ ద్వారా మానవుల రక్షణ యొక్క రహస్యము ప్రవచించబడినది.

ఆది 3:14-15 లో ఇలా చెప్పబడినది:

అందుకు దేవుడైన యెహోవా సర్పముతో, "నీవు దీని చేసినందున భూజంతువు లన్నిటిలోను నీవు శపించ బడినదానవై నీ కడుపుతో ప్రాకుచు నీవు బ్రతుకు దినములన్నియు మన్నుతిందువు. మరియు నీకును స్త్రీకిని నీ సంతానమునకును ఆమె సంతానమునకును వైరము కలుగ జేసెదను. అది నిన్ను తలమీద కొట్టును, నీవు దాని మడిమె మీద కొట్టుదువు." అని చెప్పెను.

ఇంతకు ముందు చర్చించినట్లుగ, ఆత్మసంబంధముగ, అది "సర్పము" శత్రువైన సాతానును సూచిస్తున్నది "మన్ను తినుట" శత్రువైన సాతాను నేల మంటినుండి తీయబడిన మానవులను ఏలును. మరియు, "స్త్రీ" "ఇశ్రాయేలును" సూచిస్తున్నది "స్త్రీ సంతానము" యేసును సూచిస్తున్నది. "నీవు [సర్పము] అతనిని మడిమె మీద కొట్టుదువు" అనునది

యేసు సిలువ వేయబడును అని సూచిస్తున్నది, మరియు "అతను [స్త్రీ సంతానము] అతని [సర్పము] తలమీద కొట్టును" అనగా యేసు మరణమునుండి పునరుత్థానుడై శత్రువైన సాతానుయొక్క దండును పగులగొట్టును.

దేవునియొక్క ప్రణాళికను సాతాను గ్రహించలేకపోయెను

దేవుని జ్ఞానమును శత్రువైన సాతాను తెలిసికొని గ్రహించ కుండునట్లు ఈ రక్షణ ఏర్పాటును దేవుడు రహస్యముగ దాచి యుంచెను.

శత్రువైన సాతాను వాడిన కొట్టకమునుపే స్త్రీ సంతానమును చంపుటకు ప్రయత్నించెను. దేవునికి అవిధేయుడైన ఆదాము నుండి చేజిక్కించుకున్న అధికారమును ఎల్లకాలము కలిగియుండవచ్చని సాతాను తలంచెను. అయినప్పటికి, శత్రువైన సాతానుకు స్త్రీయొక్క సంతానము ఎవరైనది తెలియలేదు. కాబట్టి పాతనిబంధన కాలమునుండి దేవుని చేత ప్రేమించబడ్డ ప్రవక్తలను చంపుటకు ప్రయత్నించెను.

మోషే జన్మించినప్పుడు, శత్రువైన సాతాను ఐగుప్తు రాజైన ఫరోను అడ్డముపెట్టుకొని హెబ్రీ స్త్రీలు కనిన ప్రతి బిడ్డను చంపివేసిరి (నిర్గ 1:15-22). శరీరధారిగా పరిశుద్ధాత్మ వలన యేసు ఈ భూమిమీద జన్మించినప్పుడు, శత్రువైన సాతాను రాజైన హేరోదును అడ్డంపెట్టుకొని అలాగే చేసెను.

అయినప్పటికి, సాతాను యొక్క యోచన దేవునికి ముందే తెలుసు. ప్రభువు దూత యోసేపునకు స్వప్నమందు కనబడి తల్లిని శిశువును తీసుకొని ఐగుప్తునకు పారిపొమ్మని సెలవిచ్చెను. రాజైన హేరోదు మరణమగువరకు దేవుడు ఆ కుటుంబమును అక్కడ ఉండుటకు అనుమతించెను.

యేసు సిలువ మరణమును దేవుడు అనుమతించెను

యేసు దేవుని యొక్క భద్రతలో పెంచబడి తన ౩౦వ సంవత్సరమునుండి పరిచర్యను ప్రారంభించెను. ఆయన గలిలయ ప్రాంతమంతా సంచరించి, సమాజమందిరములలో బోధించి, సకల వ్యాధులు గలవారిని రోగములు గలవారిని స్వస్థపరచుచు, చనిపోయిన వారిని లేపుచు, బీదలకు సువర్తమానమును ప్రకటించెను (మత్తత 4:23, 11:5).

ఈలోగా, శత్రువైన సాతాను ప్రధాన యాజకులను, ధర్మశాస్త్రోప దేశకులను, పరిసయ్యులను అడ్డంపెట్టుకొని యేసును చంపుటకు దురాలోచన చేసెను. ఏమయినప్పటికి, బైబిలు ద్వారా మనకు తెలిసినది, ఒక దుష్టుడైనవాడు యేసును కనీసము తాకనుకూడ తాకలేడు ఏలయనగా ఆయన జీవితమకాలమంతటిలో సమస్తమైన సంఘటనలు దేవుని యొక్క ఏర్పాటులో జరిగెను.

యేసుయొక్క మూడు సంవత్సరముల పరిచర్య తరువాత మాత్రమే శత్రువైన సాతాను యేసును సిలువవేయుటకు దేవుడు అనుమతించెను. దీని ఫలితము, యేసు ముళ్ళకిరీటమును ధరించి కాళ్ళకు చేతులకు మేకులు కొట్టినప్పుడు గొప్ప బాధను అనుభవించి సిలువలో చనిపోయెను.

సిలువ మరణమనునది అతి నీచమైన శిక్ష. ఈ క్రూరమైన రీతిలో యేసును చంపిన తరువాత సాతాను చాలా గొప్పగా సంతోషించెను. ఇంక అతని పరిపాలనను ఎవరు ఆపలేరని ఈ లోకమును పరిపాలించవచ్చునని సాతాను జయగీతములను పాడెను. అయినా, దేవునియొక్క రహస్యమైన ఏర్పాటు అక్కడ ఉన్నది.

ఆత్మసంబంధమైన ఆజ్ఞను శత్రువైన సాతాను పగులగొట్టెను

దేవుడు నీతిమంతుడు గనుక తన ఖచ్చితమైన సార్వభౌమత్వపు శక్తిని ధర్మశాస్త్రమునకు వ్యతిరేకముగ ఆయన ఉపయోగించరు. కాలారంభమునకు మునుపే ఆత్మసంబంధమైన ధర్మము ప్రకారము ఆయన రక్షణ మార్గమును సిద్ధపరచెను, ఏయయనగా ఆయన సమస్తమును ఆత్మసంబంధమైన ధర్మము ప్రకారమే నిర్వర్తించును.

ఆత్మసంబంధమైన ధర్మము ప్రకారము పాపమునకు జీతము మరణము గనుగ (రోమా 6:23), పాపము లేకపోతే ఎవ్వరూ మరణమును చూడరు. అయినప్పటికి, శత్రమవైన సాతాను నిందారహితుడు నిర్దోషియైన యేసును సిలువవేసి (1 వ పేతు 2:22-23). ఇలా చేయుట ద్వారా, ఆత్మసంబంధమైన ధర్మమును పగులగొట్టి వాడి స్వంత కుయుక్తిచేత వాడే మోసపోయెను. దేమని ప్రణాళికలో మానవరక్షణకు వాడు ఒక సాధానముగ అయిపోయాడు. ఆదికాండములో ప్రవచించినట్లు స్త్రీయొక్క సంతానము వాని తలను చితకకొట్టెను.

సహజముగ, ఒక సర్పమును దాని తోక త్రొక్కిన లేక దానిని కోసిన ఇంకా అది ఎదిరిస్తుంది గాని, దాని తలను పట్టుకుంటే అది ఎదురు తిరుగదు. కాబట్టి, "నేను నీకు స్త్రీకని మరియు నీ సంతానమునకు స్త్రీ సంతానమునకు మధ్య వైరమును పెట్టెదను; అతడు నీ తలమీద కొట్టును, నీమ వాని మడిమెను కొట్టుదుమ" అన్న మాట ఆత్మసంబంధముగ యేసుక్రీస్తు మూలముగ శత్రువైన సాతాను వాడియొక్క బలము అధికారము పోగొట్టుకొనెను. సర్పము స్త్రీ సంతానముయొక్క మడిమెమీద కొట్టును అనుదానికి ఆత్మ సంబంధముగ సాతాను యేసుక్రీస్తును సిలువ వేయును అది ఆదికాండములో 3:15లో

ముందుగ చెప్పబడినది నెరవేరినది.

యేసుయొక్క సిలువ మరణము ద్వారా రక్షణ

కాలారంభమునకు ముందు దేవునిచేత దాచబడిన రక్షణ మార్గము యేసు సిలువ మరణము పొంది మూడవ దినమున పునరుత్థాను డగుట వలన అది నెరవేరినది.

దాదాపు 6,000 సంవత్సరముల క్రిందట, ఆదాము తన అవిధేయత వల్ల ఆత్మసంబంధమైన ధర్మమును పగులగొట్టినందున దేవుడు తనకిచ్చిన అధికారమును శత్రువైన సాతానుకు అప్పగించవలసి వచ్చినది (లూక 4:6). ఏమయినప్పటికి, 4,000 సంవత్సరముల తరువాత, సాతాను ఆత్మసంబంధమైన ధర్మమును మీరినందున నాశన మార్గమునకు పోవలసి వచ్చెను.

కాబట్టి, శత్రువైన సాతాను యేసును తమ రక్షకునిగ అంగీకరించి ఆయన నామమందు నమ్మికయుంచిన వారిని స్వేఛ్ఛగా వారిని విడుదల చేయవలసి వచ్చెను, వారు దేవుని పిల్లలగుటకు కావలసిన హక్కును వారు పొందుకొనుటకు వచ్చిరి. ఒకవేళ దేవుని జ్ఞానమును యెరిగియుంటే శత్రువైన సాతాను యేసును సిలువ వేయగలడా? లేదు ఖచ్చితముగ లేదు! 1 వ కొరి 2:8లో, "*ఈ అధికారులలో ఎవనికిని తెలియలేదు; వారికి అర్ధమైయుంటే మహిమా స్వరూపియగు ప్రభువుని సిలువ వేయకపోయి యుందురు.*"అని మనకు జ్ఞాపకము చేయుచున్నది

ఇది అర్ధంకాని వారు ఈ రోజుల్లో సహితము, "ఎందుకు సర్వశక్తుడైన దేవుడు తన కుమారుని మరణమునుండి కాపాడలేకపోయెను? ఎందుకు ఆయన సిలువలో మరణించుటకు ఆయనను వదిలి వేసెను?"అని అశ్ఛర్యపోమచున్నారు. అయినప్పటికి, సిలువయొక్క ఏర్పాటు నీకు బాగా అర్ధమైతే, ఎందుకు యేసు సిలువ వేయబడాలి శత్రువైన సాతాను పైన

విజయోత్సాహమై జయము పొందిన తరువాత ఎలాగ ఆయన రాజులకు రాజు ప్రభువులకు ప్రభువు అవుతాడో నీకు తెలుస్తుంది. కావున, ఎవరైతే యేసును వారి రక్షకునిగ అంగీకరించుదురో మరియు సిలువలో చనిపోయి మనుష్యులందరిని వారి పాపములనుండి విడిపించుటకు మూడవ దినమున తిరిగిలేచెనని నమ్ముదురో వారు నీతిమంతులుగా తీర్చబడి వారు రక్షింపబడుదురు.

ఎందుకు యేసు సిలువ మ్రానుపై వ్రేలాడెను?

అటువంటప్పుడు యేసు ఎందుకు సిలువ మ్రానుపై వ్రేలాడెను? ఆ సిలువ ఎందుకు మ్రాను సిలువ కావలసివచ్చెను? శిక్షవిధించుటలో ఉన్న అనేక పద్దతులలో, యేసు సిలువ మ్రానుపై వ్రేలాడెను. గలతీయులకు వ్రాసిన పత్రిక 3: 13-14లో, ఎందుకు యేసు సిలువ మ్రానుపై వ్రేలాడెనో ఆత్మసంబంధమైన మూడు కారణములున్నవి.

మొదటిగ, ధర్మశాస్త్ర సంబంధమైన శాపమునుండి మనలను విడిపించుటకు

గల 3:13 లో, "ఆత్మను గూర్చిన వాగ్ధానము విశ్వాసము వలన మనకు లభించునట్లు అబ్రాహాము పొందిన ఆశీర్వచనము క్రీస్తుయేసు ద్వారా అన్యజనులకు కలుగుటకై, క్రీస్తు మనకోసము శాపమై మనలను ధర్మశాస్త్రము యొక్క శాపమునుండి విమోచించెను; ఇందునుగూర్చి—మ్రాను మీద వ్రేలాడిన ప్రతివాడును శాపగ్రస్తుడు." అని చెప్పు చున్నది. యేసు సిలువ మ్రానుపైన వ్రేలాడి మనలను ధర్మశాస్త్ర

సంబంధమైన శాపమునుండి విడిపించెను అని మనకు వివరించుచున్నది.

రోమా 6:23 వ్రాసినట్లు ఆదాముయొక్క అవిధేయత వలన మనుష్యులందరు శాపమునకు లోనై మరణ మార్గములోనికి వెళ్ళ వలసి వచ్చినది, "పాపమునకు వచ్చు జీతము మరణము." అయినప్పటికి, దేవుడు మానవ జాతిని ధర్మశాస్త్రసంబంధమైన శాపమునుండి విడిపించుటకు తన కుమారుడైన యేసును సిలువ యందు మ్రానుమీద వ్రేలాడుటకు అనుమతించెను (ద్వితీ 21:23).

ఇంకా యేసు సిలువలో తన ప్రశస్తమైన రక్తమును కార్చెను. లేవీ 17:11మరియు 14వ వచనములను గమనించండి.

రక్తము దేహమునకు ప్రాణము. మీ నిమిత్తము ప్రాయశ్చిత్తము చేయునట్లు బలిపీఠము మీద పోయుటకై దానిని మీకిచ్చితిని. రక్తము దానిలోనున్న ప్రాణమును బట్టి ప్రాయశ్చిత్తము చేయును (వ. 11)..

దాని రక్తము దాని ప్రాణమునకాధారము, కాబట్టి మీరు ఏ రక్తదేహమును తినకూడదు (వ. 14).

లేవికాండముయొక్క గ్రంధకర్త రక్తము జీవమైయున్నది ఏలయనగా ప్రతి ప్రాణి జీవించుటకు రక్తము అవసరము, అది లేకపోతే అవి చనిపోమును.

అయినప్పటికి, ఒకరు చనిపోయినట్లయితే, అతని శరీరమును మంటిలోకి వెళ్ళిపోమును గాని అతని ప్రాణము పరలోకములోనికి గాని నరకములోకి గాని వెళ్ళును. నిత్యజీవమును పొందుటకు, నీవు నీ పాపములనుండి క్షమించబడవలెను. పాపములనుండి క్షమింపబడ వలసియుంటే హెబ్రీ 9:22 వ్రాసినట్లు పాపక్షమాపణకు రక్తము చిందింపవలెను, "మరియు

ధర్మశాస్త్రప్రకారము సమస్త వస్తువులును రక్తముచేత శుద్ధిచేయబడవలెననియు, రక్తము చిందింపకుండ పాపక్షమాపణ కలుగదనియు సామాన్యముగ చెప్పవచ్చును." ఈ కారణమును బట్టి, పాతనిబంధన కాలములో ప్రజలు పాపము చేసినప్పుడెల్లా జంతువులయొక్క రక్తమును అర్పించవలసివచ్చెడిది. అయితే, యేసు తన ప్రశస్త రక్తమును ఒకేసారిగా చిందించి ప్రజలందరు క్షమించబడి నిత్యజీవమును పొందుకొనునట్లు చేసెను ఏలయనగా ఆయనలో మూలపాపములేదు మరియు స్వకృతమైన పాపము లేదు.

ఆ ప్రకారముగ, యేసు యొక్క ప్రశస్తమైన రక్తమును బట్టి నిత్యజీవమును నీవు పొందుకొనగలవు. అనగా యేసు నీ స్థానములో మరణించి నీవు దేవుని బిడ్డగుటకు మార్గము తెరచెను.

రెండవదిగ, అబ్రాహాము ఆశీర్వాదమును ఇచ్చుటకు

గలతీ పత్రిక మొదటి భాగములో 3:14లో *"అబ్రాహాము పొందిన ఆశీర్వచనము క్రీస్తుయేసు ద్వారా అన్యజనులకు కలిగెను."* అనగా అబ్రాహాముకు దేవుడిచ్చిన ఆశీర్వాదము ఇశ్రాయేలీయులకే గాక యేసును తన స్వంత రక్షకునిగ అంగీకరించి నీతిమంతులుగా తీర్చబడిన సమస్త అన్యజనులకు దేవుడిచ్చును.

అబ్రాహాము "విశ్వాసులకు తండ్రి" అని "దేవునికి స్నేహితుడ"ని పిలువబడెను మరియు పిల్లలయొక్క ఆశీర్వాదమును, ఆరోగ్యమును, దీర్ఘాయువును ఐశ్వర్యమును కలిగి జీవించెను. దీనికి కారణము ఆదికాండములో వ్రాసినట్లుగ అబ్రాహాము అత్యధికముగ ఆశీర్వదించ బడెను. ఆది 22:15-18:

యెహోవా దూత రెండవమారు పరలోకమునుండి అబ్రాహామును పిలిచి యిట్లనెను. "నీవు నీకు ఒక్కడే అయియున్న నీ కుమారుని యియ్యవెనుతీయక ఈ కార్యము చేసినందున నేను నిన్ను ఆశీర్వదించి ఆకాశ నక్షత్రముల వలెను సముద్రతీరమందలి ఇసుకవలెను నీ సంతానమును నిశ్చయముగ విస్తరింప జేసెదను. నీ సంతతివారు తమ శత్రుమల గవిని స్వాధీన పరచుకొందురు. మరియు నీవు నా మాట వినినందున భూలోకములోని జనములన్నియు నీ సంతానము వలన ఆశీర్వదించబడుననీ నా తోడని ప్రమాణము చేయుచున్నానని యెహోవా సెలవిచ్చెననెను."

"నీవు లేచి నీ దేశమునుండియు నీ బంధుమలయొద్దనుండియు నీ తండ్రి యింటినుండియు బయలుదేరి నేను నీకు చూపించబోవు దేశమునకు వెళ్ళుము." అని దేవుడు చెప్పిన విషయమును (ఆది 12:1) ఏ సాకు లేక ఏ ఫిర్యాదు చెప్పకుండ దేవుడు చెప్పినప్పుడు అతడు లోబడెను. మరియు "నీకు ఒక్కడైయున్న నీ కుమారుని అనగా నీవు ప్రేమించు ఇస్సాకును తీసుకొని మోరియా దేశమునకు వెళ్ళి అక్కడ నేను నీతో చెప్పబోవు పర్వతములలో ఒకదాని మీద అతనిని దహనబలిగా అర్పించుమని చెప్పెను" (ఆది 22:2). ఇది అబ్రాహాముకు సాధ్యమైనది ఏలయనగా అతడు మృతులను సజీవులనుగా జేయగల దేవుడని నమ్మెను (హెబ్రీ 11:19). అతడు అలాంటి ఖచ్చితమైన విశ్వాసము కలిగియుండుట వలన అతడు ఆశీర్వాదకారకునిగ మరియు విశ్వాసులకు తండ్రిగ ఉండగలిగెను.

కాబట్టి, దేవుని పిల్లలు ఎవరైతే యేసుని వారి స్వంత రక్షకునిగ అంగీకరించుదురో వారిక అబ్రాహాముయొక్క విశ్వాసము కలిగియుండవలెను. అప్పుడు భూమిమీద నున్న సమస్త

ఆశీర్వాదములను పొందుకొని దేవునికి మహిమను ఇవ్వగలుగుదుము.

మూడవదిగ, ఆత్మయొక్క వాగ్ధానమును ఇచ్చుట

గలతీ రెండవ భాగములో 3:14లో, *"ఆత్మను గూర్చిన వాగ్ధానము విశ్వాసము వలన మనకు లభించునట్లు.."* దీనర్థము ఎవరైన మానవములందరికొరకు యేసు సిలువ మ్రానుయందు చనిపోయెనని విశ్వాసముంచినయెడల ధర్మశాస్త్రసంబంధమైన శాపమునుండి వాడు విడుదల పొందుకొని పరిశుధ్దాత్మయొక్క వాగ్ధానమును పొందుకొనును. అంతేకాక, ఎవరైతే యేసును తమ రక్షకునిగ అంగీకరించుదురో వారు దేవునిబిడ్డయొక్క అధికారమును పొందుకొని మరియు పరిశుధ్దాత్మను నిశ్చయతను వరముగ పొందుకొనెదరు (యోహా 1:12; రోమా 8:16).

పరిశుద్దాత్మను నీమ పొందుకొనినప్పుడు, దేవునిని "అబ్బా, నాయనా" అని నీమ మొర్రపెట్టుదుమ (రోమా 8:15), పరలోకములో నీ పేరు జీవగ్రంథములో వ్రాయబడును, (లూక 10:20) మరియు నీమ పరలోకములో పౌరసత్వము కలిగియుందుమ (ఫిలి 3:20). ఇది దేమని హృదయము మరియు బలమైయున్న పరిశుధ్దాత్మవలన దేవుని వాక్యము అర్థమగునట్లు చేసి ఆయన వాక్యానుసారముగ విశ్వాసములో జీవించునట్లుచేసి నిన్ను నిత్యజీవములోనికి నడిపించును.

ఏమయినప్పటికి, యేసును నీ రక్షకునిగ అంగీకరించుటయేకాక మరియు మరణముయొక్క అధికారమును పగులగొట్టి తిరిగిలేచెనని నీమ నమ్మినయెడల నీమ రక్షింపబడుదుమ. రోమా 10:9లో: *"యేసు ప్రభువని నీ నోటితో ఒప్పుకొని, దేమడు మృతులలోనుండి ఆయనను లేపెనని నీ హృదయమందు విశ్వసించినయెడల, నీమ రక్షింపబడుదుమ."*

కాలారంభమునకు ముందు, యేసును రక్షకునిగ నమ్మిన వారికి, వారు దేవునితో ఐక్యపరచి వారిని రక్షణలోనికి నడిపించుటకు దేవుడు గొప్ప ప్రణాళికను ఉద్దేశించెను. ఈ ప్రణాళిక చాలా ఆశ్చర్యకరమైనది మర్మమైనది. "పాపమునకు జీతము." అను ఆత్మసంబంధమైన రాజ్యములోని నియమము ప్రకారము, మొదటి మానవుని పాపము వలన మానవులందరు మరణమార్గములోనికి వెళ్ళవలసి వచ్చినది అయినప్పటికి వారు శాపముయొక్క నియమము నుండి విడుదలపొందిరి మరియు విశ్వాసము ద్వారా రక్షింపబడిరి. ఏలయనగా సాతాను ఆత్మసంబంధమైన ధర్మమును ఉల్లఘించెను.

అవిధేయతను బట్టి మానవులు పాపమునకు బానిసలయి శత్రువైన సాతాను తీసుకు వచ్చిన బాధను, కష్టములను మరియు మరణమును అనుభవించవలసివచ్చినది. ఏమయినప్పటికి, యేసును ఎవరైతే రక్షకునిగ అంగీకరించి పరిశుద్ధాత్మను పొందుకొనిదరో వారు రక్షణను నిత్యజీవమును, పునరుత్థానమును మరియు పొంగిపొరలే ఆశీర్వాదములను పొందుకొనెదరు.

దేవుని బిడ్డలకు ఇవ్వబడిన ఆశీర్వాదము మరియు అధికియత

ఎవరైతే తన హృదయమును తెరచి యేసును అంగీకరించెదరో వారు క్షమించబడుదురు, దేవుని బిడ్డలగుటకు హక్కు పొందుకొని తన హృదయములో సమాధానము సంతోషము అనుభవించును. యేసు మన పాపములన్నీ ఒకేసారిగా తీసుకొని సిలువలో మరణించుటవలన ఇది సాధ్యమైనది. కనుక, కీర్త 103:12లో ఇలా చెప్పబడినది, "*పడమటికి తూర్పు ఎంత దూరమో, మన అతిక్రమములను మననుండి అంత దూరపరచెను.*" మరియు హెబ్రీ

10:16-18లో, *"ఆ దినములైన తరువాత నేను వారితో చేయబోవు నిబంధన ఇదే—నా ధర్మవిధులను వారి హృదయమందుంచి వారి మనస్సుమీద వాటిని వ్రాయుదును, అని చెప్పిన తరువాత 'వారి పాపములను వారి అతిక్రమములను ఇకను ఎన్నటికిని జ్ఞాపకము చేసుకొనను. అని ప్రభువు చెప్పుచున్నాడు. వీటి క్షమాపణ ఎక్కడ కలుగునో అక్కడ పాపపరిహారార్థ బలి ఇకను ఎన్నడును ఉండదు."*

విశ్వాసము ద్వారా దేవుని పిల్లలు పొందుకున్న హక్కుకు ఈ లోకములో దేనితోను పోల్చుటకు తగినది ఏదీయులేదు. ఈ లోకములో రాజులయొక్క లేక ప్రెసిడెంట్ .యొక్క పిల్లల హక్కు చాలా శక్తివంతమైనది. మరి అలాంటప్పుడు లోకమును పరిపాలించి మానవ చరిత్రను విశ్వమును అదుపుచేయు సృష్టికర్తయైన దేవుని పిల్లలయొక్క హక్కు ఇంకెంత గొప్పది?

"యేసు రక్షకుడైయున్నాడు." అని నీవు ప్రకటించినంతమాత్రాన నీ విశ్వాసమును నిజమైన విశ్వాసముగ దేవుడు అంగీకరించడు. యేసుక్రీస్తు ఎవరు అని నీవు అర్థంచేసుకోవాలి, ఆయన మాత్రమే ఎందుకు నీకు రక్షకుడు, మరియు ఆ సమాచారమునుబట్టియే ఎందుకు నిజమైన విశ్వాసమునుంచాలి. అప్పుడు, ఆ నిజమైనవిశ్వాసముతో, సిలువయందు పశ్చాత్తాపమునందు దేవుడు దాచియుంచిన దేవునియొక్క ఏర్పాటును నీవు అర్థంచేసుకోగలవు, "క్రీస్తే ప్రభువని మరియు ఆయన సజీవుడైన దేవుని కుమారుడు" అనినట్లయితే ఇంకా, దేవుని చిత్తప్రకారము నీవు జీవించగలవు. ఈ నిజమైన సత్యము లేకుండ, హృదయమునుండి మరియు దేవుని వాక్యప్రకారము జీవించకుండ నీవు విశ్వాసము కలిగియుండుట చాలా కష్టము. కాబట్టి, మత్తయి 7:21లో యేసు చెప్పినట్లుగ, *"ప్రభువా ప్రభువా అని పిలుచు ప్రతివాడును పరలోకములో ప్రవేశింపడు గాని పరలోకమందున్న నా తండ్రి చిత్తము చేయువాడే ప్రవేశించును."* యేసును ప్రభువుగ

అంగీకరించి దేవుని వాక్య ప్రకారము జీవించుదురో వారే రక్షింపబడుదురని యేసు చాలా ఖచ్చితముగ వివరించెను.

లోకములో "యేసు క్రీస్తు" నామము తప్ప మరొకటి లేదు

అపో 4 లో పేతురు మరియు యోహాను యేసుక్రీస్తు నామమును సన్హెద్రిన్ సభ ముందు బాహాటముగ సాక్ష్యమిచ్చిన దృశ్యమును చూడగలము. ఒక మనుష్యుడు రక్షణ పొందుటకు "యేసుక్రీస్తు" నామముతప్ప మరియొక నామము లేదని వారు చాలా ఖచ్చితముగ నమ్మిరి, మరియు పేతురు పరిశుద్ధాత్మతో నిండుకొనినవాడై, *"ఈ నామముననే మనము రక్షణ పొందవలెను గాని, ఆకాశము క్రింద మనుష్యులలో ఇయ్యబడిన మరి ఏ నామమున రక్షణ పొందలేము"* అని అధికారముతో ప్రకటించెను (అపో 4:12).

"యేసు క్రీస్తు"నామములో దాగియున్న ఎలాంటి ఆత్మ సంబంధమైన అర్థములున్నవి? మరియు మనము రక్షణ పొందుటకు దేవుడు యేసుక్రీస్తు అను నామమే ఎందుకు ఇచ్చెను?

"యేసు" మరియు "క్రీస్తు" అను వాటిమధ్య ఉన్న తేడా

అపో 16:31 లో *"ప్రభువైన యేసు నందు విశ్వాసముంచుము అప్పుడు నీవును నీ ఇంటివారును రక్షణ పొందుదురు."* అని చెప్పబడినది. ఇక్కడ కేవలము "యేసు" అని చెప్పబడక "ప్రభువైన యేసు" అని చెప్పబడుటకు ప్రాముఖ్యమైన కారణమున్నది.

ఇక్కడ, "యేసు" అను మాటకు మనుష్యులను వారి

పాపములనుండి రక్షించు వ్యక్తిగ చూపిస్తున్నది. “క్రీస్తు” అనునది గ్రీకు పదము దాని అర్థము హెబ్రూభాషలో “మెస్సయ్య” అని అర్థము. “అభిషేకించబడిన వాడు” (అపో 4:27) అని అర్థము మరియు దేవునికి మనుష్యులకు మధ్యవర్తియై రక్షకుడు అని సూచిస్తున్నది. అనగా, “యేసు” భవిష్యత్తు రక్షకుని పేరు కానీ “క్రీస్తు” అనగా మనుష్యులను ఇంతకుముందే రక్షించిన రక్షకుని పేరు.

పాతనిబంధన కాలముపు రోజులలో, ఒక వ్యక్తిని దేవుడు రాజుగాను, లేక యాజకునిగాను, లేక ప్రవక్తగాను అగుటకు తల మీద నూనిపోసి అభిషేకించును (లేవి 4:3; 1వ సమూ 10:1; 1వ రాజు 19:16). నూని పరిశుద్ధాత్మను సూచిస్తున్నది. కాబట్టి, ఒకరిని అభిషేకించుట అనగా ఆ వ్యక్తి దేవునిచేత ఎన్నుకొనబడి అతనికి పరిశుద్ధాత్మను ఇచ్చుట అని అర్థము.

యేసు రాజుగాను, యాజకునిగాను, ప్రవక్తగాను అభిషేకించబడి, ఈ లోకమునకు శరీరధారియై కాలాహంభమునకు ముందే దేవుని ఏర్పాటులో మానవులందరిని రక్షించుటకు వచ్చెను. మనలను విడిపించుటకు ఆయన సిలువమరణము పొంది మూడవ దినమున లేచి మనకు రక్షకుడైనాడు. ఈ రీతిగా దేవుని ఏర్పాటును పూర్తిచేసి మనకు రక్షకుడైనాడు. అదే ఆయన క్రీస్తు అయి యున్నాడు.

సిలువ వేయబడక ముందు “యేసు”ను మనము ఆయనను “యేసు” అని మాత్రమే చూస్తున్నాము. అయినప్పటికి, సిలువ మరియు పునరుత్థానము తరువాత ఆయనను “యేసుక్రీస్తు” లేక “ప్రభువైన యేసు” గ లేక “ప్రభువు” గ మనము పిలుచుచున్నాము.”

“యేసు”మరియు “యేసుక్రీస్తు” అను దానిలో గొప్ప శక్తి తారతమ్యము గలదని మీరు తెలుసుకోవాలి. దేవునియొక్క రక్షణ

ఏర్పాటును పూర్తిచేయకముందు యేసు అను నామము చేత ఆయన పిలువబడినారు, అయితే శత్రువైన సాతానుకు ఆ పేరు అనిన అంతగా భయపడ లేదు. "యేసు క్రీస్తు," అను నామము ఈ మూడు విషయములను చూపిస్తున్నది: మన పాపములనుండి విడిపించు రక్తము; మరణముయొక్క అధికారమును పగులగొట్టిన పునరుత్థానము; మరియు నిత్యజీవము. ఈ పేరు ముందు శత్రువైన సాతాను భయముతో వణకును.

చాలామంది ప్రజలకు ఈ తేడా తెలియక వారు ఈ సత్యమును విస్మరించుదురు. అయినప్పటికి, నీవు పిలిచే నామమును బట్టి దేవునియొక్క కార్యములు మరియు ఆయన సమాధానము వ్యత్యాసముగ నుండును (అపో 3:6).

యేసుక్రీస్తు నామమున నీవు ప్రార్ధనచేసినప్పుడు మరియు ఈ సత్యమును మనసులోనుంచుకొనినప్పుడు సర్వశక్తుడైన దేవుని నుండి సమృద్ధియైన ప్రత్యుత్తరములను పొందుకొని నీవు జయజీవితమును జీవించెదవు.

యేసుయొక్క సంపూర్ణ విధేయత

స్వాభావికముగ యేసు దేవుడైయున్నప్పటికి, దేవునితో సమానముగ యెంచుకొనక ఆయనయొక్క హక్కులకు ఆశపడలేదు. తన్నుతాను రిక్తునిగ చేసికొనెను; ఒక దీనదాసుని స్థానమును యెంచుకొని మానవ రూపములో కనబడెను.

ఒక మంచి దాసునికి అతని స్వంత ఇష్టముండదు. అతని స్వంత ఇష్టమునకు బదులు అతని యజమానుని ఇష్టప్రకారము చేయును. యజమానుని ఇష్టప్రకారమునకు లోబడుట దాసునియొక్క విధియై యున్నది. ఇది దాసునికి ఇష్టమున్నా లేకున్నా అతని భావములకు అనుగుణంగా లేకున్నా

దాసుడు లోబడవలెను. యేసు మంచి దాసుని హృదయము కలిగియుండి దేవుని మాటకు లోబడినాడు కాబట్టే మానవజాతి రక్షణకు అతని కర్తవ్యము నెరవేర్చగలిగెను.

దేవుని చిత్తమును నెరవేర్చిన యేసును అత్యున్నత స్థలమునకు బహుగా హెచ్చించి "అమను" మరియు "ఆమెన్" అని ఆయనే ప్రభువని అనేకమంది ప్రజలు ఒప్పుకొనిరి.

> *అందుచేత పరలోకమందున్నవారిలోగాని, భూమిమీద ఉన్నవారిలో గాని భూమి క్రింద ఉన్నవారిలో గాని, ప్రతివాని మోకాలు యేసు నామమున వంగునట్లును, ప్రతివాని నాలుకయు తండ్రియైన దేవుని మహిమార్థమై యేసుక్రీస్తు ప్రభువని ఒప్పుకొనునట్లును, దేవుడు ఆయనను అధికముగా హెచ్చించి, ప్రతి నామమునకు పైనామమును ఆయనకు అనుగ్రహించెను (ఫిలి 2:9-11).*

"ప్రభువైన యేసు" అను నామము దేవుని శక్తిని సాక్ష్యమిచ్చును

యోహా 1:3లో, *"కలిగియున్నదేదియు ఆయన లేకుండ కలుగలేదు."* లోకములో సమస్తమును యేసు ద్వారా చేయబడి నందున, సృష్టికర్తగా సమస్తమైన వాటిని పరిపాలించుటకు ఆయనకు అధికారమున్నది. సృష్టికర్తయైన దేవుని కుమారునిగ ఆజ్ఞాపించి నప్పుడు, జీవములేని వస్తువులు అనగా తుఫాను గాలి సముద్రపు అలలు ఆయనకు లోబడి నిమ్మళమాయెను మరియు అంజూరపు చెట్టును ఆయన శపించినప్పుడు అది వెంటనే ఎండిపోయెను.

ప్రజలయొక్క పాపముల శిక్షనుండి విడిపించి వారి పాపములను క్షమించుటకు యేసు అధికారము కలిగియుండెను.

కనుక, యేసు పక్షవాయువు గలవానితో మత్తయి9:2లో యేసు, "కుమారుడా ధైర్యముగ నుండుము నీ పాపములు క్షమింపబడియున్నవి" అని చెప్పెను మరియు 6వ వచనములో, *"'అయినను పాపములు క్షమించుటకు భూమిమీద మనుష్యకుమారునికి అధికారము కలదని' మీరు తెలుసుకొనవలెను అని చెప్పి ఆయన పక్షవాయువు గలవానిని చూసి 'నీవు లేచి నీ మంచమెత్తికొని నీ ఇంటికి పొమ్మని" చెప్పెను.'"*

అంతేకాక, అన్నిరకములైన వ్యాధులను అంగవైకల్యములను, చనిపోయినవారిని లేపుటకు యేసు శక్తిగలిగియుండెను. యోహా 11లో చనిపోయిన లాజరు అనువాడు చేతులకు కాళ్ళకు ప్రేతవస్త్రములతో చుట్టబడి యుండగా "లాజరూ లేచి రమ్ము" అని యేసు బిగ్గరగా పిలిచినప్పుడు సమాధిలోనుండి బయటకు వచ్చెను. అతడు నాలుగు రోజులు క్రితము చనిపోయి వాసన కొట్టుచుండగా, ఆరోగ్యము గల వ్యక్తివలె సమాధిలోనుండి నడచుకుంటూ వచ్చెను.

అటువలె విశ్వాసముతో నీవు ఏది అడిగినను ఆయన నీకు ఇచ్చును, ఏలయనగా ఆయన ఆశ్చర్యకరమైన శక్తి గల దేవుడు.

యేసు క్రీస్తు దేవుని యొక్క ప్రేమయ్యైయున్నాడు

1వ యోహా 4:10లో, *"మనము దేవుని ప్రేమించితిమని కాదు, తానే మనలను ప్రేమించి, మన పాపములకు ప్రాయశ్చిత్తమై యుండుటకు తన కుమారుని పంపెను,"* దేవుడు తన ఆశ్చర్యకరమైన ప్రేమను చూపించెను. మనమింకనూ పాపులమైయుండగా ఆయనయొక్క ఒక్కగానొక్కడైన కుమారుని ప్రాయశ్చిత్తబలిగ పంపెను. తన కుమారుడైన యేసు సిలువయందు మేకులు కొట్టబడి ఆయన రక్తమును ధారపోసి మానవులకు రక్షణ మార్గమును తెరచినప్పుడు దేవుడు ఎంతో

బాధను ఓర్చుకొనవలసి వచ్చెను. తన ఒక్కగానొక్క కుమారుడైన యేసు సిలువ వేయబడినప్పుడు ప్రేమగల దేవుడు అనుభూతిచెందెను? తన సింహాసనముపై కూర్చొని ఈ సంఘునటను చూడలేకపోయెను. మత్త 27:51-54లో యేసు సిలువవేయ బడినప్పుడు దేవుడు ఎంత బాధనొందెనో తెలియపరచబడు చున్నది.

అప్పుడు దేవాలయపు తెర పైనుండి క్రిందివరకు రెండుగా చినిగెను; భూమి వణికెను; బండలు బద్దలాయెను; సమాధులు తెరవబడెను;నిద్రించిన అనేకుల పరిశుద్దుల శరీరములు లేచెను. వారు సమాధులలోనుండి బయటకు వచ్చి ఆయన లేచిన తరువాత పరిశుద్ధ పట్టణములో ప్రవేశించి అనేకులకు అగపడిరి శతాధిపతియు అతనితోకూడ యేసునకు కావలి యున్నవారు భూకంపమును జరిగిన కార్యములన్నిటిని చూచి, మిక్కిలి భయపడి—"నిజముగా ఈయన దేవుని కుమారుడు" అని చెప్పుకొనిరి.

యేసు తన పాపముల కొరకు సిలువవేయబడ లేదనియు మనుష్యులందరిని రక్షణ మార్గములోనికి నడిపించుటకు దేవుని యొక్క గొప్ప ప్రేమను బట్టి అని ఇది మనకు స్పష్టముగ తెలియ జేయుచున్నది. అయినప్పటికి, చాలమంది దేవునియొక్క ఆశ్చర్యకరమైన ప్రేమను అర్థంచేసుకోలేరు దీనిని అంగీకరించలేరు.

ఆదాము యొక్క అవిధేయత తరువాత, మానవులు దేవునితో నివసింపజాలలేకపోయిరి, వారు పాప స్వభావము గలవారుగ అయిపోయిరి. అయినప్పటికి, ఇమ్మానుయేలు యొక్క ఆశీర్వాదములను మనకు ఇచ్చుటకు యేసు భూమిమీదికి వచ్చి దేవునికి మనకు మధ్యవర్తిగ ఆయెను. (మత్త 1:23). సిలువయందు యేసుయొక్క శరమ బాధ ద్వారా మనకు నిజమైన

సమాధానము విశ్రాంతి లభించెను.

కాబట్టి, తన ఒక్కగానొక్క కుమారుని మనలను పాపములనుండి నిత్య నరకమునుండి తప్పించుటకు ప్రాయశ్చిత్త బలిగ అర్పించిన దేమని గొప్ప ప్రేమను మీరు అర్ధంచేసుకొని ఉంటారని నేను అనుకుంటున్నాను. ఆయన నిరపరాధియైనప్పటికి మనకు బదులుగ సిలువవేయబడి మనకు రక్షణ మార్గమును తెరచిన ప్రభుమయొక్క త్యాగపూరితమైన ప్రేమను మీరు అర్ధంచేసుకొని ఉంటారని తలుస్తున్నాను.

6వ అధ్యాయము

సిలువయొక్క ఏర్పాటు

- పశువుల పాకలో జన్మించి తొట్టెలో పెట్టబడెను
- పేదరికములో యేసుయొక్క జీవితము
- కొరడాలతో కొట్టబడినప్పుడు తన రక్తమును కార్చెను
- ముళ్ళకిరీటమును ధరించుకొనుట
- యేసుయొక్క వస్త్రములు మరియు అంగీ
- చేతులకు పాదములకు మేకులు కొట్టబడినవి
- యేసుయొక్క కాళ్ళు విరుగగొట్టలేదు కానీ ఆయన ప్రక్కన పొడిచిరి

"నిశ్చయముగా ఆయన మన రోగములను భరించెను, మన వ్యసనములను వహించెను; అయినను మొత్త బడినవానిగాను దేవుని వలన బాధింపబడినవానిగాను, శ్రమనొందినవానిగాను మన మతనిని ఎంచితిమి. మన అతిక్రమక్రియలను బట్టి అతడు గాయపరచ బడెను. మన దోషములనుబట్టి నలుగగొట్టబడెను; మన సమాధానార్థమైన శిక్ష అతని మీద పడెను. ఆయన పొందిన దెబ్బలచేత మనకు స్వస్థత కలుగుచున్నది. మనలో ప్రతివాడు తనకిష్టమైన త్రోవకు తొలగెను. యెహోవా మన అందరి దోషమును అతనిమీద మోపెను."

యెష 53:4-6

నిజమైన పిల్లలను పొందుటకు దేవునియొక్క ప్రణాళికలో అతి ప్రాముఖ్యమైనది యేసు శరీరధారియై ఈ లోకమునకు వచ్చుట, సమస్తవిధములైన బాధలచేత బాధపరచబడి సిలువయందు మరణించెను. దీనంతటి ద్వారా, మానవులకు రక్షణ మార్గమును అతను పూర్తిచేసెను.

సిలువయొక్క దేవుని ఏర్పాటుకు లోతైన ఆత్మసంబంధమైన అర్థము ఒకటున్నది. యేసు దేవునియొక్క ఒక్కగానొక్క కుమారుడు, పరలోకపు మహిమను విడిచిపెట్టి పశువుల పాకలో జన్మించి తన జీవితకాలమంతా దారిద్ర్యములో జీవించెను.

అదియునుగాక, ఆయన కొరడాలతో కొట్టబడి ఆయన చేతులలో కాళ్ళలో మేకులతో కొట్టబడి, ముళ్ళ కిరీటమును ధరించుకొని, ప్రక్కలో బల్లెపుపోటుతో పొడవబడి రక్తమును నీళ్ళను కార్చెను. యేసు అనుభవించిన ప్రతి శ్రమ దేవునియొక్క పొంగిపొర్లే ప్రేమను కలిగి యున్నది.

సిలువయొక్క ఆత్మసంబంధమైన అర్థమును మరియు యేసు యొక్క శ్రమలను నీవు పూర్తిగా గ్రహించినట్లయితే దేవుని ప్రేమయెడల నిశ్చయముగ నీ హృదయము కదలిపోయే నీవు నిజమైన విశ్వాసమును కలిగియుందువు. నీ జీవితములో నీకున్న కష్టములన్నిటికి అనగా పేదరికమునకు వ్యాధులకు కావలసిన జవాబులు మరియు నిత్య పరలోక రాజ్యమును పొందుకొన గలవు.

పశువుల పాకలో జన్మించి తొట్టెలో పెట్టబడెను

యేసు దేవుని యొక్క స్వభావమును కలిగియుండి భూలోకముందు పరలోకమందు మహిమకరమైన వ్యక్తిగ నుండెను. ఏది ఏమయినప్పటికని, ఆయన మానమనలను వారి పాపములనుండి విడిపించి రక్షణలోనికి నడిపించుటకు శరీరాకారముతో ఈ లోకములోనికి వచ్చెను.

యేసు మాత్రమే సృష్టికర్తయైన సర్వశక్తుడైన దేవునియొక్క కుమారుడు. అటువంటప్పుడు, ఎందుకు, అతను విలాసవంతమైన భవనములో లేక కనీసము ఒక చిన్నగదిలోనైనా జన్మించలేదు? ఒక అట్టహాసమైన స్థలములో ఆయన జన్మించుటకు దేవుడు చెయ్యలేకపోయెనా? ఎందుకు యేసు పశువుల పాకలో జన్మించి తొట్టెలో పెట్టబడునట్లు చేసెను?

ఇందులో లోతైన ఆత్మసంబంధమై అర్ధమున్నది. ఎంతో మహిమకరమైన విధానములో ఆత్మసంబంధముగ యేసు జన్మించెనని నీవు తెలుసుకొనవలెను. ప్రజలు బాహ్యపు దృష్టితో చూడలేకపోయి నప్పటికి, దేవుడు యేసు యొక్క జన్మమునకు ఎంతో సంతోషించి, పరలోక సైన్య సమూహపు దూతల సమక్షములో ఆ శిశువైన యేసు చుట్టూ మహిమకరమైన వెలుగును చుట్టెను. లూకా 2:14లో ఆయనయొక్క ఉత్తేజ భావమును ఇలాగ వ్రాయబడియున్నది: *"సర్వోన్నతమైన స్థలములలో దేవునికి మహిమయు ఆయనకిష్టులైన మనుష్యులకు భూమిమీద సమాధానమును కలుగునుగాక."* దేవుడు యేసును ఆరాధించుటకు గొల్లలకాపరులను తూర్పుదేశమునుండి జ్ఞానులను సిద్దపరచి వారిని నడిపించెను.

యేసు ఈ లోకమునకు వచ్చినప్పుడు ఆయన రక్షణ ద్వారమును తెరచును, అప్పుడు ఒక గొప్పజనసమూహము దేవుని బిడ్డలుగ, నిత్య పరలోక రాజ్యములో ప్రవేశించును

అప్పుడు దేవుని కుమారుడైన యేసు రాజాధిరాజుగ ప్రభువులకు ప్రభువుగ నుండినప్పుడు సమస్త స్తుతి ఆరాధన జరుగును.

దేవునియొక్క ఏర్పాటు యేసు యొక్క పుట్టుకలో దాచియుంచ బడెను.

యేసు జన్మించినప్పుడు, కైసరు ఐగుస్తు రోమా సామ్రాజ్యము యొక్క జనాభా లెక్కలు తీయవలెనని తాకీదు పంపెను. యూదా ప్రజలు రోమా సామ్రాజ్యముయొక్క ఆధిపత్యపు పరిపాలన క్రింద ఉండి కైసరు యొక్క ఆజ్ఞ ప్రకారము నమోదు చేయుంచుకొనుటకు వారి స్వస్థలములకు వెళ్ళిరి.

యోసేపు తన కాబోయే భార్యయైన మరియతో గలిలయలోని నజరేతను గ్రామమునుండి దావీదు పట్టణమైన బెత్లెహేమునకు వెళ్ళిరి, ఏలయనగా అతడు దావీదు వంశావళికి చెందినవాడు. మరియ యోసేపునకు ప్రధానము చేయబడి వారక్కడకు వెళ్ళకముందు పరిశుద్దాత్మవలన గర్భము ధరించి వారక్కడ ఉన్న దినములలో తన తొలిచూలు కుమారుడైన యేసును కనెను.

"బెత్లెహేము" అను మాటకు "రొట్టెల గృహము," అని అర్థము మరియు అది దావీదుయొక్క స్వస్థలము (1వ సమూ 16:1). మీకా 5:2లో, బెత్లెహేము గురించి ఇలాగు వ్రాయబడెను: "*బెత్లెహేము ఎఫ్రాతా, యూదావారి కుటుంబములలో నీవు స్వల్పగ్రామమైనను నా కొరకు ఇశ్రాయేలీయులను ఏలబోవువాడు నీలోనుండి వచ్చును; పురాతన కాలము మొదలుకొని శాశ్వతకాలము ఆయన ప్రత్యక్షమగుచుండెను.*" బెత్లెహేము మెస్సయ్య యొక్క జన్మస్థలమని ప్రవచించబడెను.

ఆదినములలో బెత్లెహేములో నమోదు చేయుంచుకొనుటకు వేలకు వేల మంది ప్రజలు ఉండుటవలన మరియకు యోసేపునకు ఏ

సత్రములో స్థలము లేకపోయెను. అక్కడ ఒక పశువుల పాకలో మరియ యేసును కనెను. పొత్తిగుడ్డలతో ఆ శిశువును చుట్టి ఒక తొట్టెలో పరుండబెట్టెను. అది పశువులకు గుఱ్ఱములకు దానా పెట్టునటువంటి పొడవైన పాత్ర.

మరి, మానవులకు రక్షకునిగ వచ్చిన యేసు ఎందుకు అలాంటి దీనమైన తగ్గించుకున్న పరిస్థితులలో జన్మించెను?

పశుప్రాయులవంటి మానవులను విడిపించుటకు

ప్రసంగి 3:18లో, *"కాగా వారు మృగములవంటి వారని నరులు తెలిసికొనునట్లును, దేవుడు వారిని విమర్శించునట్లును ఈ లాగు జరుగుచున్నదని అనుకొంటిని."* మానవులు దేవుని స్వరూపమును పోగొట్టుకొనినప్పుడు వారు దేవుని దృష్టిలో పశువులవంటి వారు. ఆదిమానవుడైన ఆదాము దేవునియొక్క స్వరూపములో సృజింప బడిన సజీవ ప్రాణి. మరియు అతడు ఆత్మసంబంధమైన మనుష్యుడు ఏలయనగా దేవుడు అతనికి సత్యవాక్యమును మాత్రమే బోధించెను.

అయినప్పటికి, ఆదాము దేవుని ఆజ్ఞకు విరోధముగా మంచిచెడుల తెలివినిచ్చు వృక్షఫలమును తినినప్పుడు, అతని ఆత్మ చనిపోయి ఇంక దేవునితో ఎంతమాత్రము సంభాషించలేకపోయెను. అంతేకాక, సమస్త సృష్టికి అతను ఎంతమాత్రము ప్రభువుగ నుండలేదు. పాప స్వభావమును వెంబడించుటకు సాతాను ఆదామును ప్రేరేపించినప్పుడు, అతని నిర్మలమైన సత్య హృదయము కలుషితమైన అసత్యమైన హృదయముగ మారినది.

నీ దైనందిన జీవితములో కొన్నిసార్లు నీవు "అతడు పశుప్రాయుడు" అని వినేవుంటావు. మనుష్యులు పశువులకంటే మెరుగైనవారు కాదని వార్తాపత్రికలలో తరచుగా నీవు

వినియుంటాము. వారి స్వలాభము కొరకు, పొరుగువారిని, ఖాతాదారులను, స్నేహితులను కుటుంబ సభ్యులను చాలా సులభముగ మోసము చేయుదురు. తల్లిదండ్రులు పిల్లలు వారిని వారు ద్వేషించుకొని చంపుకోవాలని చూస్తారు.

ప్రజలు అలాంటి దుష్కార్యములను చేయుటకు గల ధైర్యము, ఆత్మ మరణించగానే ప్రాణము మానవునికి అధికారిగమారి, వారి పాపములవల్ల, వారు దేవునియొక్క స్వరూపమును కోల్పోయిరి. జంతువుల వలె వారు శరీర ప్రాణములు మాత్రమే కలిగి పరలోకమునకు ప్రవేశించలేరు మరియు దేవుని తండ్రీ నాయనా అని పిలువలేరు. జంతువుల కంటే గొప్పగాని మానవజాతిని రక్షించుటకు యేసు పశువుల పాకలో పుట్టెను.

యేసే నిజమైన ఆత్మీయ ఆహారము

పశువుల కంటే యోగ్యులు కాని మానవులకు ఆత్మసంబంధమైన ఆహారమును ఇచ్చుటకు పశువులకు గుర్రములకు దానా పెట్టు పాత్రలో యేసు పశువుల తొట్టెలో పరుండజేయబడెను (యోహా 6:51).

వేరొకరీతిలో చెప్పాలంటే, మానవుడు పోగొట్టుకున్న దేవుని స్వరూపమును తిరిగి పొందుకొని మానవుని పరిపూర్ణమైన విధిని నిర్వర్తించుటకు మానవుని సంపూర్ణమైన రక్షణలోనికి నడిపించే దైవసంబంధమైన ఏర్పాటు ఇది. అటువంటప్పుడు, ఇది మానవుని సంపూర్ణమైన కర్తవ్యమా? ప్రసం12:13-14లో కొన్ని అంతర్గతమైన విషయములు చెప్పుచున్నవి:

ఇదంతయు వినిన తరువాత తేలిన ఫలితార్థమేదే; దేవుని యందు భయభక్తులు కలిగియుండి ఆయన కట్టడలనుసరించి

నడుచుచుండవలెను, మానవకోటికి ఇదియే విధి. గూఢమైన ప్రతి అంశమునుగూర్చి దేవుడు విమర్శ చేయునప్పుడు ఆయన ప్రతి క్రియను అది మంచిదేగాని చెడ్డదేగాని, తీర్పులోనికి తెచ్చును.

"దేవునియందు భయభక్తులు గలిగియుండుట" అనగా నేమి? సామె 8:13లో *"దుష్టత్వమును అసహ్యించుకొనుటయే యెహోవా యందు భయభక్తులు కలిగియుండుట."* కాబట్టి, యెహోవాయందు భయభక్తులు కలిగియుండుట అనగా చెడును ఎంతమాత్రమును అంగీకరించకపోవుట, అదే సమయములో హృదయములోనుండి ఎలాంటి దుష్టత్వమునైన తీసివేయుట.

నీవుగాని నిజముగ దేవుని యందు భయభక్తులు గలవాడవైయుంటే, ఎలాంటి దుష్టత్వమునైన విసర్జించుటకు నీవు చెయ్యగలిగినదంతా చెయ్యవలెను, మరియు పాపమునకు వ్యతిరేకముగ రక్తము కారునంతగ పోరాడి దానిని వదిలివేయుము. ఒక విద్యార్థి తన మంచి భవిష్యత్తు కొరకు ఎలాగ కష్టపడి చదువునో, నీవు కూడ దేవునియందు భయభక్తులు గలిగియుండుటకు నీకు చేతనయినంత మట్టుకు చెయ్యవలెను మరియు దేవునియొక్క ప్రేమ ఆశీర్వాదములను ఆనందించుటకు మానవునిగ నీ విధి అంతా నీవు చేయవలెను.

బైబిల్‌లో దేవుడు తన పిల్లలకు ఇచ్చిన ఆజ్ఞలు "ఇది చెయ్యి", "అది చెయ్యవద్దు", "ఇది కాపాడుకో" "దీనిని విసర్జించు" వంటివి చూడగలము. మరొకరీతిలో, "ప్రార్థించు, ప్రేమించు, కృతజ్ఞత కలిగియుండు ఇలా ఎన్నో దేవుడు తన బిడ్డలకు చెయ్యవలెనని చెప్పెను. మరొకరీతిలో, మరణమునకు దారితీసే ద్వేషము, వ్యభిచారము, త్రాగుబోతుతనము వంటివి చెయ్యవద్దని దేవుడు ఆజ్ఞ ఇచ్చెను.

"విశ్రాంతి దినమును పరిశుద్ధముగ ఆచరించుము," "నీ

వాగ్ధానము లను కాపాడుకొనుము," వంటి ఆజ్ఞలకు లోబడవలెనని మనకు తెలియజేసెను. "ప్రతి దుష్టత్వమును మానివేయుము," "నీ దురాశను తీసివేసికొనుము," లాంటివి హానికరమైనవి విసర్జించమని దేవుడు మనలను కోరుచున్నారు.

దేవుని ఆజ్ఞలను ఆచరించి ఆయనయందు భయభక్తులు కలిగియుండుట మానవునియొక్క సంపూర్ణ విధియై యున్నది. తీర్పుదినమున మనము చేసిన ప్రతిక్రియకు లెక్కచెప్పవలసి యున్నది, దాచబడిన ప్రతీది అది మంచిదైన చెడ్డదైన సరే. మానవ విధిని నీవు నిర్వర్తించకుండ ఒక పశువు వలె నీవు జీవించినట్లయితే, దేవుని తీర్పు ఫలితముగ నీవు నరకములో పడుట అనేది సర్వ సాధారణమైనది.

అలాగే, జంతువులకంటే మెరుగైనవారు కాని మానవులను విడిపించుటకు వారికి నిజమైన ఆత్మసంబంధమైన ఆహారము కొరకు యేసు పశువుల పాకలో జన్మించి పశువుల తొట్టెలో పెట్టబడెను.

పేదరికములో యేసుయొక్క జీవితము

యోహా 3:35 లో, *"తండ్రి కుమారుని ప్రేమించుచున్నాడు గనుక ఆయన చేతికి సమస్తమును అప్పగించియున్నాడు."* కొలస్సీ 1:16లో, *"ఏలయనగా ఆకాశమందున్నవియు భూమియందున్నవియు, దృశ్యమైనవిగాని అదృశ్యమైనవిగాని అవి సింహాసనములైనను ప్రభుత్వములైనను ప్రధానులైనను అధికారములైనను, సర్వమును ఆయనయందు సృజింపబడెను."* అనగా, యేసు సృష్టికర్తయైన దేవుని యొక్క ఒక్కగానొక్క కుమారుడు, మరియు భూమ్యాకాశములో ప్రతిదానికి ప్రభువైయున్నారు.

అటువంటప్పుడు, ఆయన సర్వశక్తుడైన దేవుని స్వరూపమందు ఉండి ప్రతి విషయములో ఐశ్వర్యవంతుడై ఉండి ఎందుకు, ఎంతో దీనునిగా తక్కువ స్థాయిలో ఈ లోకమునకు వచ్చి పేదరికములో జీవించెను?

మానవులను దారిద్ర్యమునుండి విడిపించుటకు

2 వ కొరి 8:9 లో, *"మీరు మన ప్రభువైన యేసు క్రీస్తు కృపను యెరుగుదురు గదా? ఆయన ధనవంతుడైయుండియు మీరు తన దారిద్ర్యము వలన ధనవంతులు కావలెనని మీ నిమిత్తము దరిద్రుడాయెను."* దేవునియొక్క ఆశ్చర్యకరమైన ఏర్పాటు ఇందులో ప్రదర్శించబడియున్నది. యేసు రాజులకు రాజైన, ప్రభువులకు ప్రభువైన, సృష్టికర్తయైన దేవుని కుమారుడు, పరలోకపు మహిమంతటిని విడిచిపెట్టి, ఈ లోకమునకు వచ్చి, ప్రజలను వారి దారిద్ర్యమునుండి విడిపించుటకు పేదరికములో జీవించి మనుష్యులు చేసిన తిరస్కారమును దౌర్జన్యమును సహించెను.

ఆదియందు దేవుడు మానవుని సృజించినప్పుడు కష్టములేకుండా ఫలములు తిని శ్రమలేకుండా వర్ధిల్లే జీవితమును ఆనందించునట్లు చేసెను. అయినా ఆది మానవుడు దేవుని వాక్యమునకు అవిధేయత చూపి చెడిపోయినప్పుడు, మానవుడు తన నుదుటి చెమటోడ్చి కష్టపడి తన ఆహారమును తినవలసివచ్చెను. దీనిని బట్టి మానవుడు లేమిలోను పేదరికములోను జీవించుచున్నాడు.

పేదరికము అనునది పాపము కాదు, కనుక యేసు మనలను పేదరికమునుండి విడిపించుటకు రక్తము కార్చలేదు. అయినప్పటికి, పేదరికము అనునది ఒక శాపము, అది ఆదాము దేవునికి అవిధేయుడైనప్పుడు, యేసు ఆ దారిద్ర్యములో

నివసించుట ద్వారా నిన్ను ఐశ్వర్యవంతునిగ చేసెను.

కొందరు యేసుయొక్క జీవితమంతా పేదరికమనగా ఆత్మసంబంధమైన పేదరికము అని అందురు. అయినప్పటికి, యేసు పరిశుద్ధాత్మ వలన జన్మించి తండ్రియైన దేవునితో నుండినవానిని ఆయన ఆత్మసంబంధమైన పేదరికములో ఉన్నాడని అనుట సరికాదు.

నిన్ను పేదరికమునండి విడిపించి నీవు సమృద్ధియైన జీవితమును, దేవుని కృప ఆయన ప్రేమ కొరకు కృతజ్ఞతాపూర్వకముగ జీవించుటకు యేసు పేదరికములో జీవించినాడని నీవు అర్ధంచేసుకోవలెను.

ప్రార్ధనలో డబ్బును అడుగకూడదు అని కొంతమంది అంటారు. నీవు క్రైస్తవుడవైతే నీవు బీదవానిగ జీవించాలని కొంతమంది అంటారు. అయినా, అది దేవునియొక్క ఖచ్చితమైన చిత్తము కాదు.

బైబిల్‌లో, ఆశీర్వాదమును గురించిన మాటలు అనేకమైనవి నీవు చదువగలవు. ఉదా, ద్వితీయోపదేశ కాండములో 28:2-6:

నీవు నీ దేవుడైన యెహోవా మాట వినినయెడల ఈ దీవెన లన్నియు నీ మీదికి వచ్చి నీకు ప్రాప్తించును: నీవు పట్టణములో దీవింపబడుదువు; పొలములో దీవింప బడుదువు; నీ గర్భఫలము నీ భూఫలము నీ పశువుల మందలు నీ దుక్కిటెద్దులు నీ గొఱ్ఱమేకల మందలు దీవింప బడును;నీ గంపయు నీ పిండి పిసుకు నీ తొట్టియు దీవింప బడును. నీవు లోపలికి వచ్చునప్పుడు దీవింప బడుదువు; వెలుపలకు వెళ్ళునప్పుడు దీవింపబడుదువు.

3 వ యోహాను 1:2లో, *"ప్రియుడా, ప్రాణము వర్ధిల్లుచున్నట్లు నీవు అన్నివిషయములలో వర్ధిల్లుచు ఆరోగ్యముగ నుండవలెనని ప్రార్ధించు చున్నాను."*

హాస్తవమునకు, దేమడు ఎన్నుకున్న వ్యక్తులు, అబ్రాహాము, ఇస్సాకు, యాకోబు, యోసేపు, దానియేలు వీరంతా వర్ధిల్లిన జీవితమును జీవించిరి.

ఐశ్వర్యమంతమైన జీవితమును జీవించుట

ఆయన నీతిలో, నీమ విత్తినదానికి పంటకోయునట్లుగ దేమడు చేయును. వారి పిల్లలకు తల్లిదండ్రులు మంచివి ఇవ్వాలని కోరనట్లే, నీ ప్రేమగల తండ్రి విశ్వాసములో నీమ ఏది అడిగినా ఇచ్చును (మార్కు 11:24).

దేవుడు నీకు జవాబులు ఆశీర్వాదములు ఇవ్వాలని అనుకుననప్పటికి నీమగాని అడగనప్పుడు లేక విచక్షణ లేకుండ అడిగినా నీమ దేమని నుండి ఏదీ పొందలేమ. కాబట్టి, ఏదీ విత్తకుండా నీమ కోయాలని చూసినట్లయితే, దేమనిని నీమ వెక్కిరిస్తున్నట్లు మరియు ఆత్మసంబంధమైన నియమమునకు వ్యతిరేకముగ వెళ్తున్నట్లే.

కొంతమంది అనవచ్చు, "నేను విత్తాలనుకుంటున్నాను, కానీ నేను పేదవాడిని కాబట్టి నేను విత్తలేను." ఏమయినప్పటికి, బైబిల్లో చాలా మంది పేదవారు కాని విత్తుటకు వారు చెయ్యగలిగినది చేసి బహుమానముగ వారు ఐశ్వర్యవంతముగ దీవించబడినారు.

1 వ రాజు 17లో, మూడున్నర సంవత్సరాలు ఆ దేశములో కరుమ ఉండినట్లు మనము చూస్తున్నాము. కరుమ ఇంకా ఉండగానే సీదోను ప్రాంతములో నారెపతు అను ఊరిలో ఒక విధవరాలు ఆమె దగ్గరున్న గుప్పెడు పిండి బుడ్డిలో కొంచెము నూనె కలిగియుండి చిన్న అప్పము చేసి ప్రవక్తయైన ఏలీయాకు ఇచ్చెను. తన సేవకునికి ఆమె చేసిన పరిచర్యకు దేమడు ఎంతో సంతోషించి ఆమెను సమృద్ధిగా ఆశీర్వదించెను: దేమడు మళ్ళీ ఆ

దేశము మీదికి వర్షం పంపించు వరకు కుండలో పిండి తరగలేదు బుడ్డిలో నూనె అయిపోలేదు (1 వ రాజు 17:14).

యేసు యొక్క సమయంలో ఒకసారి ఒక పేద విధవరాలు రెండు చిన్న నాణెములు దేవాలయము యొక్క ధనాగారములో వేసెను. అది ఒక పైసాలో సగభాగము. ఏమయినప్పటికి, ఇతరులందరికంటె ఆ విధవరాలు ఎక్కువ వేసెనని ఆమెను కొనియాడెను. దీనికి కారణము ఆమెకున్న పేద స్థితిలో సమస్తమును వేసెను—ఆమెకున్నదంతా, అయితే ఇతరులు వారికున్నదానిలో కొంత వేసిరి (మార్కు 12:42-44).

దేవునికి ఇవ్వడానికి కావలసినది అన్నిటికంటే ప్రాముఖ్యమైనది నీ మనస్థితి. దేవుడు నీవు ఇచ్చు కానుకల మొత్తము చూడరు గాని కానుకలో ఉన్న ప్రేమ, విశ్వాసముయొక్క సువాసన ఆయన ఆఘ్రాణించి నిన్ను పుష్కలముగ ఆశీర్వదించును.

కొరడాలతో కొట్టబడినప్పుడు తన రక్తమును కార్చెను

సిలువ వేయబడక ముందు, రోమా సైనికులు ఆయన చెంపలపైన కొట్టి ఆయన ముఖము పైన ఉమ్మివేసి అపహాస్యించి తృణీకరించిరి. ఇంకా పొడవైన తోలుదట్టి దానికి సీసముతో చేయబడిన లోహపు ముక్కలు వ్రేలాడుచున్నవాటితో యేసును కొరడాలతో కొట్టిరి.

ఆ రోజుల్లో, రోమా సైనికులు చాలా బలముగలవారై మంచి క్రమశిక్షణ గలవారై ప్రపంచములో అతి పెద్ద బలమైన శక్తి. ఆయన బట్టలు తీసివేసి కొరడాలతో కొట్టినప్పుడు ఆ బాధ ఎంత ఎక్కువగ ఉండునో? వారు ఆయన శరీరమును కొరడాలతో కొట్టినప్పుడు ఆయన శరీరము చీరిపోయి ఎముకలు బయటకు కనబడి రక్తము బయటకు చిమ్మినది.

యెషయా యొక్క ప్రవచనము నెరవేరినట్లు "*కొట్టువారికి నా వీపును అప్పగించితిని వెండ్రుకలు పెరికివేయువారికి నా చెంపలను అప్పగించితిని. ఉమ్మివేయువారికిని అవమానపరచువారికిని నా ముఖము దాచుకొనలేదు*" (యెష: 50:6), వారు కొట్టిన కొరడా దెబ్బలను యేసు ఎన్నడును తప్పించుకోవడానికి ప్రయత్నించలేదు.

వ్యాధి రోగములను ఆయన స్వస్థపరచెను

అటువంటప్పుడు, ఎందుకు, యేసు కొరడాలతో కొట్టబడెను? ఎందుకు రక్తమును కార్చెను? దేవుడు ఎందుకు ఆయన కుమారునికి సంభవించుటకు అనుమతించెను? యెష 53లో యేసుయొక్క శ్రమలు హింసల యొక్క ఉద్దేశము వివరించి చెప్పబడినది.

> *మన యతిక్రమ క్రియలను బట్టి అతడు గాయపరచబడెను, మన దోషములను బట్టి నలుగగొట్టబడెను, మన సమాధానార్థమైన శిక్ష అతనిమీద పడెను, అతడు పొందిన దెబ్బలచేత మనకు స్వస్థత కలుగుచున్నది. మనమందరము గొఱ్ఱెలవలె త్రోవ తప్పిపోతిమి, మనలో ప్రతివాడును తనకిష్టమైన త్రోవకు తొలిగెను, యెహోవా మన అందరి దోషములను అతని మీద మోపెను (యెష 53:5-6).*

నీ అతిక్రమముల కొరకు దోషముల కొరకు యేసు గాయపరచబడి నలుగగొట్టబడెను. నిన్ను సమస్తమైన వ్యాధుల నుండి విడిపించుటకు ఆయన శిక్షనొందెను, కొరడాలతో కొట్టబడి రక్తము కార్చెను.

మత్తి 9లో, చాపమీద పడియున్న పక్షవాయువు గల వానిని

యేసు స్వస్థపరచినప్పుడు మొదట అతని పాపముయొక్క సమస్యను పరిష్కరించి ఇలాగు చెప్పెను, *"నీ పాపములు పరిష్కరింపబడినవి"* (వ. 2). అటుతరువాతనే యేసు వానితో *"లేచి నీ పరుపెత్తుకొని నీ యింటికి వెళ్లుము"* (వ. 6).

యోహా 5లో, ముప్పయి ఎనిమిది సంవత్సరములనుండి వ్యాధిగల వానిని స్వస్థపరచిన తరువాత, అతనితో, *"ఇదిగో, స్వస్థత నొందితివి; మరియెక్కువ కీడు నీకు కలుగకుండునట్లు ఇకను పాపము చేయకుము"* (యోహా 5:14).

నీ పాపము వలన నీకు వ్యాధులు వచ్చునని బైబిలు చెప్పుచున్నది. కావున నీ రోగములనుండి నీవు విడుదల పొందుటకు నీ పాపముయొక్క సమస్యను పరిష్కరించుటకు నీకు ఎవరో ఒకరు కావాలి. రక్తము చిందింపకుండ పాపక్షమాపణ లేదు (లేవీ 7:11).

కాబట్టి, పాతనిబంధన కాలములో, ఎవ్వరైనా పాపము చేస్తే, దాని పరిహారార్థము యాజకుడు ఒక పశువును తీసుకొని బల్యర్పణగ ఇవ్వవలెను. అయితే, యేసు శరీరధారియై ఈ లోకమునకు వచ్చి తన నిర్దోషమైన మచ్చలేని శక్తివంతమైన రక్తమున చిందించిన తరువాత బల్యర్పణగ నీవు ఇంక ఎంతమాత్రమును పశువులను బలి ఇవ్వనవసరము లేదు. యేసు యొక్క పరిశుద్ధ రక్తము మానవుల గత పాపములకు, ప్రస్తుత పాపములకు, భవిష్యత్ పాపములకు ప్రాయశ్చిత్తముగ చేయబడినది.

మన వ్యాధులు రోగములను భరించుటకు

మత్త 8:17లో, *"అందువలన—ఆయనే మన బలహీనతలను వహించుకొని మన రోగములను భరించెనని ప్రవక్తయైన యెషయా ద్వారా చెప్పబడినది నెరవేరెను."* కాబట్టి, యేసు ఎందుకు కొరడాలతో కొట్టబడి ఆయన రక్తమును చిందించారో నీవు తెలుసుకొని, దానిని

నమ్మినట్లయితే, నీవు రోగములతో వ్యాధులతో బాధపడవలసిన పనిలేదు.

1 వ పేతు 2:24లో, *"మనము పాపముల విషయమై చనిపోయి, నీతివిషయమై జీవించునట్లు, ఆయన తానే తన శరీరమందు మన పాపములను మ్రానుమీద మోసికొనెను. ఆయన పొందిన గాయముల చేత మీరు స్వస్థత నొందితిరి."* యేసు మానవమలయొక్క సమస్త పాపములను విడిపించెను గనుక స్వస్థత నొందితిరి అను ఖచ్చితమైన మాటను వాడిరి.

యేసు కొరడాలతో కొట్టబబడి, తన రక్తమును చిందించి మన రోగములను వ్యాధులను భరించెను అన్న సత్యమును మనము నిర్వివాదాంశముగ నమ్మినప్పుడు ఇంకా మనలో కొందరు ఎందుకు రోగములచే బాధపడుచున్నారు?

నిర్గ 15:26లో, *"మీ దేవుడైన యెహోవా వాక్కును శ్రద్ధగా విని ఆయన దృష్టికి న్యాయమైనది చేసి, ఆయన ఆజ్ఞలకు విధేయులై ఆయన కట్టడలన్నిటిని అనుసరించి నడచిన యెడల, నేను ఐగుప్తీయులకు కలుగజేసిన రోగములలో ఏదియు మీకు రానియ్యను; నిన్ను స్వస్థపరచు యెహోవాను నేనే."* అని చెప్పెను. అనగా దేవుని దృష్టిలో ఏది సరియైనదో దానిని చేసినప్పుడు, ఏ రోగము నిన్ను బాధపరచదు, ఏలయనగా దేవుడు మండుచున్న అగ్నివంటి కళ్ళతో నిన్ను వాటినుండి భద్రపరచును.

ఒక ఉదాహరణ చూద్దాము. మీ బిడ్డ పొరుగువారి బిడ్డచే కొట్టబడి ఏడ్చుకుంటూ ఇంటికి వచ్చినప్పుడు, వారి విశ్వాసమును బట్టి తల్లిదండ్రుల ప్రతిస్పందన వైఖరి చాలా వ్యత్యాసముగ నుండవచ్చును.

ఒకరు తన బిడ్డకు ఇలా చెప్పవచ్చును: "ఎప్పుడు ఎందుకు ఇతరులచే తన్నులు తింటావు? నిన్ను ఒకటి కొడితే నీవు తిరిగి రెండు లేక మూడు సార్లు కొట్టవలసి వుంది." ఇంకొక తల్లిదండ్రులు వారి బిడ్డను కొట్టిన బిడ్డయొక్క తల్లిదండ్రుల

దగ్గరకు వచ్చి వారికి ఫిర్యాదు చెయ్యవచ్చును. మరియొక తల్లిదండ్రులు ఈ పేమీ చెయ్యక వారి హృదయములలో కోపముతో మండిపడుచు ఉండవచ్చు.

అయితే దేవుడు, కీడును మేలుతో జయించమని చెప్తున్నారు, నీ శత్రువులను సహా ప్రేమించమని ప్రతివారితో సమాధానము కలిగియుండమని, *"నేను మీతో చెప్పునదేమనగా, దుష్టుని ఎదిరింపక నిన్ను కుడిచెంపమీద కొట్టువాని వైపునకు ఎడమచెంపకూడ త్రిప్పుము"* (మత్తత 5:39).

కాబట్టి, నీవు దేవుని దృష్టికి సరియైనది చేసినప్పుడు, దేవుని ఆజ్ఞలను తీర్పులను పాటించుట కష్టముకాదు. నీవు ప్రార్థనచేస్తూ నీవు చెయ్యగలిగినదంతా చేస్తుంటే, దేవుని కృప మరియు శక్తి నీ మీదకు వచ్చి పరిశుద్ధాత్మ సహాయం వలన నీవు ఏదైనా చెయ్యగలవు.

నీవు పాపమును విసర్జించి దేవుని దృష్టిలో సరియైనది చేసినప్పుడు, వ్యాధి నీ మీదికి రాలేదు. వ్యాధులు నీ మీదకు వచ్చినప్పటికి, దేవుని దృష్టిలో సరియైనదేదో పరీక్షించుకొని వాటికొరకు హృదయమంతటితో పశ్చాత్తాపపడినప్పుడు స్వస్థపరచు దేవుడు నీ పాపములను క్షమించి నిన్ను పూర్తిగా స్వస్థపరచును.

దేవుడు సర్వశక్తుడని నీ పెదవులతో నీవు ఒప్పుకొనినప్పటికి నీకు ఏదైనా సమస్యవచ్చినప్పుడు లేక ఒంట్లో బాగోనప్పుడు నీవు లోకము మీద ఆధారపడి హాస్పటల్‌కు వెళ్ళినట్లయితే, దేవుడు నీతో సంతోషంగా ఉండలేడు ఎందుకనగా నీవు సర్వశక్తుడైన దేవునిని పూర్తిగా నమ్మలేదు (2 వ దిన 16).

ముళ్ళకిరీటమును ధరించుకొనుట

కిరీటమనేది ఒక రాజుకు రాజవస్త్రములతో ఉండేది. యేసు దేవునియొక్క కుమారుడు, రాజాధిరాజు,ప్రభువులకు ప్రభువు అయినప్పటికి, వెండి బంగారుతో చేసిన అందమైన కిరీటమునకు బదులు పొడవాటి గట్టి ముళ్ళతో చేసిన కిరీటమును ధరించెను.

అప్పుడు అధిపతియొక్క సైనికులు యేసును అధికార మందిరములోనికి తీసుకొనిపోయి ఆయన యొద్ద సైనికు లందరిని సమకూర్చిరి. వారు ఆయన వస్త్రములను తీసివేసి, ఎఱ్ఱని అంగీ తొడిగించి ముళ్ళ కిరీటమును అల్లి ఆయనకు తలకు పెట్టి, ఒక రెల్లు ఆయన కుడిచేతిలో నుంచి ఆయన యెదుట మోకాళ్ళూని—యూదుల రాజా నీకు శుభమని ఆయనను అపహసించి ఆయన మీద ఉమ్మి వేసి, ఆ రెల్లును తీసుకొని దానితో ఆయనను తలమీద కొట్టిరి. ఆయనను అపహసించిన తరువాత ఆయన మీదనున్న ఆయన అంగీని తీసివేసి ఆయన వస్త్రములను ఆయనకు తొడిగించి, సిలువ వేయుటకు ఆయనను తీసుకొని పోయిరి (మత్త 27:27-30).

రోమా సైనికులు ముళ్లను కలిపి మెలిపెట్టి ఒక చిన్న కిరీటమును యేసుకు చేయించి, గట్టిగా నొక్కి ఆయన తలమీద పెట్టిరి. కనుక ఆయన తలమీద నుదుటిమీద ముళ్ళు గీరుకుంటూ రక్తము ఆయన ముఖము మీదికి కారెను. ఒక్కగానొక్కడైన తన కుమారుని ముళ్ళకిరీటము ధరించుకొనుటకు, శిక్షబాధను అనుభవించి తన రక్తమును కార్చుటకు సర్వశక్తుడైన దేవుడు ఎందుకు అనుమతించెను?

తలంపులలో మనము చేసిన పాపమునుండి విడిపించుటకు యేసు ముళ్ళకిరీటమును ధరించెను.

మానవుడు దేవునిచేత సృజించబడినప్పుడు, ఆయనతో

మాటలాడి ఆయన మాటకు లోబడి ఒక్క పాపముకూడ చేయ్యలేదు ఏలాగనగా అతడు ఎప్పుడూ దేవుని చిత్తానుసారముగ ఆలోచించి ఆయనకు లోబడి ఉండినవాడు.

అయినా, ఒక్కసారి అతను సర్పము చేత శోధింపబడి సాతాను ఇచ్చిన తలంపును తీసుకొనినప్పుడు వెంటనే అతడు పాపము చేసెను. అంతకు ముందెన్నడూ మంచి చెడ్డలను గురించి తెలివినిచ్చు వృక్షఫలమును తినాలనే తలంపు కలుగలేదు. శోధించబడిన తరువాత, అది ఆహారమునకు మంచిదిగాను కన్నులకు అందమైనదిగాను, వివేకమిచ్చు రమ్యమైనదిగాను ఉండుట చూసి దానిని తినెను.

అదేరీతిగా, సాతాను, మొదటి ఆదామును హవ్వను దేవునికి అవిధేయులుగ ఉండునట్లు నడిపించినవాడు, ఇప్పుడు తలంపులలో నీవు పాపముచేయునట్లు నిన్ను నడిపించుచున్నాడు.

మానవుని మెదడులో, జ్ఞాపక శక్తి కొరకు కణములున్నవి. పుట్టినప్పటినుండి, నువ్వు చూసినవి, విన్నవి, నేర్చుకొన్నవి ఇవన్నీ జ్ఞాపకశక్తి కణములలో కొన్ని ఖచ్చితమైన సంఘటనలు, మనుష్యులు, మాటలు ఇవన్నీ నీ స్వంత అనుభూతులతో పెట్టబడియున్నవి. దీనిని మనము "తెలివి" అని అందుము. "తలంపు" అని మనము అనేది ప్రాణము యొక్క కోరయ ద్వారా దాచబడిన సమాచారమును ఒక పద్దతిలో తిరిగి ఉత్పత్తిచేయుట.

ప్రజలు రకరకములైన వాతావరణములలో పెరిగిపోయిరి. వారు చూసినది, విన్నది, నేర్చుకున్నది, ఒకరికొకరికి వ్యత్యాసముగ ఉండుటయేగాక మెదడులో పెట్టబడినదానికి చాలా వ్యత్యాసమున్నది. ఒకవేళ వారు చూసినది, విన్నది, నేర్చుకున్నది ఒకటే అయినా, ప్రతివారికి ఒక సమయంలో వారి వారి అనుభూతులు కలిగియుండి ప్రజలు వివిధరకములైన విలువలు కలిగియుండుట అనివార్యమై యున్నది.

దేవుని వాక్యము మాత్రము చాలా సార్లు మన తెలివి సిద్ధాంతముల అనుసారముగ నుండదు. ఉదా: నీవుగాని హెచ్చించబడాలని కోరినట్లయితే ఇతరులను గెలుచుటకు అన్ని రకములైన పద్దతులు నీవు తీసుకోవాలి. అయినప్పటికి, ఎవడైనా తన్ను తాను తగ్గించుకొంటే దేవుడు వానిని హెచ్చించును అని నేర్పించుచున్నది. (మత్త 23:12)

శత్రువును ద్వేషించుట అనేది చాలా సామాన్యమని అనేక మంది ప్రజలు అనుకుంటారు, కానీ దేవుడు చెప్తున్నారు "నీ శత్రువును ప్రేమించుము" మరియు "నీ శత్రువు ఆకలిగొని యుంటే, భోజనము పెట్టుము; అతడు దాహముగొనియుంటే, అతనికి దాహమిమ్ము."

దేవుని తలంపులు ఆత్మానుసారమైనవి, మానవుని తలంపులు శరీరానుసారమైనవి. సాతాను నీకు శరీరసంబంధమైన తలంపులనిచ్చును, దానిని బట్టి నీవు దేవుని తప్పించుకొనునట్లు నిన్ను శోధించును, నిజమైన విశ్వాసమును పొందకుండా నిన్ను ఆటంకపరచును, మరియు లోకసంబంధమైన మార్గములలోకి చివరకు పాపము చేయుటకు నిత్యనరకమునకు వెళ్ళిపోవునట్లు చేయును.

మత్త 16:21లో మరియు తరువాత వచనములలో, యేసు అనేక శ్రమలను భరించి సిలువపైన చనిపోయి మూడవ దినమున సజీవుడుగా తిరిగిలేచుట ఇవన్నీ తన శిష్యులకు వివరించెను. ఇది విన్న పేతురు, యేసును ప్రక్కకు తీసుకువెళ్ళి ఆయనను గద్దించడం ప్రారంభించి, *"ప్రభువా అది నీకు దూరమగును గాక, అది నీ కెన్నడును కలుగదని"* ఆయనను గద్దింపసాగెను(వ.22). అయితే ఆయన పేతురు వైపు తిరిగి *"సాతానా, నా వెనుకకు పొమ్ము, నీవు నాకు అభ్యంతర కారణమైయున్నావు; నీవు మనుష్యుల సంగతులనే తలంచు చున్నావు గాని దేవుని సంగతులను తలంపక యున్నావు అని"* పేతురుతో చెప్పెను (వ.23). యేసు కోపముతో

"సాతానా నా వెనుకకు పొమ్ము," చెప్పెను. ఇలా చెప్పుటలో పేతురు సాతాను అని కాదు, కానీ సాతాను దేవుని పనిని ఆటంకపరచుటకు పేతురు యొక్క తలంపులలో పనిచేసెను.

ఇది ఇలా జరుగుటకు దేవుని చిత్తానుసారముగ యేసు మానవ జాతి రక్షణకై సిలువను మోయవలసియుండగా, పేతురు తన శరీరాను సారమైన తలంపులతో దేవుని చిత్తమును తప్పించుటకు ప్రయత్నించెను.

అపోస్తలుడైన పౌలు 2వ కొరింథి 10:3-6 లో:

మేము శరీరధారులమై నడుచుకొనుచున్నను శరీరప్రకారము యుద్ధము చేయము. మా యుద్ధోపకరణములు శరీరసంబంధ మైనవి కామగాని, దేవునియెదుట దుర్గములను పడద్రోయ జాలినంత బలము కలవై యున్నవి. మేము, దేవుని గూర్చిన జ్ఞానమును అడ్డగించు ప్రతి ఆటంకమును పడద్రోసి, ప్రతి ఆలోచనను క్రీస్తుకు లోబడునట్లు చెరపట్టి మీరు సంపూర్ణ విధేయతను కనుపరచినప్పుడు సమస్తమైన అవిధేయతకు ప్రతి దండనచేయ సిద్ధపడియున్నాము.

దేవుని రాజ్యమునకు వ్యతిరేకముగ స్థిరపరచబడి తరచుగా పని చేస్తున్న నీ స్వంత వాదములను తర్కములను నీవు పగుల గొట్టవలెను. సత్యమునకు అనుసారముగ జీవించు నిమిత్తము ప్రతి ఆలోచనను చెరపట్టి క్రీస్తుకు లోబడునట్లు చేయుము. అప్పుడు నీవు ఆత్మసంబంధమైన మనుష్యునిగాను విశ్వాసము గలవానిగాను అగుదువు.

శరీరానుసారమైన ఆలోచన సత్యమునకు విరోధమైనది గనుక ఒకరు నిన్ను కొట్టినప్పుడు నీ పరువు కాపాడుకొనుటకు రెండింతలు కొట్టుట అనే ఆలోచనను నీవు తీసివారవేయవలయును.

కాబట్టి నీ ఆలోచనల ద్వారా వచ్చు ప్రతివిధమైన

పాపములను నీవు విసర్జించవలెను. పాపముయొక్క సమస్యను పూర్తిగ సరిచేసుకొనుటకు మొదట నీవు శరీరాశ, నేత్రాశ, జీవపుడంబమును విడిచిపెట్టవలెను. ఇలాంటి అసత్యమైన ఆలోచనలలో సాతాను ఆనందించును.

శరీరాశ అనునది దేవుని చిత్తమునకు వ్యతిరేకమైనవి మనసులో లేచే ఆలోచనలు, కోరికలు. గలతి 5:19-21 అలాంటి కోరికలు ఇవ్వబడెను:

> *శరీరకార్యములు స్పష్టమైయున్నవి, అవేవనగా, జారత్వము, అపవిత్రత, కాముకత్వము, విగ్రహారాధన, అభిచారము, ద్వేషములు, కలహము, మత్సరములు, క్రోధములు, కక్షలు, భేదములు, విమతములు, అసూయలు, మత్తతలు, అల్లరితో కూడిన ఆటపాటలు మొదలైనవి. వీటినిగూర్చి మునుపు చెప్పిన ప్రకారము ఇట్టి వాటిని చేయువారు దేవుని రాజ్యమును స్వతంత్రించుకొననేరరని మీతో స్పష్టముగ చెప్పు చున్నాను.*

దేవుడు విడిచిపెట్టమన్నది నీవు చేయుటకు ఆశపడేది శరీరాశే.

ఒకని నేత్రాశ అనగా అతడు చూచినదానిని బట్టి వినినదానిని బట్టి బహుగా ప్రభావితము చెంది తన మనసులో రేగిన కోరికలను వెంబడించుటకు ప్రారంభించును. ఒకడు లోకమును ప్రేమించినప్పుడు, ఈ కోరికలు అతనికి విలువైనవిగ కనపడి, అతడు ఇంక దేనితోను సంతృప్తిచెందడు.

పాపిష్టుడైన మానవుడు తన నేత్రాశను తృప్తిపరచుటద్వారా ఈ లోకసంబంధమైన సంతోషమును పొందుటకు వెంటాడినప్పుడు ఒక డంబమైన మనసు అతనిలో పైకివచ్చును. దీనిని జీవపు డంబము అని పిలచెదము.

సమస్త అవినీతినుండి, అక్రమమునుండి, కీడునుండి మనలను

విడిపించుటకు యేసు తలపై ముళ్ళకిరీటమును ధరించి తన రక్తమును కార్చెను. నిందారహితమైన, మచ్చలేని యేసు రక్తము మాత్రమే మనలను మన పాపములనుండి విడిపించెను. మన తలంపుల ద్వారా చేసిన పాపములనుండి ఆయన తలమీద ముళ్ళకిరీటము ధరించి తన రక్తము కార్చుట ద్వారా మనలను విమోచించెను.

రెండవదిగ, పరలోకములో మనుష్యులు శ్రేష్టమైన కిరీటములను ధరించుటకు యేసు ముళ్ళకిరీటమును ధరించెను.

యేసు ముళ్ళకిరీటమును ధరించుటకుగల మరియొక కారణము నీవు మరి శ్రేష్టమైన కిరీటములను పొందుకొనుటకు. ఆయన నిన్ను నీ దారిద్ర్యమునుండి విమోచించి నీకు సంపద ఇచ్చుటకు ఆయన బీదరికమును అనుభవించి, పరలోకములో నువ్వు మరి శ్రేష్టమైన కిరీటములను ధరించుటకు ఆయన ముళ్ళకిరీటమును ధరించెను.

పరలోకములో దేవుని బిడ్డలకు లెక్కలేనన్ని కిరీటములు సిధ్ధపరచబడుచున్నవి. బంగారు పథకములు, వెండి పథకములు, కంచు పథకములు వారివారి పరుగుపందెములో విజయులైనవారికి ఇచ్చుటకు అనేకమైన బహుమానములున్నవి. అలాగే పరలోకములో వివిధరకములైన కిరీటములు గలవు.

1 వ కొరింథీ 9:25లో చెప్పినట్లుగ అక్కడ నశింపని కిరీటములు ఉన్నవి: "మరియు పందెమందు పోరాడు ప్రతివాడు అన్ని విషయము లయందు మితముగా ఉండును. వారు క్షయమగు కిరీటమును పొందుటకును మనమైతే అక్షయమగు కిరీటమును పొందుటకును మితముగా ఉన్నాము." దేవుని బిడ్డలైనవారు ఎవరైతే వారి పాపములను తీసివారవేస్తారో వారికి అక్షయమైన కిరీటము సిధ్ధపరచ బడుచున్నది. తమ పాపములను తీసి వారవేసి దేవుని వాక్యమునకు లోబడి ఆయనను మహిమపరచువారికి

దేవుడు మహిమా కిరీటమును సిద్ధపరచు చున్నారు (1 పేతు 5:4). దేవునిని అధికముగా ప్రేమించి, మరణము వరకు ఆయనకు నమ్మకస్తులై యుండి ప్రతి విధమైన కీడును విసర్జించినవారికి కూడ మహిమా కిరీటము సిద్ధపరచ బడుచున్నది (యాకో 1:12; ప్రక 2:10).

వారి సమస్తమైన పాపములను వారు విసర్జించి దేవుని చిత్తమును సంపూర్ణముగ నెరవేర్చి వారి కార్యములను నెరవేర్చి పరిశుద్ధులుగ మారినటువంటి పౌలు వంటివారికి మహిమా కిరీటము ఇవ్వబడుతుంది (2 వ తిమో 4:8).

ప్రక 4:4లో వివరించబడినట్లుగ *"సింహాసనముచుట్టు ఇరువది నాలుగు సింహాసనములుండెను, ఈ సింహాసనములందు ఇరువది నలుగురు పెద్దలు తెల్లని వస్త్రములు ధరించుకొని, తమ తలలమీద సువర్ణ కిరీటములు పెట్టుకొనినవారై కూర్చుండిరి."* నూతన యెరూషలేములో దేవునికి సహకరించునంత స్థాయికి పెరిగిన పెద్దలైన వారికి సువర్ణ కిరీటములు సిద్ధపరచబడుచున్నవి.

ఇక్కడ, "పెద్దలు" అంటే ఈ లోకములో చర్చిలలో వ్యక్తులకు ఇచ్చిన బిరుదులను గురించి చెప్పుటలేదు, కానీ దేవునిచేత గుర్తించబడినవారు, ఎందుకనగా వారు పరిశుద్ధులు దేవుని గృహములో నమ్మకముగ నుండి మార్పుచెందని సువర్ణ విశ్వాసము గలిగినవారు.

పాపములను విసర్జించి దేవుని కార్యములను చేయుమేరకు దేవుని బిడ్డలకు దేవుడు వివిధరకములైన కిరీటములనిచ్చును. దేవుని వాక్యప్రకారము నడచుకొనుచు పాపస్వభావముయొక్క కోరికలను తీర్చుకొనుటను గురించి ఆలోచించక, ఆత్మచేత జీవించుచు వారి ప్రాణములు సరియైన రీతిలో నడిపించుకొని (గలతీ 5:16), మరియు వారి కర్తవ్యమును విధిని నమ్మకముగ జరిగించినట్లయితే దేవుని పిల్లలు పరలోకములో హెచ్చించబబడి శ్రేష్టమైన కిరీటములను పొందుకొనెదరు (రోమా13:13-14),

అలాగే, నీమ తలంపులతో చేసిన పాపములన్నిటి నుండి నిన్ను విడిపించుటకు యేసు ముళ్ళకిరీటమును ధరించి రక్తమును కార్చెను. నీ విశ్వాస పరిమాణము కొలది మరియు నీ కర్తవ్య నిర్వహణను బట్టి ఆయన నీకు పరలోకములో నీకిచ్చుటకు కిరీటములను సిధ్దపరచు చుండగా నీ వెంత కృతజ్ఞత గలిగియుండవలెను!

కాబట్టి, కిరీటములను పొందుటకు అర్హతపొందుట ఎంత మహిమకరమో నీమ గ్రహించవలెను. మరియు నీ ప్రభువు యొక్క హృదయము కలిగియుండి ప్రతివిధమైన కీడును విసర్జించి, నీ కర్తవ్యమును బాగుగ చేసుకొని, దేమని గృహకార్యములలో నమ్మకస్తుడవై ఉండవలెను. నీమ పరలోకములో శ్రేష్టమైన కిరీటమును నీమ పొందుకుందువని నేను ఎదురుచూస్తున్నాను.

యేసుయొక్క వస్త్రములు మరియు అంగీ

యేసుకు ముళ్ళకిరీటము ఒకటి ధరింపజేసి కొరడాలతో బహుగా కొట్టుటవలన శరీరమంతా రక్తమయమై గొల్గొతా అను ఒక సిలువవేయు స్థలమునకు తీసుకొని వచ్చిరి. రోమా సైనికులు యేసును సిలువ వేసినప్పుడు, వారు ఆయన వస్త్రములను తీసుకొని వాటిని నాలుగు భాగములనుగా పంచుకొని ఒక్కొక్కరు ఒక్కొక్కటి తీసుకొనిరి, కానీ అంగీని చింపక దానికి చీట్లువేసిరి.

సైనికులు యేసును సిలువవేసిన తరువాత ఆయన వస్త్రములను తీసుకొని ఒక్కొక్క సైనికునికి ఒక్కొక్క భాగము వచ్చునట్లు వాటిని నాలుగు భాగములను చేసిరి.; ఆయన అంగీని కూడ తీసుకొని, ఆ అంగీ కుట్టులేక పైనుండి యావత్తు నేయబడినది గనుక, వారు దానిని చింపక అది ఎవనికి వచ్చునో

అని దానికోసరము చీట్లు వేయుదమని యొకరితో ఒకరు చెప్పుకొనిరి. "వారు నా వస్త్రములను తమలో పంచుకొని నా అంగీ కోసరము చీట్లు వేసిరి." యేసుయొక్క వస్త్రములగురించి అంగీ గురించి దేమని వాక్యము వివరముగ ఎందుకు వివరిస్తున్నది? క్రీస్తు పుట్టక పూర్వము 70వ శతాబ్దము నుండి ఇశ్రాయేలు యొక్క చరిత్ర ఈ సంఘటనలతో ఆత్మసంబంధమైన అర్ధమునకు లోతుగ చెక్క బడినది.

యేసుయొక్క వస్త్రములగురించి అంగీ గురించి దేమని వాక్యము వివరముగ ఎందుకు వివరిస్తున్నది? క్రీస్తు పుట్టక పూర్వము 70వ శతాబ్దము నుండి ఇశ్రాయేలు యొక్క చరిత్ర ఈ సంఘటనలతో ఆత్మసంబంధమైన అర్ధమునకు లోతుగ చెక్క బడినది.

వస్త్రహీనునిగ సిలువవేయుట

మత్తయి 27:22-26 ప్రకారము, యేసును మెస్సయ్య అని యెరుగక ఇశ్రాయేలీయుల అభ్యర్ధన ప్రకారము ఆయనను అనేక విధములుగ అపహసించి తృణీకరించి, పొంతి పిలాతుచేత యేసును సిలువ వేయుటకు శిక్షవిధింపజేసిరి.

అపహసించబడి, విసర్జింపబడిన తరువాత ముళ్ళకిరీటము ధరించి గొల్గొత వరకు సిలువను భరించి అక్కడ సిలువవేయ బడెను. పిలాతు సైనికులను పిలిచి ఆయన చేసిన నేరమును తలపైన వ్రాసి పెట్టమని ఆజ్ఞాపించెను, *"ఈయన యేసు యూదుల రాజు"* (మత్త 27:37).

ఈ విషయము హెబ్రూ, లాటిన్, గ్రీకు భాషలలో వ్రాయబడెను. హెబ్రూభాష దేమనిచే ఎన్నుకొనబడిన యూదుల వాడుక భాష. ఆ

రోజులలో మహా శక్తివంతమైన దేశము రోమా సామ్రాజ్యము. ఆ రాజ్యము యొక్క అధికారిక భాష లాటిన్, గ్రీకు భాష ప్రపంచ నాగరికతను ఆధిపత్యము వహించినది. కాబట్టి ఈ మూడు భాషలలో ఆ నోటీసు వ్రాయబడినది దానిని బట్టి యేసును యూదుల రాజుగాను రాజాధిరాజుగాను సర్వలోకము గుర్తించినట్లుగ సూచిస్తున్నది.

ఆ నోటీసు చదివిన తరువాత, యోహా 19:21-22లో, చాలామంది యూదులు "యూదుల రాజు" అని వ్రాయకూడదని దానికి బదులు 'నేను యూదుల రాజు' "అని అతడు చెప్పినట్లు" వ్రాయమని పిలాతుకు అభ్యంతరము చెప్పిరి. ఏమయినప్పటికి, పిలాతు, "నేను వ్రాసినదేమో వ్రాసితిని," అని వారికి జవాబిచ్చి దానిని మార్చకుండా వెళ్ళిపోయెను. దీనర్థము పిలాతు సహితము యేసును యూదుల రాజుగ గుర్తించెను.

యూదుల రాజుగ యేసును పిలాతు గుర్తించిగా, ఆయన నిజముగా దేవుని జనితైక కుమారుడు, రాజులరాజు, ప్రభువులకు ప్రభువు అయి ఉన్నారు. ఏమయినప్పటికి, అనేకమంది ఆయనను గమనించు చుండగా, యేసుయొక్క వస్త్రములు అంగీను తీసివేసి సిలువలో ఆయనను సిలువవేసిరి. ఇలాంటి విధానములో, ఆయన హృదయము బ్రద్దలైపోయే రీతిగ ఆయన ఈ సిగ్గంతా భరించెను.

మానవుని బాధ్యత ఏమిటో ఎరుగకుండా ఈ లోకములో మనము జీవించుచున్నాము. ప్రతివిధమైన సిగ్గునుండి, మురికి విషయముల నుండి, దుష్టత్వమునుండి, అక్రమమునుండి, అవినీతి నుండి మనలను విడిపించుటకు, రాజాధిరాజైన యేసు యొక్క వస్త్రములను మరియు ఆయన అంగిని తీసివేయగా అనేకమంది ఆయనను చూస్తుండగా ఆయన సిగ్గును అనుభవించెను. నీవుగాని దీనియొక్క ఆత్మ సంబంధమైన అర్థమును గ్రహించినట్లయితే, నువ్వు ఏమిచెయ్యలేవు కాని

దీనికి కృతజ్ఞత కలిగియుందుము.

యేసుయొక్క వస్త్రములను నాలుగు భాగములుగ పంచుకొనిరి.

రోమా సైనికులు యేసుయొక్క వస్త్రములను తీసివేసి ఆయనను సిలువవేసిరి. వారు ఆయన వస్త్రములను నాలుగు భాగములుగ చేసిరి, కానీ ఆయన అంగీకి మాత్రము చీట్లువేసిరి.

ఆయన యొక్క వస్త్రములు ఖరీదైనవికావు మరియు అందమైనవి కావు అనేది సామాన్యమైన జ్ఞానము. అటువంటప్పుడు సైనికులు ఎందుకు నాలుగు భాగములుగ చేసి పంచుకొనిరి?

యేసు మెస్సయ్యగ గౌరవించబడునని వారి భవిష్యత్ జ్ఞానములో వారికిది తెలునా, ఈ వస్త్రముముక్క ఎంతో ధననిధివంటిదని వారి తరమువారికి ఇవ్వడానికా? కాదు, విషయము అదికాదు.

కీర్త 22:18 లో ప్రవచించబడినది, *"వారు నా వస్త్రమును పంచుకొందురు –వారు దానిని చింపక అది ఎవనికి వచ్చునో అని దానికోసరము చీట్లు వేయుదమని యొకరితో ఒకరు చెప్పుకొనిరి."* ఈ మాట నెరవేరునట్లు ఆయన వస్త్రములను తీసుకొనుటకు దేమడు రోమా సైనికులను అనుమతించెను (యోహా 19:24).

తరువాత, యేసుయొక్క వస్త్రములలో ఆత్మసంబంధమైన అర్ధము ఏమియున్నది? వారు యెందుకు నాలుగు భాగములనుగ చేసి ఒకక్కొకరికి ఒకక్కొకటి కావాలనా? మరి ఎందుకు వారు ఆ అంగీని విభాగింపలేదు? ముందుగా వ్రాయబడిన ఈ విషయమును ఎందుకు దేమడు అనుమతించెను?

యేసు యూదుల రాజు గాబట్టి, యేసు యొక్క దుస్తులు ఇశ్రాయేలు దేశమును గాని యూదులైన వారిని గురించి గాని సూచించ బడుచున్నది. రోమా సైనికులు ఆ వస్త్రములను నాలుగు భాగములుగ చేసినప్పుడు, ఆ వస్త్రములయొక్క ఆకారము పాడైపోయినది. అనగా ఇశ్రాయేలు దేశము నాశనము చేయబడును అని అర్థమిస్తున్నది. వస్త్రముల భాగములు నాలుగు ఉండినట్లుగానే ఇశ్రాయేలు పేరు అలాగే ఉండిపోమనని సూచిస్తున్నది. ఆయన వస్త్రములను గురించి వ్రాయబడినది, వారి దేశము విఛ్చిన్నమైపోయె యూదులు అన్ని దిక్కులకు చెదిరిపోమదురని ప్రవచించబడెను.

ప్రవచనము చెప్పబడినట్లు ఈ ప్రవచనము ఇక్కడ పూర్తిగ నెరవేరినది. ఈ ప్రవచనము నెరవేరినదన్న సాక్ష్యము ఇశ్రాయేలు చరిత్ర చెప్పు చున్నది.

యేసు సిలువపై మరణించిన 40 సంవత్సరముల లోపల, టైటస్ అను రోమా సైన్యాధిపతి యెరుషలేమును నాశనము చేసెను. రాతి మీద ఒక్క రాయి లేకుండా దేవాలయమును పూర్తిగ నాశనముచేసెను. ఇశ్రాయేలు దేశము తన ఉనికిని కోల్పోయినప్పుడు, యూదులు ఎక్కడకు బడితే అక్కడ చెల్లాచెదరైపోయి, హింసించబడి, చివరకు చంపబడిరి. ఈ రోజుకు కూడా యూదులు ప్రపంచమంతటా నివసించుటకు కారణము ఇదే.

మత్త 27:23లో, మనకు గగుర్పాటు పుట్టించే దృశ్యము కనబడును, అది దుర్మార్గులైన యూదుల సమూహమునకు యేసు నిరపరాధి యని పిలాతు చెప్పినప్పుడు, దానికి వారు యేసును సిలువ వేయు మని పెద్ద కేకలువేసిరి. ఆ సమయంలో పిలాతు నీరు తీసుకొని తన చేతులు కడుగుకొనెను, దీనిని బట్టి నిరపరాధియైన యేసు యొక్క మరణము విషయమై అతను నిరపరాధియని, "ఈ *నీతిమంతుని రక్తమును గూర్చి నేను నిరపరాధిని; మీరే చూచుకొనుడని*

చెప్పెను." (24వచ) అప్పుడు జనసమూహము"*హని రక్తము మా మీదను మా పిల్లలమీదను ఉండునుగాక!*" అనిరి (25వచ)

ఇశ్రాయేలు చరిత్రలో మూలమ్మైన విషయము చూపించునదేమనగా అనేకమంది యూదులు వారి సంతతివారు పొంతి పిలాతుకు చెల్లించ వలసిన అగత్యమునన్నట్లు వారి రక్తమును కార్చిరి. యేసు మరణము తరువాత నలభై సంవత్సరముల లోపల దాదాపు 11 లక్షలమంది యూదులు ఉచకోత కోయబడిరి. మరియు రెండవ ప్రపంచ యుధ్దములో జర్మనీ యొక్క నాజీ అరవై లక్షలమంది యూదులను చంపెను. "ది సెకెండ్లర్స్ లిస్ట్" అను సినిమా ఎలాగ యూదులైనవారు ఆడా మగా చిన్నా పెద్దా అనే విచక్షణ లేకుండా వివస్త్రులను చేసి చంపిన విషయము మనకు తెలియపరుస్తుంది. చివరకు ఒక దోషిని ఉరితీస్తున్నప్పుడు సహితము తెల్లటి బట్టలు వేసి ఉరితీయుదురు కానీ యూదులను బట్టలు లేకుండా వారిని నరికివేసిరి.

యూదులు యేసును మెస్సయ్య అయిన యేసును బట్టలువిప్పి ఆయనను సిలువవేసిరి."ఆయన రక్తము మామీదను మా పిల్లలు మీదను ఉండుగాక," అని అరచిరి, భయంకరమ్మైన దుస్థితి సంవత్సరాలుగ ఇశ్రాయేలు ప్రజలమీదకు వచ్చెను.

కుట్టులేని యేసుయొక్క అంగీ ఒకేముక్కతో అల్లబడినది

యోహా19:23లో యేసుయొక్క అంగీ గురించి వర్ణించుచున్నది: "*ఆ అంగీ కుట్టబడనిది, ఒకే గుడ్డతో నేయబడినది.*" ఇక్కడ "కుట్టబడనిది" అనగా చాలా వస్త్రపు ముక్కలతో కలిపి కుట్టబడలేదు. చాలామంది ప్రజలు వారి వస్త్రముల విషయమ్మై అవి ఎలా కుట్టబడ్డాయో, అవి పైనుండి క్రిందికి అల్లినవా లేక

క్రిందనుండి పైకి అల్లినవి అనే విషయము వారు శ్రద్ధతీసుకొనరు. అటువంటప్పుడు బైబిలు ఎందుకు యేసుయొక్క అంగీ విషయము ఇంత విపులముగ చెప్పుచున్నది?

మానవ జాతికి పితరుడైన ఆదాము, విశ్వాసమునకు తండ్రియైన అబ్రాహాము, ఇశ్రాయేలుకు పితరుడైన యాకోబు అని బైబిలు చెప్పుచున్నది. ఇశ్రాయేలుయొక్క పితరుడు అబ్రాహాము కాదు గాని యాకోబని దేవుడు మనకు నేర్పించెను, ఏలయనగా ఇశ్రాయేలు యొక్క పన్నెండు గోత్రములు యాకోబు యొక్క పన్నెండుమంది కుమారులనుండి వచ్చిరి. విశ్వాసులకు తండ్రి అబ్రాహాము అయినప్పటికి ఇశ్రాయేలు దేశముయొక్క వ్యవస్థాపకుడు యాకోబు.

దేవుడు యాకోబును దీవించెను. ఆది 35:10-11లో ఈ రీతిగా వ్రాయబడియున్నది:

> *"నీ పేరు యాకోబు; ఇకమీదట నీ పేరు యాకోబు అనబడదు నీ పేరు ఇశ్రాయేలు." అని చెప్పి అతనికి ఇశ్రాయేలు అని పేరు పెట్టెను. మరియు దేవుడు—"నేను సర్వశక్తిగల దేవుడను"; నీవు ఫలించి అభివృద్ధి పొందుము; జనమును జనముల సమూహమును నీవలన కలుగును; రాజులును నీ గర్భ వాసమున పుట్టెదరు.*

ఈ వచనములలో దేవుని వాక్యప్రకారము, యాకోబు పన్నెండు మంది కుమారులు ఇశ్రాయేలుకు వెన్నెముక వంటివారు, అయితే రాజైన రెహబాము కాలములో ఉత్తరమున ఇశ్రాయేలుగాను మరియు దక్షిణమున యూదాగాను చీలిపోవు వరకు అది ఐక్యమైన దేశముగ నుండినది.

తరువాత, ఉత్తరమున ఇశ్రాయేలు అన్యులతో కలసిపోయెనది కాని యూదా ఐక్యదేశముగనే ఉండిపోయెనది. ఈరోజున యూదా

ప్రజలుయూదులు అని పిలువబడుతున్నారు. యేసుయొక్క అంగీ కుట్టులేక పైనుండి క్రిందివరకు ఒకే వస్త్రముతో నేయబడినదన్న నిజము, అనగా ఇశ్రాయేలు దేశము ఈ రోజువరకు యాకోబుయొక్క సంతతి వారిగ తనయొక్క ఐక్యతను గుర్తింపును కాపాడుకొనియున్నది.

యేసుయొక్క అంగీని చింపకుండా దాని కొరకు చీట్లువేయుట

ఇక్కడ, అంగీ ప్రజలయొక్క హృదయమును సూచిస్తున్నది. యేసు ఇశ్రాయేలుకు రాజు, ఆయన యూదుల యొక్క హృదయము.

వారి పితరుడైన అబ్రాహాము యొక్క విశ్వాసము ద్వారా ఇశ్రాయేలీయులను దేవుడు ఎన్నుకొనెను, వారు సత్య దేవుని సమస్తమునకు మించి ఆరాధించిరి. అంగీని చించకుండ ఉండుటలో ఉన్న సత్యము ఇశ్రాయేలీయులైన యూదుల యొక్క ఆత్మ దేవుని ఆరాధించుటకు భద్రపరచబడియున్నది. ఇశ్రాయేలు దేశము వారి ప్రభుత్వము అనేక సార్లు పతనమైపోయినప్పటికి ముక్కలుగ చేయబడకుండ జాగ్రత్తగా కాపాడపడినది.

వాస్తవమునకు, బైబిలు ప్రవచించినట్లుగ అన్యజనులైనవారు ఇశ్రాయేలీయుల హృదయములలో లోతుగ నాటబడిన ఆత్మను నాశనముచేయలేకపోయిరి. మరియొక మాటలో చెప్పాలంటే, అన్యజనులచేత ఇశ్రాయేలు దేశము నాశనముచేయబడినప్పటికి దేవుని పట్ల వారి హృదయములు స్థిరముగ నున్నవి. అలాంటి మార్చబడజాలని హృదయము కలిగియుండుటనుబట్టి, దేవుడు తన స్వంత ప్రజలనుగా ఎన్నుకొని ఆయన రాజ్యమును నీతిని స్థాపించుటకు వారిని వాడుకొనెను.

ఈ రోజుకు కూడ, ఇశ్రాయేలీయులు వారి మారనటువంటి

హృదయము గలిగి న్యాయమునకు లోబడుటకు ప్రయత్నించువారు. ఏలయనగా వీరు మార్చజాలని హృదయము గలిగిన యాకోబు యొక్క సంతతివారు. ప్రపంచమంతా ఆశ్చర్యపోమనట్లు, అనేక సంవత్సరాల క్రితము వారు పోగొట్టుకున్న స్వాతంత్ర్యమును 1948వ సంవత్సరము మే నెల 14వ తేదీన, వారు పొందిరి. అటుతరువాత అభివృద్ధిచెంది పరపతి గల దేశములలో ఒక దేశముగ వారు చాలా త్వరితముగ అభివృద్ధిచెందిరి, మరియొకసారి వారి దేశముయొక్క ఆత్మను శ్రేష్టతను కనుపరచిరి.

రోమా సైనికులు కుట్టబడని ఒకే వస్త్రముతో పైనుండి క్రిందికి నేయబడిన యేసుయొక్క దుస్తులను పంచుకోలేకపోయినట్లుగ, అన్యజనులైనవారు దేమని ఆరాధించు ఇశ్రాయేలీయుల ఆత్మను నాశనము చెయ్యలేక పోయిరి. యాకోబు సంతతివారైన ఇశ్రాయేలీయులు ఒక స్వాతంత్ర్యదేశమును స్థిరపరచుకొని ఆయన ఎన్నుకున్న బిడ్డలుగ దేమనియొక్క చిత్తమును నెరవేర్చిరి.

అంత్యకాలములో ఇశ్రాయేలీయుల గురించి బైబిల్లో ముందుగా చెప్పబడినది

యేసుయొక్క అంగీ మరియు వస్త్రముల ద్వారా దేమడు ఇశ్రాయేలీయుల చరిత్రను ముందుగానే చెప్పెను, మరియు మనము అంత్య దినములలో ఉన్నామని మనకొక ఆనవాలు ఇచ్చెను.

యెహె 38:8-9లో:

"చాలా దినములైన తరువాత నీవు శిక్షనొందుదువు; సంవత్సరముల అంతములో నీవు ఖడ్గమునుండి

తప్పించుకొని, ఆ యా జనములలో చెదరిపోయి యెడతెగక పాడుగా ఉన్న ఇశ్రాయేలీయుల పర్వతములమీద నివసించుటకై మరల సమకూర్చబడిన జనులయొద్దకును, ఆ యా జనములోనుండి రప్పించబడి నిర్భయముగ నివసించు జనులందరియొద్దకును నీవు వచ్చెదవు; గాలివాన వచ్చినట్లును మేఘము కమ్మినట్లును నీవు దేశము మీదికి వచ్చెదవు. నీవును నీ సైన్యమును నీతోకూడిన బహు జనమును దేశము మీద వ్యాపింతురు."

"అనేక దినములైన తరువాత" అను వచనములు యేసు పుట్టిన కాలమునుండి ఆయన రెండవ రాకడ వరకు, మరియు "తరువాత సంవత్సరములలో" యేసుయొక్క రెండవ రాకడకు దగ్గరమతున్న సంవత్సరములు అని భావము."ఇశ్రాయేలుయొక్క పర్వతములు" యెరూషలేమును సూచిస్తున్నవి, అవి సముద్ర నీటి మట్టమునుండి 760 ఎత్తుగ ఏర్పడినవి. కాబట్టి, రాబోవు సంవత్సరములు అన్న మాటకు అనేకమంది అనేక దేశములనుండి పోగుచేయబడుదురని, యేసుయొక్క రాకడ సమయమైనప్పుడు ఇశ్రాయేలీయులు లోకము అంతటినుండి తిరిగివచ్చెదరని ముందుగా చెప్పబడినది.

ఇలా ముందుగా చెప్పబడినది క్రీస్తు పుట్టిన తరువాత 70వ సంవత్సరములో రోమా సామ్రాజ్యము చేత నాశనముచేయబడిన విషయము నెరవేరినది, మరియు 1948వ సంవత్సరములో వారు స్వాతంత్ర్యమును సంపాదించుకొనిరి. ఇశ్రాయేలు స్వతంత్ర దేశము అగువరకు అది ఎంతో నాశనమును అయిపోయినది, కానీ ప్రపంచములో అత్యధిక అభివృద్ధి చెందిన దేశములో ఒకటిగ ఎంచబడునట్లుగ అది అభివృద్ధి పొందినది.

క్రొత్త నిబంధన కూడ ఇశ్రాయేలుయొక్క స్వాతంత్ర్యమును ప్రవచించినది. మత్త 24:32-34లో యేసు ఈ క్రింది విధముగ

నెలవిచ్చెను:

అంజూరపు చెట్టును చూచి ఒక ఉపమానము నేర్చుకొనుడి: అంజూరపుకొమ్మ లేతదై చిగిరించినప్పుడు వసంతకాలము ఇంకా సమీపముగ నున్నదని మీకు తెలియును; అప్రకారమే మీరీ సంగతులన్నీ జరుగుట చూచునప్పుడు, ఆయన సమీపముననే ద్వారము దగ్గరనే యున్నాడని తెలుసుకొనుడి. ఇవన్నియు జరుగువరకు ఈ తరము గతింపదని నేను నిశ్చయముగ చెప్పుచున్నాను.

ఆయనయొక్క రెండవ రాకడ మరియు అంత్యకాలముయొక్క అంతమును గురించి ఆయన శిష్యులు సూచనలు అడిగినప్పుడు, యేసు ఇచ్చిన సమాధానము.

ఇక్కడ అంజూరపు చెట్టు ఇశ్రాయేలును సూచిస్తున్నది. చెట్టుయొక్క ఆకులు పడిపోయి చలిగాలి వీచినప్పుడు, శీతాకాలము సమీపముగనున్నదని తెలియును. అలాగే, అంజూరపు చెట్టుయొక్క కొమ్మలు మృదువై దానికి చిగురులు వస్తున్నప్పుడు అది ఎండాకాలము సమీపని మీకు తెలుసు. ఈ ఉపమానముతో, యేసు ఇశ్రాయేలు పతనమైపోయి చాలా కాలమునకు పునరుద్ధరింపబడిన తరువాత అనగా, ఇశ్రయేలీయులు వారి స్వాతంత్ర్యమును పొందుకున్న తరువాత, యేసుయొక్క రెండవ రాకడ చాల సమీపమని యేసు వారికి వివరించెను.

"ఈ తరము" అని యేసు పలికిన మాట ఎంతకాలమో మనకు తెలియదు కానీ, ఆయన చెప్పినది ఖచ్చితముగ నెరవేరునని నీకు తెలియును. ఇప్పటికే ఇశ్రాయేలీయుల స్వాతంత్ర్యయమును నీమ చూనాము, కాబట్టి యేసుయొక్క రెండవ రాకడ చాలా సమీపముగ నున్నదని తెలుసుకొనుట చాలా సులభము.

అంత్యకాలము యొక్క గురుతులు

మత్త 24లో, శిష్యులు అంత్యకాలమును గురించిన గురుతులు అడిగినప్పుడు, యేసు వివరముగ వారికి చెప్పెను. ఏమయినప్పటికి, ఖచ్చితమైన గడియ దినమును ఆయన చెప్పలేదు గానీ, *"అయితే ఆ దినమును గూర్చియు ఆ గడియను గూర్చియు తండ్రి మాత్రమే యెరుగును గానీ, యే మనుష్యుడైనను పరలోకమందలి దూతమైనను కుమారుడైనను ఎరుగరు"* (మత్త 24:36).

ఆయన శరీరమందు మనుష్య కుమారునిగ ఈ లోకమునకు వచ్చిన వానికి ఆ గడియైనను దినమైనను తెలియదు అని మాత్రమే దీని అర్థము. అంటే త్రిత్వములో ఒకడైయుండి, సిలువ మరణము పొంది పునరుత్థానుడై పరలోకమునకు ఆరోహణమైన యేసుకు తెలియదని కాదు.

అంత్యకాలమును గురించి అనేక గురుతులు చెప్పి, యేసు నిన్ను హెచ్చరిస్తున్నాడు, *"అక్రమము విస్తరించుట చేత అనేకుల ప్రేమ చల్లారును. అంతము వరకు సహించిన వాడెవడో వాడే రక్షింపబడును"* (మత్త 24:12-13).

ఈ రోజున, దుష్టత్వము పెరిగిపోతున్నదని మరియు ప్రేమ తగ్గిపోతున్నదనియు నీవు అనుభూతి చెందవచ్చు. విచ్చని హృదయస్థితి కలిగియుండుట నీవు కనుగొనుట కష్టము. యేసు మత్త 24:14లో, *"మరియు ఈ రాజ్య సువార్త సకల జనములకు సాక్ష్యార్థమై లోకమందంతటను ప్రకటింపబడును, అటుతరువాత అంతము వచ్చును."* సువార్త ఇప్పటికే లోకము నలుమూలలా ప్రకటింపబడినది.

మరియు, మనము ఒక "భౌగోళిక గ్రామము"లో నివసిస్తున్నాము అందులో లోకముయొక్క ప్రతి మూలకు వెళ్ళగలుగు రవాణ మరియు మాటలడుకోవడానికి వీలుకలుగు

స్థితిలో ఉన్నాము. ఈ పరిస్థితి కూడ ముందే దానియేలు 12:4లో చెప్పబడినది: *"నీవు ఈ మాటలను మరుగుచేసి అంత్యకాలమువరకు ఈ గ్రంథమును ముద్రింపుము; చాలామంది నలుదిశల సంచరించినందున తెలివి అధికమగును."* సువార్త ఈ వాతావరణములో లోకమంతా అతి త్వరితముగ వ్యాపించియున్నది.

ఈ సువార్త సర్వలోకమునకు ప్రకటించినప్పటికి, కొంతమంది యేసును అంగీకరించనివారుంటారు ఎందుకంటే వారు వారి హృదయములను తెరవరు. లేక, కొన్ని మారుమూల ప్రాంతములలో సువార్త విత్తనము చల్లబడక పోవచ్చును.

పాత నిబంధన ప్రవచనములన్నీ నెరవేర్చబడెను నూతన నిబంధనలో చాలా ప్రవచనములు దాదాపు చాలావరకు నెరవేర్చబడెను. లేఖనములన్నియు పరిశుద్ధాత్మచేత ఉత్ప్రేరణ చెందినవి. కాబట్టి దేవుని వాక్యము సరియైనది మరియు పొరపాటు లేనిది. వాక్యములో చిన్న అక్షరముగాని అతి చిన్న పొల్లుగాని మార్చబడదు. దేవుడు తన వాక్యమును ఆయన వాగ్ధానములను నెరవేర్చుచుండగా, ప్రభువైన యేసుక్రీస్తు యొక్క రెండవ రాకడ మరియు ఏడు సంవత్సరముల శ్రమల కాలము, నూతన యుగము, ధవళ సింహాసనముపై అంత్య తీర్పు మొదలుగునవి ఇంక కొన్ని మాత్రము నెరవేర్చబడవలసి యున్నవి.

చేతులకు పాదములకు మేకులు కొట్టబడినవి

నరహంతకులకు దేశద్రోహులకు విధించే అతి క్రూరమైన విధానములో శిక్షించే శిక్ష సిలువవేయుట. సిలువ మ్రానుపై ఒకని చేతులు లాగుట. ఆ వ్యక్తియొక్క చేతులలో పాదములలో మేకులు కొట్టుట. అతను చనిపోయేవరకు సిలువపై అతనిని వ్రేలాడదీయుట. కనుక, ఆఖరి ఊపిరి విడుచువరకు అతను భయంకరమైన బాధను

అనుభవించవలెను.

ఈ లోకములో యేసు దేమని కుమారుడై సత్క్రియలు మాత్రమే చేసెను గాని ఆయనలో నిందయైనను మచ్చయైనను లేదు. అటువంటప్పుడు, ఎందుకు యేసుకు చేతులలో పాదములలో మేకులు కొట్టిరి మరి ఆయన సిలువయందు రక్తమును కార్చవలసివచ్చెను?

చేతులలో పాదములలో మేకులు కొట్టినప్పుడు కలిగిన బాధ

యేసుకు సిలువపై మరణ శిక్ష విధించిన తరువాత ఆయనను గొల్గోతా అను మరణ శిక్ష అమలుపరచు స్థలమునకు తీసుకొని వచ్చిరి. ఒక శతాధిపతి ఆజ్ఞమేరకు రోమాసైనికుడు ఒకడు ఒక పెద్ద మేకును పట్టుకొని మరియొక రోమాసైనికుడు సుత్తితీసుకొని ఆయన చేతులలో పాదములలో మేకులు దింపిరి. అటుతరువాత వారు సిలువను పైకిలేపి సిలువబెట్టిరి. ఇదెంత బాధగ ఉండునో నీవు ఊహించగలవా?

నిర్దోషియైన యేసు ఆయన చేతులలో పాదములలో పెద్ద మేకులు కొట్టినప్పుడు ఆ బాధను సహించుచుండగా శరీరభారమంతా క్రిందికి లాగబడుచున్నప్పుడు మేకులు కొట్టిన శరీర భాగములు చీల్చబడు చున్నవి.

ఒకరికి శిరచ్ఛేదన చేస్తే ఒక్క సారిగ బాధ అంతమగును. అయినప్పటికి, సిలువలో మరణించుట ఎంతో బాధాకరమైనది ఏలయనగా, వ్రేలాడుచు, రక్తము కార్చుచు దాహముతో ఆయన మరణ సమయము వరకు ఆయాసపడుచు బాధపడుచుండెను.

ఇంకా, ఎడారిలో తీవ్రమైన ఎండలో, చీల్చబడ్డ ఆయన శరీరముపై ప్రతివిధమైన ఈగలు విషకీటకాలు వ్రాలి ఆయన గాయపరచ బడిన చేతులు పాదముల గాయముల గుండా కారుచున్న రక్తమును పీల్చుచున్నవి. ఇదిమాత్రమేగాక,

భక్తిహీనులైనవారు ఆయనవైపు వ్రేలు చూపించి ఆయనపై ఉమ్మివేసి, అపహాస్యము చేసి, ఆయనను శపించి ఆయనను హేళన చేసిరి. కొంతమందైతే ఆయనను "—దేవాలయమును పడగొట్టి మూడు దినములలో కట్టువాడా, నిన్ను నీవే రక్షించుకొనుము, నీవు దేవుని కుమారుడవైతే సిలువమీదనుండి దిగుమని!" ఆయనను తృణీకరించిరి (మత్తి 27:40).

సిలువ మరణములో భరింపరాని బాధను యేసు అనుభవించెను. అయినా, తాను మానవ జాతిని వారి పాపములనుండి విమోచించి వారు దేవుని పిల్లలు అగుటకు వారికి మార్గము తెరువ జేయుటకు వారి పాపములను శాపములను భరించుటకు సిలువ యందు మరణించుచున్నట్లు యేసుకు బాగుగ తెలియును. ఆయన నిజమైన బాధ మరియొక దిక్కునుండి వచ్చినది. ఇంకా కొంతమంది ప్రజలు దేవునియొక్క ఈ ప్రణాళిక తెలియక మరియు వారి దుష్టత్వమునుండి దేవుని రక్షణను పొందకయున్నారు. ఇది ఆయనకు చాలా బాధను తెస్తున్నది.

చేతులతో పాదములతో చేసిన పాపము

ఒక్కసారి హృదయములో పాపమును గూర్చిన ఆలోచన గర్భము ధరించినప్పుడు, హృదయము చేతులను పాదములను పాపము చేయమని కోరుతుంది. పాపమునకు జీతము మరణమని ఆత్మసంబంధమైన నియమము ఉన్నప్పుడు, నీవు పాపములను చేసినప్పుడు, నీవు నరకములోపడి నిత్యశ్రమను అనుభవించవలసిన వాడవైయున్నావు.

అందుచేత, "*నీ పాదము అభ్యంతర పరచినయెడల దానిని నరికి వేయుము; నీవు రెండు చేతులు కలిగి నరకములోని ఆరని అగ్నిలోనికి పోవుటకంటె అంగహీనుడవై జీవములో ప్రవేశించుట మేలు, [నరకమున వారి పురుగు చావదు, అగ్ని ఆరదు.] అని చెప్పెను. మరియు నీ కన్ను*

నిన్ను అభ్యంతర పరచినయెడల దానిని తీసి పారవేయుము, రెండు కన్నులు కలిగి నరకములో పడవేయబడుట కంటె ఒంటి కన్నుగలవాడవై దేవుని రాజ్యములో ప్రవేశించుట మేలు" (మార్కు 9:45-47).

నీవు పుట్టినప్పటినుండి నీ చేతులతో పాదములతో ఎన్ని సార్లు పాపము చేసావు? కోపములో కొంతమంది కొందరిని కొట్టెదరు. కొందరు దొంగిలెదరు మరికొందరు జూదములో వారి డబ్బును పోగొట్టుకొందురు. పాదములతో కొంతమంది ప్రజలు మితిమీరిన స్థితిలో, వారు వెళ్ళకూడని స్థలములకు వెళ్ళెదరు. కాబట్టి, నీ పాదములు పాపము చేయుటకు కారణమైతే, రెండు పాదములు కలిగి నరకములో పడుటకంటే వాటిని ఖండించి పరలోకములో ప్రవేశించుట మేలు.

మరియు నీ కళ్ళతో ఎన్నిసార్లు పాపము చేసితివి? నీ కళ్ళతో చూడకూడనివి చూచినప్పుడు దురాశ వ్యభిచారము నిన్ను కబళించి వేయును. కాబట్టే నీ కళ్ళు నిన్నుపాపముచేయుటకు కారణమైతే, అవి కలిగియుండి నరకములో పడద్రోయబడుటకంటె, వాటిని పెరికివేసి పరలోకములో ప్రవేశించుట మేలు.

పాతనిబంధన సమయములలో, ఒకరు కళ్ళతో పాపము చేసినట్లయితే, దానిని పెరికివేసిరి; చేతులతో లేక పాదముతో ఒకడు పాపముచేసినట్లయితే అతని చెయ్యి లేక పాదమును తీసివేయబడును; ఒకడు నరహత్య గాని వ్యభిచారముగాని చేసినట్లయితే, అతడు రాళ్ళతో కొట్టి చంపబడవలెను (ద్వితి 19:19-21).

యేసు గాని సిలువయందు శ్రమలు అనుభవించకపోతే వారి చేతులతో లేక పాదములతో చేసిన పాపమునకు ఈ రోజుకి కూడ దేవుని పిల్లలు వారి చేతులను వారి పాదములను నరికివేసు కొనవలెను. ఏమయినప్పటికి, యేసు సిలువను మోసి, ఆయన చేతులయందు పాదములయందు మేకులచేత కొట్టబడి ఆయన రక్తమును కార్చిరి. ఇలా చేయుటచేత నీ చేతులతో పాదములతో

చేసిన పాపములను కడిగివేసెను, ఇంక నీ పాపముల కోసం నీవు ఎంతమాత్రము ఏవిధమైన మూల్యమును చెల్లించనక్కరలేదు. ఆయన ప్రేమ ఎంత గొప్పది!

ఆయన వెలుగైయున్నారు గాబట్టి నీవు ఆ వెలుగులో నడచుకొనిన యెడల మరియు నీ పాపములను నీవు ఒప్పుకొని ఆయన వైపు తిరిగినయెడల నీ పాపములన్నిటినుండి నిన్ను శుద్దిచేయునని నీ మనసులో గుర్తుంచుకోవాలి (1 యోహా 1:7).

కాబట్టి ఇది చాలా ప్రాముఖ్యమైనది దేవునిపైన దృష్టిఉంచి కృతజ్ఞత గల కృపగల హృదయముతో నీవు జయజీవితమును జీవించు నిమిత్తము నీ హృదయమును సత్యముతో నింపుకొనుట చాలా ప్రాముఖ్యమైన విషయము.

యేసుయొక్క కాళ్లు విరుగగొట్టలేదు కానీ ఆయన ప్రక్కన పొడిచిరి

యేసు చనిపోయిన రోజు శుక్రవారము అది విశ్రాంతి దినమునకు ముందు రోజు. ఆ దినములలో, శనివారము విశ్రాంతి దినముగ ఆచరించేవారు, సబ్బాతు దినమున సిలువపై ఉన్న శరీరములను విడిచిపెట్టుటకు యూదులు ఇష్టపడరు.

యోహా 19:31లో మనము చదువగలుగునట్లుగ, కాళ్లు విరుగగొట్టి శరీరములను క్రిందికి దింపించుమని యూదులు పొంతిపిలాతును అడిగిరి.

పొంతి పిలాతుయొక్క అనుమతితో, సైనికులు యేసు ఇరుప్రక్కల సిలువవేయబడిన దొంగలయొక్క కాళ్లను విరుగగొట్టిరి, కానీ యేసుయొక్క కాళ్లను విరుగగొట్టలేదు ఏలయనగా అప్పటికే ఆయన చనిపోయెను. ఆ దినములలో, సిలువవేయబడినవారు శపించబడిన వారితో సమానము కాబట్టే సైనికులు వారి మోకాళ్లను

విరుగగొట్టుదురు. కాబట్టి, యేసుయొక్క కాళ్ళను విరుగగొట్టకపోమటకు సత్యమైన దైవికమైన ఏర్పాటు ఉన్నది.

యేసుయొక్క కాళ్ళు ఎందుకు విరుగగొట్టలేదు?

పాపము లేని యేసు, ధర్మశాస్త్రసంబంధమైన శాపమునుండి మానవులను విమోచించుటకు శాపముగా చేయబడి మ్రానుమీద వ్రేలాడెను. యేసు ఆయన పాపములకొరకు చనిపోలేదు గాబట్టి సాతాను ఆయన కాళ్ళు విరుగగొట్టలేకపోయెనని గాదుగాని, దేమని యొక్క ఏర్పాటును బట్టి అలా జరుగలేదు.

మరియు, కీర్త 34:20లో వ్రాయబడిన మాటలు నెరవేరబడునట్లు దేమడు యేసుయొక్క ఎముకలు విరుగకుండ కాపాడెను, *"ఆయన వాని యెముకలన్నిటిని కాపాడును వాటిలో ఒక్కటియైనను విరిగిపోదు."*

సంఖ్యా 9:12లో, దేమడు ఇశ్రాయేలీయులకు గొఱ్ఱెపిల్లలను తినునప్పుడు దానియొక్క ఎముకలలో ఒక్కదానిని కూడ విరువ కూడదని చెప్పెను. నిర్గ 12:46లో కూడ ఇశ్రాయేలీయులు గొఱ్ఱెపిల్లల మాంసమును తినవచ్చును గాని వారు దాని ఎముకలలో దేనిని విరువకూడదు అని చెప్పెను.

"గొఱ్ఱెపిల్ల" మచ్చలేని నిర్ధోషమైన యేసును సూచిస్తున్నది, అయినప్పటికి మనపట్ల ఆయనకున్న ప్రేమను బట్టి మానవుల పాపముల కొరకు ఆయన ప్రాయశ్చిత్త బలిగా తన్నుతాను అర్పించు కొనెను. నిర్గ 12:46లో, *"మీరు ఒక్క ఇంటిలోనే దానిని తినవలెను దాని మాంసములో కొంచెమైనను ఇంటిలోనుండి బయటికి తీసుకొని పోకూడదు, దానిలో ఒక్క యెముకనైనను మీరు విరువకూడదు,"* యేసుయొక్క ఎముకలలో ఒక్కటికూడ విరువబడలేదు.

ఆయన ప్రక్కన బల్లెముతో పొడుచుట

యోహా19:32-34 లో మరియొక ఘోరమైన దృశ్యము చిత్రీకరించబడినది:

> *కాబట్టి సైనికులు వచ్చి ఆయనతోకూడ సిలువవేయబడిన మొదటి వాని కాళ్ళను రెండవవాని కాళ్లను విరుగగొట్టిరి. వారు యేసునొద్దకు వచ్చి, అంతకుముందే ఆయన మృతిపొంది యుండుట చూచి ఆయన కాళ్ళు విరుగగొట్టలేదు గాని సైనికులలో ఒకడు ఈటెతో ఆయన ప్రక్కను పొడిచెను, వెంటనే రక్తమును నీళ్లును కారెను.*

యేసు చనిపోయెనని సైనికునికి తెలిసినప్పటికి, ఎందుకు యేసుయొక్క ప్రక్కన బల్లెముతో పొడిచెను, దానిని బట్టి వెంటనే రక్తము మరియు నీరును కారెను? దీనినిబట్టి మానవుని దుష్టత్వము తెలియపరచబడుచున్నది.

ఆయన దేవుడైనప్పటికి, దేవునిగా ఆయనయొక్క హక్కులను ఆయన వినియోగించుకొనలేదు వాటిని కోరనులేదు, పైగా తన్నుతాను రిక్తునిగ చేసుకొనెను; అతడు దీనదాసునిగ చేసుకొని మానవ రూపములో కనుపరచుకొనెను. ఆయన ఒక సిలువ మీద దోషిపొందు మరణమును ఎంచుకొనునంతగా తన్నుతాను తగ్గించు కొనెను. అదే రీతిగా, యేసు నీ కొరకు రక్షణ మార్గమును తెరచెను (ఫిలి 2:6-8).

ఈ లోకములో ఆయన జీవించినప్పుడు, యేసు ఖైదీలకు స్వేచ్ఛనిచ్చెను, బీదలకు ఐశ్వర్యము నిచ్చెను, వ్యాధి గ్రస్తులను బలహీనులను స్వస్థపరచెను. ఆయన ఆహారమును తినుటకుగాని నిద్రించుటకుగాని తగినంత సమయము లేదు గానీ వాక్యమును ప్రకటించి తాను చెయ్యగలిగినంత మట్టుకు అనేకమంది ప్రాణములను రక్షించెను. శిష్యులు

సిద్ధారంచినప్పటికిని ఆయన కొండమీదకు వెళ్లి ప్రార్థించెను.

ఆయన మేలుచేసినప్పటికి అనేకమంది ఆయనను తృణీకారముతో ఆయనను హింసించిరి. వారి దుష్టత్వమును బట్టి వారు ఆయనను సిలువపై హింసించిరి. అంతేగాక, ఆయన చనిపోయెనని తెలిసినప్పటికి, ఒక రోమా సైనికుడు బల్లెముతో ఆయన ప్రక్కలో పొడిచెను. దీనినిబట్టి మనుష్యులు దుష్టత్వముపైన దుష్టత్వమును పెంచుకొనుచున్నారు.

మానవులయొక్క దుష్టత్వముతో సంబంధము లేకుండా నీ పాపములనుండి నిన్ను విడిపించుటకు తన ఒక్కగానొక్క కుమారుడైన యేసుక్రీస్తును మ్రానుపై సిలువవేయబడుటకు పంపించుట ద్వారా దేవుడు తన అపారమైన ప్రేమను చూపెను.

ఆయన ప్రక్కనుండి నీరు మరియు రక్తము కార్చెను

ఇంతకుముందే చెప్పబడినట్లుగ, ఒక రోమా సైనికుడు యేసుయొక్క మరణమును గూర్చిన విషయము తెలుసుకోకుండ అతని దుష్టత్వములో బల్లెముతో యేసుయొక్క ప్రక్కన పొడిచెను. సైనికుడు ఆయన ప్రక్కన పొడిచినప్పుడు, యేసుయొక్క శరీరమునుండి రక్తము మరియు నీరు కారెను. ఈ విషయములో మూడర్థములున్నవి.

మొదటిగా, యేసు మనుష్యకుమారునిగ శరీరధారియై వచ్చెనని సూచిస్తున్నది యోహా 1:14లో, *"వాక్యము శరీరధారియై, కృపాసత్యసంపూర్ణుడుగా మన మధ్య నివసించెను; తండ్రివలన కలిగిన అద్వితీయకుమారుని మహిమవలె మనము ఆయన మహిమను కనుగొంటిమి."* దేవుడు ఈలోకమునకు శరీరధారియై వచ్చెను ఆయనే యేసు.

పాపులు దేవునిని చూడలేరు ఏలయనగా ఆయనను చూసి

నసించిపోమదురు. కాబట్టి, దేమడు ప్రత్యక్షంగా వారికి కనబడరు కాబట్టి యేసు శరీరాకారముతో ఈ లోకమునకు వచ్చి దేమనియందు నమ్మకముంచునట్లు అనేకమైన ఋజుమలను చూపెను.

యేసు మనవలె మానవుని వంటివాడు అని బైబిలు చెప్పుచున్నది. మార్కు3:20లో, *"ఆయన ఇంటిలోనికి వచ్చినప్పుడు జనులు మరల గుంపుకూడి వచ్చిరి గనుక భోజనము చేయుటకైనను వారికి వీలు లేకపోయెను."* మత్త 8:24 లో, *"అంతట సముద్రముమీద తుపాను లేచినందున ఆ దోనె అలలచేత కప్పబడెను; అప్పుడాయన నిద్రించు చుండెను."*

యేసు దేమని కుమారుడైయుండగా బాధలో ఎలాగ ఆకలిగొని యుండెను. అయినప్పటికి, యేసు ఎముకలు కండరములుగల శరీరరాకారములో ఉన్నందున, ఆయన తినవలసియున్నది నిద్రించవలసి యున్నది. మనము అనుభవించినట్లుగానే ఆయనకూడ ప్రతి బాధను అనుభవించెను.

ఆయనను బల్లెముతో పొడిచినప్పుడు ఆయన శరీరమునుండి రక్తము నీరు ప్రవహించిన విషయము యేసు దేమని కుమారుడై యున్నప్పటికి ఆయన శరీరధారిగా లోకమునకు వచ్చెననిన ఒప్పింప బడే ఋజుమ ఇచ్చుచున్నది.

రెండవది, నీకు శరీరమున్నప్పటికి దేమనియొక్క స్వభావములో పాలుపంపులు తీసుకొనగలమ. దేమని పిల్లలు ఆయన వలె పరిశుద్ధులుగ పరిపూర్ణులుగ ఉండవలెనని దేమడు కోరుచున్నారు. కామన ఆయన, "నేను పరిశుద్ధుడనై యున్నాను గనుక మీరును పరిశుద్ధులైయుండుడని" చెప్పెను(1 వ పేతు 1:16) మరియు *"మీ పరలోకపు తండ్రి పరిపూర్ణుడు గనుక మీరును పరిపూర్ణులుగా ఉండెదరు"* (మత్త 5:48). మరియు ఆయన నిన్ను ప్రోత్సాహరచుచు, *"ఆ మహిమ గుణాతిశయములను బట్టి ఆయన*

మనకు అమూల్యములును అత్యధికములునైన వాగ్ధానములను అనుగ్రహించి యున్నాడు దురాశను అనుసరించుటవలన లోకమందున్న భ్రష్టత్వమును వాగ్ధానముల మూలముగ మీరు తప్పించుకొని, దేవ స్వభావమునందు పాలివారగునట్లు వాటిని అనుగ్రహించెను" (2 పేతు 1:4), మరియు *"క్రీస్తుయేసుకు కలిగిన ఈ మనస్సు మీరును కలిగియుండుడి"* (ఫిలి 2:5).

యేసు ఈ లోకమునకు శరీరధారియై వచ్చి దేవుని చిత్తానుసారముగ దాసుడై, ఆయన యొక్క పనిని పూర్తిగ నెరవేర్చెను. ప్రేమతో శ్రమలు కష్టములు జయించుకుంటూ దేవుని వాక్యానుసారముగ జీవించి ధర్మశాస్త్రమును సహితము నెరవేర్చెను.

ఆయనకూడ నీవలె మానవుడైనప్పటికి, తన బాధనంతటిని ఇష్టపూర్తిగ అంగీకరించి ఓర్పుతో స్వీయమును గెలిచి దేవుని చిత్తమును వెంబడించి ఎవరి బలవంతములేక ఎవరిని మాట అనక సిలువయందు మరణించుటకు తన్నుతాను అర్పించుకొనెను.

యేసుక్రీస్తు కలిగిన మనసుతో మనము ఎలా దైవస్వభావములో పాలివారమైయుందుము?

నీ పాప స్వభావమును నీవు సిలువవేయవలెను, ఆత్మీయ ప్రేమ కలిగి దైవ స్వభావములో పాలివాడైయుండునట్లు యేసు వంటి వైఖరి కలిగియుండుటకు ఆసక్తితో ప్రార్థనచేయుము.

మరియొకవైపు, శరీరానుసారమైన ప్రేమ స్వప్రయోజనమైనది, మరియు సమయము గడచుకొలది ఈ ప్రేమ చల్లారిపోవును. ప్రజులు ఏక మనసు కలిగియుండనప్పుడు ఇలాంటి ప్రేమతో ఒకరినొకరు మోసముచేసుకొని బాధననుభవించెదరు.

మరియొకవైపు, ఓర్పు, దయ స్వప్రయోజనము లేని ప్రేమను కలిగి యుండవలెనని దేవుడు కోరుచున్నారు. ఇది ఆత్మసంబంధమైన ప్రేమ ఎన్నడు మారనిది దినదినము వర్థిల్లునటువంటిది. ఆసక్తిగల ప్రార్థన ద్వారా ప్రతివిధమైన

దుష్టత్వమును తీసివేసిన యెడల యేసుయొక్క వైఖరి మరియు ఆత్మసంబంధమైన ప్రేమ నీవు కలిగియుండగలవు.

అలాగే, ప్రతివారు ఉపవాసముండి ఆసక్తితో ప్రార్థన చేసినట్లయితే దేవునియొక్క కృపను శక్తిని పొందుకోగలరు. ప్రతివిధమైన దుష్టత్వమును వదుల్చుకొనుటకు అలాంటివారితో దేవుడు కూడ పని చేయును. ఆత్మసంబంధమైన ప్రేమను కలిగియుంటే, పరిశుద్ధాత్మ యొక్క తొమ్మిది ఫలములు(గలతీ 5) ఫలించి కొండమీద ప్రసంగము లోని సూక్తులను (మత్త:5) పొందుకొని పరలోక రాజ్యములో నీవు సూర్యునివలె వెలుగొందెదవు.

మూడవదిగ, యేసుయొక్క రక్తము కారిన నీరు నిన్ను నిజమైన మరియు నిత్యమైన జీవములోనికి నడిపించుటకు శక్తివంతమైనదిగ చాలును.

యేసు మూలపాపమును గాని లేక చేసిన పాపముగాని లేనివాడు గనుక యేసుయొక్క రక్తము మరియు నీరు మచ్చలేనిది మరియు నిర్దోషమైనది. ఆత్మసంబంధముగ, ఈ రక్తము మరియు నీరు పునరుజ్జీవింపచేయగలవు. ఏలయనగా ఆయన తన రక్తమును కార్చుటను బట్టి నీ పాపములు శుద్ధీకరించబడినవి కనుక రక్షణ పునరుత్థానము మరియు నిత్యజీవమునకు నడిపించు నిజమైన జీవితమును నీవు కలిగియుండగలవు.

యేసు శరీరమునుండి కారిన నీరు, నిత్యజీవపు ఊట యైన దేవుని వాక్యమును సూచిస్తున్నది. నీవు పాపములను త్రోసివేసి దేవుని వాక్యమును అర్థంచేసుకున్నంతమేరకు సత్యముతో నింపబడి నిజమైన దేవుని బిడ్డగ ఉండగలవు.

ఒక మృగము కంటె ఎక్కువకాని నీకు యేసు, ఏమచ్చలేకుండ దోషములేకుండ రక్తము నీరు కారునంతవరకు సమస్తమును ఇచ్చి వేసెను.

ఏ మూల్యము చెల్లించకుండ నీవు రక్షింపబడిన విషయము నీకు అర్థమైనదని అనుకుంటాను. విశ్వాసములో ఆసక్తితో ప్రార్థనచేసి నీ పాపములను పారవేసినప్పుడు యేసుక్రీస్తు నందు నీవు ఫలభరితమైన జీవితమును జీవించగలవు.

7వ అధ్యాయము

సిలువపైన యేసు పలికిన ఏడు మాటలు

- తండ్రీ, వీరిని క్షమించుము
- ఈ రోజున నీవు నాతో పరదైసులో ఉందువు
- ప్రియమైన స్త్రీ, ఇదిగో నీ కుమారుడు; ఇదిగో నీ తల్లి
- ఏలీ, ఏలీ, లామా సబక్తానీ?
- నేను దప్పిగొనియున్నాను
- సమాప్తమైనది
- తండ్రీ, నీ చేతికి నా ఆత్మను అప్పగించుకొనుచున్నాను

యేసు--, “తండ్రీ వీరేమి చేయుచున్నారో వీరెరుగరు గనుక వీరిని క్షమించుము.” *(వ. 34)* చెప్పెను.

...ఆయనను చూచి, “యేసూ, నీవు నీరాజ్యములోనికి వచ్చునప్పుడు నన్ను జ్ఞాపకము చేసికొనుమనెను!” అందుకాయన వానితో—“నేడు నీవు నాతోకూడ పరదైసులో ఉందువని” నిశ్చయముగ నీతో చెప్పుచున్నాననెను. అప్పుడు రమారమి మధ్యాహ్నమాయెను. అది మొదలుకొని మూడు గంటలవరకు ఆ దేశమంతటిమీద చీకటి కమ్మెను, సూర్యుడు అదృశ్యుడాయెను; గర్భాలయపు తెర నడిమికి చిరిగెను. అప్పుడు యేసు గొప్ప శబ్ధముతో కేకవేసి— “తండ్రీ, నీ చేతికి నా ఆత్మను అప్పగించుకొనుచున్నాననెను” ఆయన ఇలాగుచెప్పి ప్రాణము విడిచెను. *(వ. 42-46)*

లూక 23:34, 42-46

చాలామంది వారి మరణము దగ్గరకొచ్చినప్పుడు వారు వారి జీవితములను జ్ఞాపకమునకు తెచ్చుకొందురు. వారి చివరిమాటలు వారి కుటుంబీకులకు స్నేహితులకు చెప్పుదురు.

అదేరీతిగా, యేసు శరీరధారియై దేవుని ప్రణాళికలోఈ లోకమునకు వచ్చి, సిలువపైన ఆయన చివరి ఊపిరి విడుచుచూ ఏడు మాటలు పలికెను. వీటిని "సిలువపైన యేసు పలికిన ఏడుమాటలు." అని అందురు.

సిలువపైన యేసు పలికిన ఏడు మాటలయొక్క ఆత్మసంబంధమైన అర్థములను పరీక్షించుదము.

తండ్రీ, వీరిని క్షమించుము

ఫిలిప్పీయులకు వ్రాసిన పత్రిక గ్రంధకర్త యేసును ఈ క్రింది విధముగ వర్ణించెను:

క్రీస్తుయేసునకు కలిగిన యీ మనస్సు మీరును కలిగి యుండుడి. ఆయన దేవుని స్వరూపము కలిగినవాడై యుండి, దేవునితో సమానముగ ఉండుట విడిచిపెట్టకూడని భాగ్యమని యెంచుకొనలేదుగాని మనుష్యుల పోలికగా పుట్టి, దాసుని స్వరూపము ధరించుకొని, తన్ను తానే రిక్తునిగా చేసికొనెను. మరియు, ఆయన ఆకారమందు మనుష్యుడుగా కనబడి, మరణము పొందునంతగా, అనగా సిలువ మరణము

> *పొందునంతగా విధేయత చూపినవాడై, తన్ను తాను తగ్గించుకొనెను (ఫిలిప్పీ 2:5-8).*

యేసు ఆయన ప్రేమను ప్రదర్శించుటకును మరియు దేవునికి విధేయత చూపుటకును, పాపులకు రక్షణ మార్గమును తెరుచుటకు మ్రానుమీద సిలువవేయబడెను. సిలువ దగ్గర నిలుచుండిన ప్రజలు నాయకులతో కూడి యేసును, "*వీడు ఇతరులను రక్షించెను; వీడు దేవుడేర్పరచుకొనిన క్రీస్తు అయినయెడల తన్నుతాను రక్షించుకొను నని అపహసించిరి*" (లూకా 23:35).

సైనికులు కూడ ఆయనను అపహసించి, ఆయనకు చేదును ద్రాక్షారసమును ఇచ్చి, "*నీవు యూదుల రాజువైతే నిన్ను నీవే రక్షించుకొనుమని ఆయనను అపహసించిరి*" (వ. 37) వ్రేలాడబడిన ఆ నేరస్థులలో ఒకడు ఆయనను దూషించుచు—నీవు క్రీస్తువు గదా నిన్నునీవు "*రక్షించుకొనుము, మమ్మునుకూడ రక్షించుమని చెప్పెను*" (వ. 39)

> *వారు కపాలమనబడిన స్థలమునకు వచ్చినప్పుడు అక్కడ కుడివైపున ఒకనిని ఎడమవైపున ఒకనిని ఆ నేరస్థులను ఆయనతోకూడ సిలువవేసిరి. యేసు—"తండ్రీ, వీరేమి చేయుచున్నారో వీరెరుగరు గనుక వీరిని క్షమించుమని చెప్పెను." వారు ఆయన వస్త్రములను పంచుకొనుటకై చీట్లు వేసిరి (లూకా 23:33-34).*

యేసు ప్రార్థనచేసి వారిని క్షమించమని దేవుని నడిగెను, "తండ్రీ, వీరిని క్షమించుము; వారేమిచేయుచున్నారో వారెరుగరు,"ఆయన చివరి ఊపిరి తీసుకొనుచు ఈ మాటలు పలికెను. వారి పాపములకొరకు యేసు సిలువవేయబడుచున్నాడని, యేసు

దేవుని కుమారుడని తెలియక చేస్తున్నందుకు యేసు వారిని క్షమించమని కనికరించమని తండ్రికి మొఱ్ఱపెట్టుచున్నాడు. వారుచేయుచున్న క్రియలు పాపమని కనీసము వారెరుగరు. సిలువమీద నుండి ఆయన పలికిన మొదటిమాట.

సిలువవేయుచున్న ప్రజలకొరకు యేసు ప్రేమతో ప్రార్థించెను

యేసు దేవుని కుమారుడైయుండి, ఆయనలో ఏ లోపము లేక ఏ దోషములేకపోయినా ఆయనను సిలువవేయుచున్నవారికొరకు ప్రార్థించెను. ఆయన ప్రేమ ఎంత లోతైనది ఎంత గొప్పది! సిలువ మరణమును తప్పించుకొని సిలువనుండి క్రిందికి రావడము యేసు చాలా సులభముగ చెయ్యగలడు, ఏలయనగా ఆయన సర్వశక్తుడైన దేవునితో ఉన్నవాడు తండ్రియైన దేవునిచేత అధికారమునొందినవాడు. అయినప్పటికి, తండ్రియొక్క చిత్తానుసారమైన రక్షణ ప్రణాళికను నెరవేర్చుటకు ఆయన సిలువ మరణమునొందెను. కాబట్టి, ఆయన సమస్తమైన శ్రమను సిగ్గును భరించి వారికొరకు ఎనలేని ప్రేమతో ప్రార్థించి వారి క్షమాపణ కోరెను.

యేసు ఆసక్తితో ప్రార్థించెను, "తండ్రీ, వారిని క్షమించుము; వారేమిచేయుచున్నారో వారెరుగరు." ఇక్కడ, "వారు" అనగా ఆయనను అపహసించి హింసించుచున్నవారినే కాదు గాని యేసుక్రీస్తును అంగీకరింపక ఇంకా చీకటిలో నివసిస్తున్న సర్వమానవాళి కొరకు ఆయన ప్రార్థించెను. దేవుని కుమారుడైన యేసుని సిలువవేసిన వారివలె, అనేకమంది యేసుక్రీస్తు మరియు సత్యమును యెరుగక పాపము చేయుచున్నారు.

నీ శత్రువైన సాతాను చీకటి సంబంధి మరియు వెలుగును ద్వేషించును కాబట్టి నిజమైన వెలుగైన యేసును సిలువేసెను. ఈ

రోజుల్లో, చీకటి సంబంధులైన మనుష్యులను అదుపుచేసి వెలుగులో నడుచుచున్నవారిని హింసించుటకు ఉపయోగిస్తున్నాడు.

సత్యము తెలియని హింసకులపై నీవు ఎలా ప్రతిస్పందించెదవు?

దేవుని చిత్తమేదో క్రైస్తవుల వైఖరి ఎలాఉండవలెనో సిలువ మీద యేసు పలికిన మొదటిమాట ద్వారా యేసు నీకు నేర్పించును. మత్త 5:44లో, *"నేను మీతో చెప్పునదేమనగా, మీరు పరలోకమందున్న మీ తండ్రికి కుమారులై యుండునట్లు మీ శత్రువులను ప్రేమించుడి. మిమ్మును హింసించువారికొరకు ప్రార్థన చేయుడి."* కనుక మనలను హింసించువారందరికొరకు మనము ప్రార్థన చెయ్యగలవారమై యుండవలెను, "తండ్రీ వారిని క్షమించుము. వారేమిచేయుచున్నారో వారెరుగరు. వారు కూడ ప్రభువును అంగీకరించునట్లు వారిని పరలోకములో కలుసుకోగలుగునట్లు వారిని దీవించుము."

ఈ రోజున నీవు నాతో పరదైసులో ఉందువు

"కపాలమనబడు స్థలము"నకు వచ్చినప్పుడు కొండపై యేసు సిలువయందు వ్రేలాడుచుండగా ఇద్దరు నేరస్థులను కూడ సిలువ వేసిరి (లూక 23:33).

వారిద్దరిలో ఒకడు యేసును దూషించి అపహాస్యముచేసెను, అయితే రెండవవాడు మొదటి వానిని గద్దించి అతను పశ్చాత్తాపపడి యేసును తన స్వంత రక్షకునిగ అంగీకరించెను. అప్పుడు యేసు ఈ రోజు నీవు నాతోకూడ పరదైసులో ఉందువు అని వాగ్ధానము చేసెను. అది సిలువపైన యేసు పలికిన రెండవ మాట.

వ్రేలాడవేయబడిన ఆ నేరస్థులలో ఒకడు ఆయనను

దూషించుచు—"నీవు క్రీస్తువు గదా? నిన్ను నీవు రక్షించుకొనుము, మమ్మునుకూడ రక్షించుము!" అని పలికెను. కానీ రెండవవాడు వానిని గద్దించి, "నీవు అదే శిక్షావిధిలో ఉన్నావు గనుక దేవునికి భయపడవా? మనకైతే ఇది న్యాయమే, మనము చేసినవాటికి తగిన ఫలము పొందుచున్నాము కానీ ఈయన ఏ తప్పిదము చేయలేదని చెప్పి ఆయనను చూచి—"యేసూ, నీవు నీ రాజ్యములోనికి వచ్చునప్పుడు నన్ను జ్ఞాపకము చేసుకొనుమనెను. అందుకాయన వానితో-"నేడు నీవు నాతో పరదైసులో ఉందువని నిశ్చయముగ నీతో చెప్పుచున్నాననెను" (లూక 23:39-43).

పాపులు పశ్చాత్తాపపడినప్పుడు యేసు సిలువపై పలికిన రెండవమాట ద్వారా వారిని క్షమించగల మెస్సయ్యను నేను అని యేసు ప్రకటించెను.

మీరు రెండు నాలుగు సువార్తలు వినినప్పుడు, ఇద్దరు నేరస్థుల ప్రతిస్పందనలు వేర్వేరుగ వ్రాయబడినవి. మత్త 27:44 లో, *"ఆయనతోపాటు సిలువవేయబడిన బందిపోటు దొంగలును అలాగే ఆయనను నిందించిరి."* మార్కు15:32లో "'ఇశ్రాయేలు రాజగు క్రీస్తు ఇప్పుడు సిలువమీదనుండి దిగి రావచ్చును. అప్పుడు మనము చూచి నమ్ముదుమని యొకరితో ఒకరు చెప్పుకొనిరి!' ఆయనతోపాటు సిలువ వేయబడినవారును ఆయనను నిందించిరి." ఈ రెండు సువార్తలనుండి, ఇద్దరు నేరస్థులు యేసును అపహాస్యముచేసిరి.

అయినప్పటికి, లూక 23లో, ఒక నేరస్థుడు మరియొక నేరస్థుని గద్దించి, ఇతడు తన పాపములకొరకు పశ్చాత్తాపపడి యేసుక్రీస్తును అంగీకరించి రక్షణ పొందెను. ఇలా చెప్పుటవలన సువార్తలు ఒక దానికి ఒకటి పొందికలేదని కాదు. అయినప్పటికి, ఆయన ఏర్పాటులో, గ్రంథకర్తలను వేర్వేరు విధములుగ

వ్రాయుటకు దేవుడు వారిని అనుమతించెను. బైబిల్‌లో దేవునియొక్క ఏర్పాటు మరియు చారిత్రాత్మక విషయములను కుదించిరి. సవివరముగ వ్రాసినట్లయితే, ఒక వెయ్యి బైబిల్‌లు కూడా సరిపోవు.

ఈ రోజు, వీడియో కెమెరాతో ఏదైనా సీను రికార్డు చేసినట్లయితే, వాటిని సీను తరువాత సమయములో చూడగలము. కానీ యేసు యొక్క సమయములో అలాంటి పరికరములు లేవు గాబట్టి ఇలాంటి ప్రాముఖ్యమైన సంఘటనలు అయినప్పటికి ఒక్క ఫోటోకూడ తీసుకో లేకపోయిరి. వారు ఇవి మాత్రమే వ్రాయగలిగిరి. కొద్ది తేడాలతో, ఒక ప్రత్యేకమైన పరిస్థితిని వాస్తవమైన పరిస్థిని తిరిగిచూచే అనుభవమును పొందగలము.

యేసుయొక్క సిలువ మరణము గురించి మరి తేటయైన గ్రహింపు

యేసు సువార్త ప్రకటించినప్పుడు, పెద్ద సమూహములు ఆయనను వెంబడించిరి. కొందరు ఆయన మాటలను వినుటకు, కొందరు పరలోకమునుండి వచ్చు అద్భుతములను చూచుటకు, మరికొందరు ఆహారముకొరకు మరికొందరు వారి ఆస్తులను ఇతరులకు అమ్మి యేసును సేవించుటకు వెంబడించిరి.

లూకా 9లో, యేసు ఐదురొట్టెలు మరియు రెండు చేపలకు కృతజ్ఞతా స్తుతులు చెల్లించెను. తినినవారి సంఖ్య దాదాపు ఐదువేల మంది పురుషులు (లూకా 9:12-17). యేసును ప్రేమించినవారు ద్వేషించిన వారు ఎంతమంది మనుష్యులు ఆయనను సిలువ వేసిన స్థలములో ఇతర గుంపులో కలిసి గుమి కూడి యుండి యుందురు. సమూహము సిలువను చుట్టువేసినందువల్ల సైనికులు బల్లెములతో ఈటెలతో గుంపును ఆపివేసిరి. ఆలోచించండి ప్రజలు గుండ్రముగ ఏర్పడి యేసును

సిలువ దగ్దర అపహసించుచుండిరి. ఆ గుంపు ఆయనను అపహాస్యముచేయుచున్నారు. ఇద్దరిలో ఒక నేరస్థుడు యేసుకు ఇరువైపుల వ్రేలాడుచు ఆయనను అపహసించిరి.

మొదటి నేరస్థుడు చెప్పినది ఏమిటో వినగలిగినది ఎవరు? అక్కడ ఎక్కువగ దొమ్మిగ ఉండుటచేత యేసుకు సమీపముగ నుండిన మనుష్యులు ఆయన మాటలు వినగలగవచ్చు. రెండవ నేరస్థుడు ముఖమంతా చిన్నబుచ్చుకొని యేసును ఏదేదో మాటలాడెను. వాస్తవమునకు ఈ నేరస్థుడు యేసును అపహసించిన నేరస్థుని గద్దిస్తున్నాడు. ఏమయినప్పటికి, అవతలివైపు దూరముగ ఉన్నవారు ఈ పశ్చాత్తాపపడుచున్న నేరస్థుడు మధ్యమధ్యలో యేసును గద్దిస్తున్నాడని అని తలంచవచ్చు.

మరియొకవైపు, ఆ అల్లరి పరిస్థితిలో, సువార్తలు వ్రాసిన మత్తయి మార్కులు, పశ్చాత్తాపపడుచున్న నేరస్థుని మాటలు సరిగ్గా వినలేక వారు అతనుకూడ యేసును గద్దిస్తున్నాడని తలంచిరి. కనుక ఇద్దరు నేరస్థులు యేసును గద్దిస్తున్నట్లుగ వ్రాసిరి.

అయితే మరియొకవైపు, సువార్త వ్రాసిన లూక స్పష్టముగ వినిరి కాబట్టి ఆ ఇద్దరి నేరస్థులు యేసును నిందించలేదుగాని, అందులో ఒకరు పశ్చత్తాపపడిరి. వేర్వేరు గ్రంధకర్తలు వేర్వేరు స్థలములలోనుండి వేర్వేరు విధములుగ వ్రాసిరి.

సమస్తము తెలిసిన దేవుడు, వేర్వేరు విధములుగ వ్రాయుటకు అనుమతించెను దానినిబట్టి ఒక ఖచ్చితమైన పరిస్థితిని తరువాత వచ్చు తరమువారు వివేచించగలరు.

పశ్చాత్తాపపడిన నేరస్థునికి పరలోకము స్థలము

సిలువమీద వ్రేలాడిన నేరస్థుడు చనిపోకముందు అతనికి

యేసు చేసిన వాగ్ధానము, "నీవు నాతో పరదైసులో ఉందువు." చేసెను, దీనికి ఆత్మసంబంధమైన అర్థముగలదు.

పరలోకము, దేవుని రాజ్యము, మన ఊహకు మించినటువంటిది. యోహాను14:2లో యేసు, *"నా తండ్రి ఇంట అనేక నివాసములు కలవు; లేనియెడల నేను మీతో చెప్పుదును; మీకు స్థలము సిద్ధపరచ వెళ్ళుచున్నాను."* అని చెప్పెను. కీర్తనాకారుడు *"పరమాకాశములారా, ఆకాశముపైనున్న జలములారా, ఆయనను స్తుతించుడి!"* (కీర్త 148:4). నెహె 9:6లో ఆకాశమహాకాశములను సృష్టించిన దేవునికి స్తోత్రములు. 2వ కొరి 12:2 *"క్రీస్తునందున్న యొక మనుష్యుని నేనెరుగుదును. అతడు పదునాలుగు సంవత్సరముల క్రిందట మూడవ ఆకాశమునకు కొనిపోబడెను, అతడు శరీరముతో కొనిపోబడెనో నేనెరుగను, శరీరములేక కొనిపోబడెనో నేనెరుగను, అది దేవునికే తెలియును."* ప్రక 21:2లో, నూతన యెరూషలేములో దేవుని సింహాసనముండును అని చెప్పుచున్నది.

అదేరీతిగా, పరలోకములో చాలా నివాస స్థలములు కలవు. అయినప్పటికి, నీవు ఎంచుకున్న స్థలములో నివసించుటకు నీవు అనుమతించబడవు. ఈ లోకములో నీవు చేసిన ప్రతిదానిని బట్టి న్యాయవంతుడైన దేవుడు నీకు బహుమానము నిచ్చును: ఎంతగా నీ దేవుని నీవు అనుకరించితివి మరియు దేవుని రాజ్యము కొరకు పనిచేసితివి ఎంత నీవు పరలోకములో పోగుచేసుకున్నావు మొదలగునవి (మత్త 11:12; ప్రక 22:12).

యోహా 3:6 లో, *"శరీరమూలముగ జన్మించినది శరీరమును ఆత్మ మూలముగ జన్మించినది ఆత్మయునై యున్నది."* ఎంతగా శరీరసంబంధమైనవి వదులుకొని ఆత్మసంబంధమైనవానిగ అగునో దానిని బట్టి ఒకే ఆత్మస్థితిలో ఉన్నవారికి పరలోకములో నివాసస్థలములు విభజింపబడును.

అయితే దేవుడు పరిపాలించును గనుక పరలోకములో ప్రతి స్థలము చాలా సౌందర్యవంతమైనది. అయినప్పటికి,

పరలోకములో కూడ వ్యత్యాసములు కలవు. ఉదాహరణకు, జీవితవిధానము, అలవాట్లు, జీవించు స్థాయిలు, అనగా నగరములలో జీవితమునకు పల్లెటూరి జీవితమునకు చాలా వ్యత్యాసముండును. అదేరీతిగా, పరిశుద్ధ పట్టణము, నూతన యెరూషలేము, పరలోకములో అతి మహిమగల స్థలము, అక్కడ దేవుని సింహాసనము ఉండును. పిల్లలు ఉన్నత దేవుని పోలికలో ఉండి అనేకమంది నివసించుదురు.

ఏమయినప్పటికి, సిలువలో తన చివరి క్షణములో పశ్చాత్తాపపడిన నేరస్థుడు పరలోకమునకు బయట ఉన్న స్థలమునకు పరదైసు అను పేరు. అనేకమంది సిగ్గుకరమైన రక్షణ పొందుకున్నవారు అక్కడ నివసించుదురు. ఇలాంటి వారు యేసుక్రీస్తును అంగీకరించిరిగాని ఆత్మసంబంధముగ మారుటకు వారు ముందడుగు వేసినవారుకారు.

పశ్చాత్తాపపడిన నేరస్థుడు పరదైసునకు ఎలా ప్రవేశించెను?

అతడు హృదయమంతటితో పాపి అని అతడు గ్రహించి, యేసును రక్షకునిగ అంగీకరించెను. ఏమయినప్పటికి, అతడు అతని పాపములనుండి విడుదల పొందలేదు, వాక్యానుసారముగ జీవించలేదు ఇతరులకు సువార్త చెప్పలేదు. అతడు ప్రభువు కొరకు పనిచెయ్యలేదు. పరలోకపు బహుమానము పొందుటకు అతడు ఏమీ చెయ్య లేదు. పరలోకములో చాలా తక్కువైన స్థలము కాబట్టి పరదైసుకు వెళ్ళాడు.

యేసు పై సమాధినుండి దిగెను

యేసు ఆ నేరస్థునికి "నీవు నేడు నాతో పరదైసులో ఉందువు," అని వాగ్ధానముచేసినప్పటికి, యేసు పరలోకములోనున్న పరదైసులో ఉంటాడని కాదు దాని అర్ధము. యేసు, రాజులకు రాజు ప్రభువులకు ప్రభువు, పరలోకమందంతట పరదైసుతో మరియు

నూతన యెరూషలేములో దేవుని పిల్లలను పరిపాలించుచు వారితో జీవించును. ఈ రీతిగా ఆయన పరదైసులో పరలోకములో ఇతర స్థలములలో జీవించును.

యేసు రక్షించిన నేరస్థునితో "ఈరోజు నీవు నాతో పరదైసులో నుందువని," చెప్పినప్పుడు "ఈ రోజు" అనగా ఖచ్చితముగా సిలువపైన యేసు చనిపోయిన ఆ రోజనికాదు లేక మరేదైన రోజననికాదు. యేసు చెప్పినది ఆ నేరస్థుడు ఎప్పుడైతే దేవుని బిడ్డగా మారిపోయెనో అప్పుడు అతడు ఎక్కడుంటే అక్కడ యేసు ఉంటానని పశ్చాత్తాపపడిన నేరస్థునితో చెప్పెను.

మీరు బైబిలు తిరిప్పినట్లయితే, యేసు తన మరణము తరువాత పరదైసుకు వెళ్ళలేదు. మత్త12:40లో, యేసు కొంతమంది పరిసయ్యు లతో *"యోనా మూడు రాత్రింబగళ్ళు తిమింగలము కడుపులో ఏలాగుండెనో అలాగు మనుష్యకుమారుడు మూడు రాత్రిం బగళ్ళు భూగర్భములోనుండును."* ఎఫెసీ 4:9లో, *"ఆరోహణ మాయెననగా, 'ఆయన భూమియొక్క క్రింది భాగములకు దిగెననియు అర్ధమిచ్చు చున్నది గదా?"*

అంతేగాక, 1 వ పేతు 3:18-19లో, *"ఏలయనగా మనలను దేవునియొద్దకు తెచ్చుటకు, అనీతిమంతులకొరకు నీతిమంతుడైన క్రీస్తు శరీరవిషయములో శ్రమపడియు, ఆత్మవిషయములో బ్రదికింప బడి, పాపముల విషయములో ఒక్కసారే శ్రమపడెను; అవిధేయులైన వారియొద్దకు, అనగా చెరలో ఉన్న ఆత్మలయొద్దకు, ఆయన ఆత్మ రూపిగానే వెళ్ళి వారికి ప్రకటించెను."* యేసు మూడవదినమున పునరుద్ధానుడు కాకమునుపే పైసమాధికివెళ్ళి ఆత్మలకు సువార్తను ప్రకటించెను. ఇంత అవసరము ఎందుకు?

యేసు ఈ లోకమునకు రాకముందు పాతనిబంధనకాలములో అనేకమంది చివరకు క్రొత్తనిబంధనకాలపు మనుష్యులు సువార్తవిను అవకాశము రాలేదు కానీ వారు వారి మంచితనముతో దేవునిని అంగీకరించిరి. దీనర్థము వీరు యేసుక్రీస్తు అంటే ఎవరో

యెరుగనంత మాత్రాన వీరంతా నరకానికి వెళ్ళారని అర్ధమా?

దేవుడు తన పరిశుద్ధుడైన కుమారుని పంపి, ఎందరైతే ఆయనను అంగీకరించుదురో వారందరు రక్షింపబడుదురు. సిలువ మరణము పొందిన తరువాత యేసుక్రీస్తును అంగీకరించినవారినే రక్షించుటకు దేవుడు మానవజాతిని ప్రారంభించలేదు. సువార్తను విను అవకాశము దొరకనివారు మంచి మనస్సాక్షితో జీవించినవారు వారి మనస్సాక్షిని బట్టి తీర్పుతీర్చబడుదురు.

మరియొకవైపు, హృదయములో మంచివారైన వారు “పైసమాధి”లో సమావేశమైనవారు. మరియొకవైపు, “దిగువ సమాధి” దీనిని పాతాళము అని కూడ అందురు, దీనిలో దుష్టులైనవారు తీర్పు దినము వరకు ఉందురు. సిలువమరణము తరువాత, యేసు పైసమాధికి వెళ్ళి, రక్షణ పొందుటకు యోగ్యులైనవారు సువార్త అంటే తెలియనివారికి వెళ్ళి ఆ ఆత్మలకు సువార్త ప్రకటించెను.

ఆకాశముం క్రింద యేసునామమున తప్ప మనుష్యులకివ్వబడిన మరి యేనామున రక్షణపొందలేరు. కాబట్టే యేసు తానే వెళ్ళి ఆ ఆత్మలు ఆయనను అంగీకరించి రక్షింపబడునట్లు సువార్తను ప్రకటించెను.

యేసుయొక్క సిలువ మరణమునకు ముందు ఆత్మలు రక్షింపబడి అబ్రాహాముయొక్క రొమ్మున అనుకొనుటకు కొనిపోబడెను (లూక 16:22),యేసుయొక్క పునరుధ్ధానము తరువాత యేసుప్రక్కన అనుకొనుటకు కొనిపోబడెను.

మనస్సాక్షి యొక్క తీర్పును బట్టి రక్షణ

యేసు సువార్తను వ్యాపింపచేయుటకు ఈ లోకమునకు రాకముందు, మంచి వ్యక్తులు వారి హృదయములలో నీతిని అనుసరించి నడుచుకొనిరి. అది మనస్సాక్షియొక్క నియమము. వారి హృదయములయొక్క స్వరములను వినినందున మంచి

వ్యక్తులు వారికి శ్రమలు వచ్చినప్పటికి కష్టములను ఎదుర్కొనవలసి వచ్చినప్పుడు కీడుచేయలేదు.

రోమా 1:20లో, *"ఆయన అదృశ్యలక్షణములు, అనగా ఆయన నిత్యశక్తియు దేవత్వమును, జగదుత్పత్తి మొదలుకొని సృష్టింపబడిన వస్తువులను ఆలోచించుటవలన తేటపడుచున్నవి గనుక వారు నిరుత్తరులైయున్నారు."*

సర్వలోకమును చూచి భూమిపై ఉన్నవన్నీ ఎలా సమన్వయ ముగ పనిచేయుచున్నవో చూచినప్పుడు, మంచి హృదయముగల మనుష్యులు నిత్యజీవమున్నదని వారు నమ్ముదురు. కాబట్టి వారి పాప స్వభావమును బట్టి వారు జీవించక వారిని వారు అదుపు చేసుకొని లోకానుసారమైన సుఖములలో ఆనందించక దేవునియందు భయభక్తులు గలిగియుందురు.

రోమా 2:14-15, *"ధర్మశాస్త్రములేని అన్యజనులు స్వాభావికముగ ధర్మశాస్త్రసంబంధమైన క్రియలను చేసినయెడల వారు ధర్మశాస్త్రము లేనివారైనను, తమకుతామే ధర్మశాస్త్రమైనట్టున్నారు. అట్టివారి మనస్సాక్షి కూడ సాక్ష్యమిచ్చుచుండగను, వారి తలంపులు ఒకదాని మీద ఒకటి తప్పుమోపుచు లేక తప్పులేదని చెప్పుచుండగను, ధర్మశాస్త్ర సారము తమ హృదయములయందు వ్రాయబడినట్టు చూపు చున్నారు."*

దేవుడు ధర్మశాస్త్రమును ఇశ్రాయేలీయులకు మాత్రమే ఇచ్చెను గాని అన్యజనులకు కాదు. అయినప్పటికి,అన్యజనులు వారు వారి మనస్సాక్షి మరియు వారి హృదయములు అభ్యాసముచేయబడిన రీతిగ వారు వాటి ప్రకారము జీవించుచు ధర్మశాస్త్రానుసారముగ అన్యజనులు జీవించుచున్నట్లున్నారు. యేసుక్రీస్తును నమ్మనివారు రక్షింపబడలేరని నీవు చెప్పలేవు ఎందుకనగా వారి జీవితములలో వారు ఎన్నడును సువార్తను వినలేదు.

యేసుక్రీస్తును యెరుగక వారిలో ఉన్నవారు చనిపోయినట్లయితే, వారి మంచి హృదయములను బట్టి వారు దుష్ట తలంపులను వారు అదుపుచేసుకున్నవారున్నారు. వారి మనస్సాక్షి ప్రకారము దేమని న్యాయతీర్పు ప్రకారము వీరు రక్షింపబడుదురు.

ప్రియమైన స్త్రీ, ఇదిగో నీ కుమారుడు; ఇదిగో నీ తల్లి

యేసు సిలువపై వ్రేలాడుచుండినప్పుడు అపోస్తలుడైన యోహాను చూచి విని వ్రాసిన మాటలు. అక్కడ యేసు తల్లియైన మరియ, సలోమే, ఆమె తల్లియొక్క సహోదరి, క్లోపాయొక్క భార్య మరియ; అనేకమంది స్త్రీలు మరియు మగ్ధలేనిమరియతో సహా అనేకమంది స్త్రీలు ఉండిరి. యోహా19:26-27లో, విచారగ్రస్తురాలైన తన తల్లియైన మరియతో యోహానును ఆమె కుమారునిగ చేసుకొనమని చెప్పెను:

యేసు తన తల్లిను చూచినప్పుడు, ఆయన ప్రేమించిన శిష్యుడు నిలబడియుండగా, ఆయన తల్లికి, "స్త్రీ, ఇదిగో నీ కుమారుడు!" అని చెప్పెను. మరియు శిష్యునితో, "ఇదిగో నీ తల్లి!" అని చెప్పెను. అప్పటినుండి శిష్యుడు ఆమెను తన స్వంత ఇంటికి తీసుకొనివెళ్లెను..

ఎందుకు యేసు మరియను "అమ్మా" అని పిలువక "స్త్రీ" అని సంబోధించెను"?

"తల్లి" అను పదమును యేసు ఉపయోగించలేదు కానీ అపోస్తలుడైన యోహాను అతని దృష్టినిబట్టి వ్రాసెను.

అటువంటప్పుడు ఎందుకు యేసు తనకు జన్మనిచ్చిన స్వంత తల్లిని "స్త్రీ"? అని పిలిచెను.

మీరు బైబిలు చూస్తే యేసు ఆమెను "తల్లి." అని పిలువలేదు.

ఉదా: యోహా2:1-11లో, యేసు తన పరిచర్య ప్రారంభించిన తరువాత ఆయన చేసిన మొదటి సూచకక్రియ నీళ్ళను ద్రాక్షారసముగ మార్చెను. ఈ అద్భుతము గలిలయిలోని కానాలో ఒక పెండ్లివిందులో జరిగినది. యేసు మరియ ఆయన శిష్యులను కూడ వివాహమునకు రమ్మని ఆహ్వనించారు. ద్రాక్షారసము అయిపోయినప్పుడు, మరియ ఆయనతో, "వారికి ద్రాక్షారసము అయిపోయినది" అని చెప్పెను ఎందుకనగా యేసు దేవుని కుమారునిగ నీటిని ద్రాక్షారసముగ మార్చగలడని ఆమెకు తెలుసు. అప్పుడు యేసు ఆమెతో, *"స్త్రీ, నాతో నీ కేమి? నా గడియ ఇంకారాలేదు"* (వ. 4) అని చెప్పెను.

ద్రాక్షారసము అయిపోయినందున అతిథుల విషయమై మరియ బాధపడినప్పటికి మెస్సయ్యగ తన్నుతాను కనుపరచుకొనుటకు ఇంకా సమయము రాలేదని యేసు బదులిచ్చెను. ఆత్మసంబంధముగ నీటిని ద్రాక్షారసముగ మార్చుట అనగా యేసు సిలువయందు రక్తము కార్చునని భావము.

సిలువయందు మానవుల రక్షణ కొరకు దైవ ప్రణాళికను సంపూర్తిచేయుటకు యేసు రక్షకునిగ ఈ లోకమునకు రావలసినవాడని యేసు తన్నుతాను ప్రకటించుకొనెను. కాబట్టి ఆయన మరియను "తల్లి." అని సంబోధించక "స్త్రీ," అని సంబోధించెను.

ఇదికాక, మన రక్షకుడైన యేసు త్రిత్వములో ఉన్న సృష్టికర్త. సృష్టికర్తయైన దేవుడు ఉన్నవాడు అనువాడు (నిర్గ 3:14), మరియు ఆయన అల్ఫా మరియు ఓమెగ (ప్రక1:17, 2:8). కనుక, యేసుకు తల్లి అనువారు లేరు గాబట్టి మరియను "తల్లి" అని గాక "స్త్రీ" అని సంబోధించెను.

ఈ రోజున, చాలమంది దేమని పిల్లలు మరియును యేసుయొక్క "పరిశుద్ధురాలైన తల్లి" గ చెప్పుదురు మరియు ఆమె ప్రతిమను చేసి ఆమెను ఆరాధించుదురు. ఇది ఖచ్చితముగ తప్పు అని మీరు గ్రహించవలెను, ఏలయనగా ఆమె మన రక్షకునియొక్క తల్లికాదు (నిర్గ 20:4).

పరలోకము హౌరసత్వము

యేసుయొక్క సిలువ మరణ సమయములో మరియ ఎంతో దు:ఖములో ఉన్నప్పుడు యేసు మరియను ఓదార్చి, ఆమె తన స్వంత తల్లిగ ఆమెను శ్రద్ధతీసుకొనమని తన ప్రియమైన శిష్యుడైన యోహానుకు చెప్పెను. యేసు సిలువపైన భయంకరమైన బాధను అనుభవించు చున్నప్పటికి, తన మరణము తరువాత మరియకు ఏమి జరుగునో అని ఆయన ఇంకా ఆమెను గురించి శ్రద్ధతీసుకొనెను. ఆయన ప్రేమను నీమ ఇక్కడ అనుభవించగలము.

సిలువపైన యేసుయొక్క మూడవ మాట ద్వారా, విశ్వాసమును బట్టి మనమందరము దేమనియొక్క కుటుంబములో సహోదరులము సహోదరీలము అని గ్రహించగలము. మత్తయి 12లో యేసుయొక్క కుటుంబము ఆయనను చూచుటకు వచ్చిన దృశ్యమును చూడగలము. ఆయన తల్లి మరియు సహోదరులు బయట నిలబడియున్నారని యేసుకు చెప్పినప్పుడు, ఆయన అక్కడున్న సమూహముతో ఈ మాట చెప్పెను:

అందుకాయన తనతో ఈ సంగతి చెప్పినవానిని చూచి—"నా తల్లియెవరు? నా సహోదరులెవరు?" అని చెప్పి తన శిష్యులవైపు చెయ్యిచాపి—"ఇదిగో నా తల్లియు నా సహోదరులును; పరలోకమందున్న నా తండ్రి చిత్తము చొప్పున చేయువాడే నా సహోదరుడును, నా సహోదరియు నా తల్లియు"

ననెను (మత్తి 12:48-50).

యేసుక్రీస్తును అంగీకరించిన తరువాత నీ విశ్వాసము అభివృద్ధి చెంది నీ పరలోకపు పౌరసత్వము యొక్క గ్రహింపు స్పష్టమగును, అప్పుడు నీ భౌతికమైన కుటుంబ సభ్యులకంటే క్రీస్తునందున్న సహోదరీ సహోదరులను ఎక్కువగ ప్రేమించుదుము. నీ కుటుంబ సభ్యులు దేవుని పిల్లలు కాకపోతే, నీ కుటుంబము "ఒక కుటుంబము"గ నిత్యము నిలిచియుండదు. నీ మరణముతో నీ కుటుంబ సంబంధము ముగియును. వారు యేసుక్రీస్తు నందు నమ్మకము కలిగియుండకపోయినా లేక వారు దేవుని చిత్తప్రకారము జీవించకపోయినా వారు దేవునియందు నమ్మికయుంచామని చెప్పి నప్పటికి వారు నరకమునకు పోదురు ఏలయనగా పాపమునకు వచ్చు జీతము మరణము (మత్తి 7:21).

నువ్వు చూస్తున్న శరీరము నీ మరణము తరువాత మట్టిలో కలిసిపోవును కానీ మృతముకాని ఆత్మను నీవు కలిగియున్నావు. దేవుడు నీ ఆత్మను తీసుకున్నట్లయితే, నీవు త్వరగా కుళ్ళిపోయే శరీరముగ నుందువు. సృష్టికర్తయైన దేవుడు మొదటి మానవుని చేసినప్పుడు, నేలమంటితో చేసి అతని నాసికారంధ్రములలో ఆయనయొక్క జీవవాయువును ఊదెను, కనుక అతని ఆత్మ మరణములేనిదాయెను. నీ మరణములేని ఆత్మకు జన్మనిచ్చి తిరిగి మన్నైపోయే శరీరమును నీకు కలుగజేసిన వాడు దేవుడు. కాబట్టి, ఆయనే నీ నిజమైన తండ్రి.

మత్తి 23:9 లో *"మరియు భూమిమీద ఎవనికైనను తండ్రి అని పేరు పెట్టవద్దు; ఒక్కడే మీ తండ్రి; ఆయన పరలోకమందున్నాడు."* అని మనకు చెప్పుచున్నది. అంటే దీనర్థము నీ కుటుంబములో అవిశ్వాసులైన వారిని ప్రేమించకూడదని కాదు. నీవు వారిని నిజముగా ప్రేమించి వారికి సువార్త చెప్పి వారు యేసుక్రీస్తును అంగీకరించునట్లుగ వారిని నడిపించుట చాల ముఖ్యము.

ఏలీ, ఏలీ, లామా సబక్తానీ?

మూడవ ఝామున యేసును మ్రానుపైన సిలువవేసినప్పుడు, ఆరవ ఝామునుండి ఆయన చివరి ఊపిరి తీసుకొనిన తొమ్మిదవ ఝామువరకు లోకమందంతట చీకటి కమ్ముకొనెను. ఈ కాలమాన ప్రకారము మనము చెప్పుకోవాలంటే ఆయనను ఉదయమున తొమ్మిది గంటలకు సిలువ వేసినప్పుడు, మూడుగంటలు గడచిన తరువాత మధ్యాహ్నము మూడు గంటలవరకు చీకటి లోకమంతట కమ్మెను.

> *మధ్యాహ్నము మొదలుకొని మూడు గుంటలవరకు ఆ దేశమంతటను చీకటి కమ్మెను. మూడుగంటలకు యేసు "ఎలోయీ, ఎలీ, లామా సబక్తానీ అని బిగ్గరగా కేక వేసెను?" ఆ మాటలకు "దేవా, దేవా నన్ను ఎందుకు చెయ్యివిడిచితివని?" అర్థము (మార్కు 15:33-34)*

ఆరు గంటల తరువాత, మూడవ ఝామున, యేసు దేమనికి "ఏలీ, ఏలీ,లామా సబక్తానీ?" అని మొర్రపెట్టెను. సిలువమీదనుండి ఇది యేసు పలికిన నాల్గవమాట.

యేసు అలసినవాడై, ఎడారి ఎండలో సిలువపైన వ్రేలాడుచు ఆరు గంటలు రక్తము నీరు ఆయననుండి కారుచుండెను. ఆయన పూర్తిగ అలసిపోయిమండెను. మరి ఆయన ఎందుకు అరచెను?

సిలువపైన యేసు పలికిన ఏడు మాటలలో ప్రతిమాటకు ఆత్మసంబంధమైన అర్థములున్నవి. అవి పైకి వినిపించకపోతే, అవి నిరుపయోగముగనుండెడివి. ఆ ఏడు మాటలు బైబిల్లో స్పష్టముగ వ్రాయబడుటకు ఉద్దేశింపబడినవి దానినిబట్టి ప్రతివారు దేమని చిత్తమును అర్థముచేసుకొనగలరు.

కాబట్టి, సిలువపైనుండి తన శక్తిఅంతటితో ఆయన ఏడు

మాటలు పలికెను అప్పుడు సిలువ చుట్టూమన్నవారు స్పష్టముగ వినగలిగి వాటిని వ్రాయగలిగిరి.

కొందరు దేమనిపై కోపముతో అలా అరచెను అని అందురు, ఏలయనగా ఆయన శరీరాకారముతో ఈ లోకమునకు వచ్చి నిర్హేతుకముగ గొప్ప శ్రమను అనుభవించెను. అయినప్పటికి, అది ఖచ్చితముగ వాస్తవముకాదు.

"ఏలీ,ఏలీ,లామా సబక్తానీ?" అని ఎందుకు యేసు అరచెను?

యేసు ఈ లోకమునకు వచ్చుటకుగల కారణము సాతాను క్రియలను లయపరచుటకు రక్షణ మార్గమును మనకు తెరచుటకు వచ్చెను.

కామన, యేసు దేమని చిత్తమునకు లోబడి మరణమగువరకు తన్నుతాను పూర్తిగ అర్పించుకొనెను. ఆయన సిలువమరణమునకు ముందు, ఆయన మరి ఆసక్తితో ప్రార్థనచేసినప్పుడు ఆయన చెమట రక్తబిందువులుగ నేలమీదపడెను (లూక 22:42-44). సిలువపైన ఆయన భరించవలసిన శ్రమ పూర్తిగ తెలిసి ఆయన తన భారమును మోసెను.

సిలువపైన ఆయన శిక్షను శ్రమను భరించెను ఏలయనగా మానవులకొరకు దేమని ప్రణాళికను ఆయన యెరిగియుండెను. అటువంటప్పుడు, ఎలాగ, యేసు తన మరణమును ఎదుర్కొనుటకు కోపము కలిగియుండును? ఆయన అరచిన కేక దు:ఖము వలన మూలొగనదిగాని దేమనిని నిందించుటకుగాని కాదు. యేసు అలా చేయుటకు తగిన కారణమున్నది.

సమస్త మానవులను పాపములనుండి విడిపించుటకు ఆయన సిలువమరణము పొందుచున్నవిషయము మొదట లోకమునకు ప్రకటించుట యేసు కోరుకొనెను.

ఆయన దేవునియొక్క జనితైక కుమారుడైయుండి ఆయన పరలోకములో ఉన్నమహిమను విడిచిపెట్టి దేవునిచేత పూర్తిగ విడిచి పెట్టబడిన విషయము ప్రతివారు తెలుసుకొనవలెనని ఆయన కోరెను. పాపములనుండి పాపులను విడిపించుటకు సిలువపైన అధికమైన శ్రమను పొందుచున్నందువలన ఆయన అరచిన విషయము ప్రతివారు తెలుసుకోవాని ఆయన కోరెను. దేవునిని "నా తండ్రీ" అని పిలచెనని బైబిలు చూపిస్తున్నది, కానీ సిలువపైన యేసు, "నా దేవా" అని పిలచెను. పాపులు దేవునిని "తండ్రీ" అని పిలువలేరు కాబట్టి పాపుల తరఫున ఆయన సిలువను భరించుట దీనికి కారణము.

ఆ సమయములో, యేసు పాపులందరి పాపమును మోయు చున్నందువలన దేవుడు ఆయనను నిరాకరించెను, అప్పుడు యేసు దేవునిని తండ్రీ అని పిలుచుటకు ధైర్యముచెయ్యలేదు. అదే రీతిగా, నీకు దేవునిపట్ల పరస్పర ప్రేమ ఉంటే నీమ దేవునిని "నాయనా తండ్రీ" అని పిలువగలమ, కానీ నీమ పాపము చేసినందువల్ల లేక బలహీనమైన విశ్వాసమున్నందువల్ల నీమ దేవునికి దూరముగనుంటే ఆయనను "తండ్రీ" అనక దేవా అని పిలచెదమ.

యేసుక్రీస్తును అంగీకరించి వెలుగులో నడచుకొనుచు సమస్తమైన ప్రజలు దేవునియొక్క నిజమైన పిల్లలు కావలెనని మరియు ఆయనను "తండ్రీ" అని పిలువవలెనని ఆయన కోరుచున్నారు.

రెండవదిగ, దేవుని చిత్తమును యెరుగక ఇంకా చీకటిలో జీవించుచున్న మనుష్యులను యేసు హెచ్చరించ గోరెను.

దేవుడు తన జనితైక కుమారుడైన యేసుక్రీస్తును ఈ లోకమునకు పంపించి తన సృష్టించిన వారితోనే అపహసింపబడుటకు సిలువవేయ బడుటకు అనుమతించెను.

ఎందుకు దేమడు యేసును నిరాకరించెనో ఆయనకు తెలుసు కానీ యేసును సిలువవేసిన అక్కడ ఉన్నగుంపువారికి దేమని చిత్తము తెలియదు. ఆయన "నా దేవా, నా దేవా, ఎందుకు నన్ను విడచితివి?" అని అరచినది అజ్ఞానులైనవారు దేవుని ప్రేమను అర్థంచేసుకొనుటకు మరియు పశ్ఛత్తాత్తాపపడి వారు రక్షణ మార్గమునకు తిరుగుదురని అరచెను.

నేను దప్పిగొనియున్నాను

పాతనిబంధనలో యేసు సిలువపైన యేసు శ్రమపడువాటిగురించి అనేకమైన ప్రవచనములున్నవి. కీర్త 69:21లో *"వారు నాకు చేదును ఆహారముగ పెట్టిరి నాకు దప్పియైనప్పుడు చిరకను త్రాగనిచ్చిరి."* కీర్తనలలో ముందుగ చెప్పబడినట్లు, యేసు, "నేను దప్పిగొని యున్నాను," అని చెప్పినప్పుడు ప్రజలు స్పంజీని ద్రాక్షారసములోను చేదులోను ముంచి ఆ స్పంజీని హిస్సోపు కొమ్మతో యేసు పెదమలపై అంటించిరి.

> *అటు తరువాత, సమస్తమును అప్పటికి సమాప్తమైనదని యేసు యెరిగి, లేఖనము నెరవేరునట్లు, "నేను దప్పిగొని యున్నాను." అని చెప్పెను. చిరకతో నిండియున్న ఒక పాత్ర అక్కడ పెట్టియుండెను గనుక వారు ఒక స్పంజీ చిరకతో నింపి, హిస్సోపు పుడకకు తగిలించి ఆయన నోటికి అందించిరి. (యోహా 19:28-29)*

ఎంతోకాలము క్రితము యేసు బెత్లెహేములో పుట్టకమునుపు, కీర్తనాకారుడు ఒక దర్శనములో యేసు సిలువవేయబడునని సిలువపై చనిపోమనని చూచి దీనిని వ్రాసెను. యేసు, లేఖనములు

నెరవేరు నట్లుగ "నేను దాహము గొనియున్నాను" అని చెప్పెను.

సిలువపైన యేసు పలికిన "నేను దాహము గొనియున్నాను" అను ఐదవమాటకు ఆత్మసంబంధమైన అర్థమేమిటో మనము ఇక్కడ చూద్దాము.

యేసు తన ఆత్మ దాహమును ప్రకటించెను

చాలామంది ఆకలిని ఆపుకుందురుగానీ దాహమును కాదు. యేసు పూర్తిగా అలసిపోయెను ఏలయనగా యేసు సిలువకు గొట్టబడి రక్తమును కార్చి అరణ్యపు మండుటెండలో ఆరుగంటలుండెను. ఆయనకు గల దాహము ఊహించనలవికానిది.

"నేను దప్పిగొనియున్నాను" అని చెప్పుటవలన యేసు తన దాహమును ఓర్చుకొనలేడని కాదు. త్వరలోనే సమాధానముతోఆయన దేవుని యొద్దకు తిరిగివెళ్ళునని ఆయనకు తెలుసు.

వాస్తవమునకు, ఆయనకు భౌతికసంబంధమైన దాహము కంటే ఆత్మసంబంధమైన దాహము ఎక్కువన్నది. అది దేవుని పిల్లల పట్ల యేసుకు ఉండిన బలమైన కోరిక: "నేను రక్తమును కార్చితిని కనుక నేను దాహము గొనియున్నాను. నారక్తమును మూల్యముగ చెల్లించి నా దాహమును తీర్చండి."

యేసు సిలువపైన మరణించి రెండువేల సంవత్సరములు దాటిపోయెనవి, కానీ ఇప్పటికీ ఆయన దాహము గొనియున్నానని చెప్పుచున్నాడు. ఆయన దాహము ఆయన రక్తము కార్చుటనుండి వచ్చినది. నీ పాపములను క్షమించి నీకు నిత్యజీవమునిచ్చుటకు ఆయన తన రక్తమును కార్చెను.

నశించిన ఆత్మలను రక్షించుటకు ఆయన ఇష్టమును తెలియపరచుటకు ఆయన దాహము గొనియున్నాని యేసు చెపుచున్నారు. కాబట్టి, యేసుయొక్క రక్తముచేత రక్షింపడిన

పిల్లలు ఆయన రక్తముకొరకు పరిహారము చెల్లించవలెను.

ఆయన రక్తముకు ఆయన దాహమునకు నీవు చెల్లించు విధానము--వారెరుగక నరకమార్గములో నడచువారిని పరలోకము నకు నడిపించుట నీవు చెయ్యవలసిన పని.

కాబట్టి, నీ కొరకు రక్తము కార్చిన యేసునకు నీవు కృతజ్ఞుడవై యుండి ప్రజలను రక్షణ మార్గములో నడిపించుట ద్వారా ఆయన యొక్క దాహమును తీర్చవలెను.

సమాప్తమైనది

యోహా19:30లో, యేసు ఆచిరక పుచ్చుకొని, "సమాప్తమైనది" అని చెప్పి తన తల వంచి ఆత్మను అప్పగించెను. యేసు హిస్సోపు పుడకతో ఇచ్చిన స్పంజీతో ముంచి ఇచ్చిన చిరకను అంగీకరించెనెను. ఆయన దాహమును తట్టుకోలేక అలాగు చెయ్యలేదు. ఆయన చేసిన దానిలో ఆత్మసంబంధమైన అర్ధమున్నది.

మానవుల పాపములకై సిలువపైన చనిపోవుటకు యేసు శరీరాకారముగ ఈ లోకమునకు వచ్చెను. పాతనిబంధన ధర్మశాస్త్రమును నెరవేర్చునట్లుగ మానవుల పాపములను శాపములను ఆయన భరించి ఆయన గొప్ప ప్రేమను మనపట్ల చూపెను. పాతనిబంధన కాలములో, ప్రజలు పాపము చేసినప్పుడు దేవునికి జంతువులయొక్క రక్తమును అర్పించేవారు. అయినప్పటికి, తన రక్తము చిందించుట ద్వారా అందరి పాపముల కొరకు ఒకే ఒక అర్పణచేసెను. (హెబ్రి 10:11-12) కనుక, నీవు యేసుక్రీస్తును అంగీకరించినట్లయితే నీ పాపములు క్షమించబడును ఏలయనగా ఆయన అప్పటికే నిన్ను విమోచించెను. యేసుక్రీస్తు ద్వారా విమోచనా కృప క్రొత్త ద్రాక్షారసమును సూచిస్తున్నది, నీకు నూతన ద్రాక్షారసము

నిచ్చుటకు ఆయన ద్రాక్షారసమును చేదును త్రాగెను.

"సమాప్తమాయెను" అను మాటకు ఆత్మసంబంధమైన అర్థము

"సమాప్తమాయెను" అని యేసు చెప్పినప్పుడు ఆయన తన ఆత్మను అప్పగించెను. ఆత్మసంబంధముగ దీని అర్థము ఏమిటి?

యేసు శరీరధారియై ఈ లోకమునకు వచ్చి, సువార్తను ప్రకటించి, సమస్త బలహీనతలను రోగములను స్వస్థపరచి మరణమునకు పాత్రులైనవారందరి కొరకు సిలువను యెంచుకొని రక్షణ మార్గమును తెరచెను.

ఆయన ప్రేమతో తన్నుతాను మరణమగునంతవరకు అర్పించుకొని పాతనిబంధన యొక్క ధర్మశాస్త్రమును నెరవేర్చెను. మరియు సాతానుయొక్క క్రియలను పూర్తిగా నాశనముచేసి ఆయన సాతానును గెలిచెను. అనగా, మానవ రక్షణ ప్రణాళికను ఆయన నెరవేర్చెను. కాబట్టే యేసు, "సమాప్తమాయెను" అని సిలువపైన చెప్పెను.

తన జనితైక కుమారుడైన యేసు రక్షణయొక్క ఏర్పాటును పూర్తిచేయుటకు తండ్రియొక్క చిత్తము మరియు ప్రణాళికానుసారముగ ఆయన జీవితమును అర్పించుకొను పర్యంతము విధేయుడయిన రీతిగా, తన పిల్లలు దేవుని చిత్తానుసారముగ జీవించుటద్వారా సమస్తమును నెరవేర్చవలెనని దేవుడు కోరుచున్నారు.

కనుక, ఆత్మసంబంధమైన ప్రేమను పొందుకొనుట ద్వారా మొదట నీవు నీ ప్రభువుయొక్క హృదయమును అనుకరించవలెను: పరిశుద్ధాత్మయొక్క తొమ్మిది ఫలములు ఫలించుట(గలతీ 5:22-23) మరియు యేసు సూక్తులను సంపూర్తిచేయుట ద్వారా(మత్తయి 5:3-10). ప్రభువుచేత ఇవ్వబడిన పనిలో నీవు

నమ్మకస్తుడవై యుండవలెను. ఆసక్తిగా ప్రార్ధనచేసి, సువార్తను ప్రకటించుచు సంఘములో సేవ చేయుచు నీవు అనేకమందిని ప్రభుమయొద్దకు నడిపించవలెను.

బలమైన విశ్వాసముతో లోకమును జయించి, పరలోకమునకు నిరీక్షణ దేవుని పట్ల ప్రేమగలిగి "సమాప్తమాయెను" అని ఒప్పుకొని యేసుక్రీస్తు ఎలాగ తండ్రియైన దేవునికి ఆయన చిత్తమునకు లోబడుటను ప్రదర్శించెనో మీలో ఒక్కొక్కరు ప్రశస్తమైన దేవుని పిల్లలుగ అలా చూపవలెనని నేను ఆశపడుచున్నాను.

తండ్రీ, నీ చేతికి నా ఆత్మను అప్పగించుకొనుచున్నాను

సిలువపైన ఆయన ఆఖరిమాటలు పలికినప్పుడు, యేసు పూర్తిగా అలసిపోయెను. ఈ పరిస్థితులలో, యేసు పెద్ద శబ్ధముతో అరచి, "తండ్రీ నీ చేతికి నా ఆత్మను అప్పగించుకొనుచున్నాను."

> *అప్పడు యేసు గొప్ప శబ్ధముతో కేకవేసి—"తండ్రీ, నీ చేతికి నా ఆత్మను అప్పగించుకొనుచున్నాను." ఆయన ఇలాగు చెప్పి ప్రాణమును విడిచెను* (లూక 23:46).

"నా దేవా" అని అనుటకు బదులు యేసు "తండ్రీ" అని సంభోధించుట మనము గమనించగలము. ప్రాయశ్చిత్త బల్యర్పణ అర్పించుట అను కార్యమును యేసు ఇప్పుడు సంపూర్తిచేసినట్లుగ ఇది సూచిస్తున్నది.

యేసు ఆయనయొక్క ఆత్మను ప్రాణమును దేవునికి అప్పగించెను

మన రక్షకునిగా యేసు భూమిమీదకు వచ్చి, ఆయన ఆత్మను మరియు ప్రాణమును ఆయన తండ్రి చేతులలోనికి అప్పగించెను?

మానవుడు ఆత్మ, ప్రాణము మరియు శరీరముతో చేయబడియున్నాడు. (1వ థెస్స 5:23) అతడు చనిపోయినప్పుడు, అతని ఆత్మ మరియు ప్రాణము అతని శరీరమును విడిచివెళ్ళిపోవును. అతడు దేవుని బిడ్డ అయితే అతని ఆత్మ మరియు ప్రాణము దేవుని పక్షముగా వెళ్ళును. లేకపోతే అతని ఆత్మ మరియు అతని ప్రాణము నరకమునకు వెళ్ళి పోవును. (లూక 16:19-31) అతని శరీరము పూడ్చిపెట్టబడి మన్నై పోవును.

యేసు, దేవుని కుమారుడైయుండి, శరీరధారియైయై ఈ లోకమునకు వచ్చెను. ఆయన ఆత్మ, ప్రాణము, మరియు శరీరమును కలిగియుండెను. ఆయన సిలువవేయ బడినప్పుడు, ఆయన శరీరము మరణమైనదిగాని, ఆయన ఆత్మ ప్రాణము కాదు; ఆయన తన ఆత్మను మరియు ప్రాణమును దేవుని చేతులలోనికి అప్పగించెను.

నీవు చనిపోయినప్పుడు దేవుడు నీ ఆత్మను ప్రాణమును తీసుకొనును. ఒకవేళ దేవుడు నీ ప్రాణమును కాక నీ ఆత్మను మాత్రమే తీసుకొనినట్లయితే, పరలోకములో నీవెన్నడు నిజమైన సంతోషమును అనుభవించవు మరియు నీ హృదయాంతరంగములోనుండి కృతజ్ఞత కలిగియుండవు. ఎందుకని? భూమిమీద నీవు అనుభూతిచెంది నీ ప్రాణము నుండి పుట్టిన కన్నీరు, దు:ఖము శ్రమ మరియు ఇతర సంగతులు నీకు గుర్తుండవు. కాబట్టే దేవుడు నీ ఆత్మను ప్రాణమును రెండిటిని తీసుకొనును.

ఎందుకు, అలాంటప్పుడు, యేసు తన ఆత్మను ప్రాణమును

దేవునికి అప్పగించెను? ఎందుకనగా దేవుడు సృష్టికర్తయై నీ జీవమును, మరణమును, శాపమును, ఆశీర్వాదమును జాగ్రత్తగ చూసుకొనుచు లోకములోనున్న సమస్తమైనవాటి మీద ఆధిపత్యము వహించువాడు. అనగా, సమస్తమును దేవునికి చెందినవియు మరియు ఆయన సార్వభౌమ అధికారములో ఉన్నవి. దేవుడొక్కడే నీ ప్రార్ధనలకు జవాబిచ్చువాడు. కనుక, యేసు తన ఆత్మను ప్రాణమును తండ్రియైన దేవునికి అప్పగించుటకు తానే ప్రార్ధించవలసి వచ్చెను. (మత్త 10:29-31)

యేసు బిగ్గరగా ప్రార్ధనచేసెను

యేసు తీవ్రమైన బాధలో ఉండికూడ "తండ్రీ, నీ చేతికి నా ఆత్మను అప్పగించుకొనుచున్నాను?" అని ఎందుకు యేసు బిగ్గరగా ప్రార్ధించెను.

ప్రార్ధనలో బిగ్గరగా ప్రార్ధించుట మనుష్యులు విని అది దేవుని చిత్తమని తెలుసుకోవాలని ఆయన ఇలాగు చేసెను. ఆయన తన ఆత్మను దేవునికి అప్పగించుటకు చేసిన ప్రార్ధన కొద్దిసమయమునకు ముందు ఆయనను గెత్సెమనేలో పట్టుకొనకముందు ఆయన ఆసక్తిగ చేసిన ప్రార్ధనవంటి ప్రార్ధన.

మరియు, "తండ్రీ, నీ చేతికి నా ఆత్మను అప్పగించుకొను చున్నాను," అనే యేసుయొక్క ప్రార్ధన, దేవుని చిత్తప్రకారము సమస్తమును నెరవేర్చెను అనునది ఋజుమచేసినటువంటిది. అనగా, దేవునికి విధేయతచూపి ఆయన పనిని పూర్తిచేసిన తరువాత ఆయన తన ఆత్మను దేవునికి ఇప్పుడు ధైర్యముగ అప్పగించవచ్చును.

అపోస్తలుడైన పౌలు, "*మంచి పోరాటము పోరాడితిని నా పరుగు కడముట్టించితిని, విశ్వాసము కాపాడుకొంటిని. ఇకమీదట నాకొరకు*

నీతికిరీటముంచబడియున్నది. ఆ దినమందు నీతిగల న్యాయాధిపతి యైన ప్రభువు అది నాకును నాకుమాత్రమే కాకుండ తన ప్రత్యక్షతను అపేక్షించు వారిందరికి అనుగ్రహించును" (2 వ తిమోతి 4:7-8).

సంఘపెద్ద అయిన స్తెఫెను కూడ దేవుని చిత్తానుసారముగ జీవించెను తన విశ్వాసమును కాపాడుకొనెను. కాబట్టే అతడు తన ఆఖరి ఊపిరి విడిచినప్పుడు ఇలా, "ప్రభువైన యేసూ, నా ఆత్మను చేర్చుకొనుముము"అని ప్రార్ధనచేసెను (అపో 7:59). అపోస్తలుడైన పౌలు మరియు స్తెఫెను పాపసంబంధమైన స్వభావములోనుండి పుట్టు సుఖజీవితములను వెంబడించి వారు లోకానుసారమైన జీవితమును జీవించియుంటే వారు ఇలాగు ప్రార్ధన చేసియుండేవారు కారు.

ఇలాగ, నీవు ధైర్యముగ చెప్పవచ్చు, తండ్రియొక్క చిత్తానుసారముగ నీవు జీవించినప్పుడు మాత్రమే "సమాప్తమైనది" అనియు మరియు "తండ్రీ నా ఆత్మను నీ చేతికి అప్పగించుచున్నాను," అని యేసు చెప్పినట్లు చెప్పుదువు.

యేసు మరణము తరువాత ఏమి జరిగినది?

యేసు తన ఆఖరిమాటలు బిగ్గరగా పలికి సిలువమీద ప్రాణము విడిచెను. అది తొమ్మిదవ గంట (మధ్యాహ్నము మూడు గంటల సమయము). అది పగటి సమయము అయినప్పటికి, ఆరవగంట నుండి తొమ్మిదవ గంట వరకు చీకటి ఆస్థలమంతా కమ్మెను మరియు దేవాలయపుతెర నడిమికి రెండుగ చిరిగెను. (లూక 23:44-45)

అప్పుడు రమారమి మధ్యాహ్నమాయెను. అది మొదలుకొని మూడు గంటలవరకు ఆ దేశమంతటిమీద చీకటి కమ్మెను, సూర్యుడు అదృశ్యుడాయెను; అప్పుడు దేవాలయపు తెర

పైనుండి క్రిందివరకు రెండుగా చినిగెను;భూమి వణికెను; బండలు బద్దలాయెను. సమాధులు తెరవబడెను, నిద్రించిన అనేకమంది పరిశుద్ధుల శరీరములు లేచెను; వారు సమాధులలోనుండి బయటకు వచ్చి ఆయన లేచిన తరువాత పరిశుద్ధ పట్టణములో అనేకులకు అగపడిరి (మత్తి 27:51-53).

"దేవాలయపు తెర పైనుండి క్రిందికి నడిమికి రెండుగ చిరిగినది," అనే ఈ పదములో ఎంతో ఆత్మసంబంధమైన అర్ధమున్నది. దేవాలయపు పొడవాటి తెర పరిశుద్ధ స్థలమును అతిపరిశుద్ధ స్థలమును విభాగింపవలసినదై యున్నది. యాజకుడు తప్ప పరిశుద్ధ స్థలమును మరియెవరును ప్రవేశింపలేరు అలాగే సంవత్సరమునకు ఒక్కసారి ప్రధానయాజకుడు తప్ప అతిపరిశుద్ధ స్థలమును ఎవరును ప్రవేశింపలేరు.

పాపపు గోడను రెండుగ చీల్చివేసి యేసే సమాధాన అర్పణగా తన్నుతాను అర్పించుకొనుటను దేవాలయపు తెరను చీల్చివేయుటను సూచించుచున్నది. తెర రెండుగ చీల్చబడక ముదు, ప్రధానయాజకుడు దేవునికి ప్రజలకు మధ్యవర్తిత్వముగ ప్రజల పక్షముగ పాపపరిహారార్ధ బలిని అర్పించెడివారు.

యేసు మరణము ద్వారా పాపపు గోడ చీల్చివేయబడుట వలన నీవు దేవునితో ప్రత్యక్షమైన సంబంధమును కలిగియుండగలవు. అనగా, యేసుక్రీస్తునందు ఎవరైతే విశ్వాసముంచుదురో వారు ప్రధానయాజకుని ప్రవక్తలయొక్క మధ్యవర్తిత్వము లేకుండానే పరిశుద్ధ ఆలయమును ప్రవేశించి దేవునిని ఆరాధించి ప్రార్ధింపవచ్చును.

కాబట్టి, హెబ్రి గ్రంధకర్త, *"సహోదరులారా, యేసు మనకొరకు ప్రతిష్టించిన మార్గమున, అనగా నూతనమైనదియు, జీవము గలిగి నదియున్నైన, ఆయన శరీరమను తెర ద్వారా ఏర్పరచబడినదియున్నైన మార్గము, ఆయన రక్తము వలన పరిశుద్ధస్థలమునందు*

ప్రవేశించుటకు మనకు ధైర్యము కలిగియున్నది" (హెబ్రీ 10:19-20).

ఇంతేకాక, భూమి వణికి బండలు బద్దలాయెను. ఈ లోకములో సర్వసృష్టి వణికిపోయినదని ఈ అసమానమైన సంభవములన్నీ మనకు తెలియజేయుచున్నవి. మానవుని దుష్టత్వముపైకి దేవుని యొక్క వేదనను తీసుకురావడము చూపిస్తున్నది. మానవులను రక్షించుటకు దేవుడు తన ఒక్కగానొక్క కుమారుని ఇచ్చినప్పటికి యేసుక్రీస్తును అంగీకరించుటకు మానవుని హృదయము కఠినమైనందుకు దేవుడు లోతుగా గాయపరచబడినదానిని వ్యక్తపరచుచున్నాడు.

సమాధులు బద్దలై తెరవబడి మృతులైన అనేకమంది పరిశుద్ధుల శరీరములు లేపబడెను. యేసుక్రీస్తునందు ఎవరైతే విశ్వాసముంచు దురో వారు క్షమించబడి తిరిగి బ్రతుకుదురను పునరుద్ధానము ఋజువై యున్నది.

కాబట్టి, యేసు సిలువపైన మాటలాడిన ఆఖరి ఏడుమాటలు ఆత్మసంబంధమైన అర్థమును ప్రభుమయొక్క ప్రేమను నీవు అర్థము చేసుకున్నావని నేను నమ్ముచున్నాను, దీనినిబట్టి నీవు విశ్వాసు లైన పితరులవలె ప్రభువు ప్రత్యక్షత కొరకు ఎదురుచూచుచు ఒక క్రైస్తవ జయజీవితమును జీవించగలము.

8వ అధ్యాయము

నిజమైన విశ్వాసము మరియు నిత్యజీవము

- ఇది ఎలాంటి గొప్ప మర్మమైయున్నది!
- అబద్దపు ఒప్పుకోలు రక్షణకు నడిపించదు
- మనుష్యకుమారుని శరీరము మరియు రక్తము
- వెలుగులో నడిచినప్పుడే క్షమాపణ
- క్రియలతో కూడిన విశ్వాసమే నిజమైన విశ్వాసము

"నా శరీరము తిని నా రక్తము త్రాగువాడే నిత్యజీవము గలవాడు; అంత్యదినమున నేను వానిని లేపుదును. నా శరీరము నిజమైన ఆహారమును నా రక్తము నిజమైన పానమునై యున్నది. నా శరీరము తిని నా రక్తము త్రాగువాడు నాయందును నేను వానియందును నిలిచియుందుము. జీవముగల తండ్రి నన్ను పంపెను గనుక నేను తండ్రిమూలముగా జీవించుచున్నట్టే నన్ను తినువాడును నా మూలముగ జీవించును."

యోహా 6:54-57

యేసుక్రీస్తును నమ్ముట సంఘమునకు వెళ్ళుటయొక్క తుది గమ్యము ఏదనగా నీవు రక్షింపబడి నిత్యజీవమును పొందుకొనవలెను. అయినప్పటికి, దేవుని వాక్యప్రకారము జీవించకుండ ఆదివారము సంఘమునకు వెళ్ళుటవలన వారు యేసుక్రీస్తునందు విశ్వాసముంచి నాముని చెప్పినందువల్ల వారు రక్షింపబడినామని అనేకమంది ప్రజలు తలంచుదురు.

నిజమే, గలతీయులకు 2:16లో వ్రాసిన ప్రకారము, *"మనుష్యుడు యేసుక్రీస్తునందలి విశ్వాసము వలననేగాని ధర్మశాస్త్ర సంబధమైన క్రియలమూలమున నీతిమంతుడుగా తీర్చబడడని యెరిగి మనమును ధర్మశాస్త్రసంబంధమైన క్రియలమూలమున గాక క్రీస్తుయేసునందలి విశ్వాసము వలననే నీతిమంతులమని తీర్చబడుటకై యేసుక్రీస్తునందు విశ్వాసముంచి యున్నాము;ధర్మశాస్త్రసంబంధ క్రియలమూలమున ఏ శరీరియు నితిమంతుడని తీర్చబడడు గదా,"* నీవు ధర్మశాస్త్రమును జరిగించినంతమాత్రాన మరిముఖ్యముగ నీ హృదయము పూర్తిగా దుష్టత్వముతో నిండిపోయి ఉండినప్పుడు నీవు నీతిమంతునిగా తీర్చబడవు మరియు పరలోకరాజ్యమును ప్రవేశింపవు. నీవు నేర్చుకున్న తరువాత కూడ పాపము చేస్తునేవుంటూ మరియు దేవుని వాక్యమును వెంబడించికపోయినట్లయితే యేసుక్రీస్తుతో నీకు ఎటువంటి సంబంధము లేదు.

కాబట్టి, నీ పెదవులతో విశ్వాసపుమాటలు చెప్పినంత మాత్రాన నీవు రక్షణపొందుట కష్టమని నీవు గ్రహించవలెను. నీవు

వెలుగులో నడుచుచు సత్యములో జీవించినప్పుడు మాత్రమే యేసుక్రీస్తు రక్తము నీ పాపములనుండి నిన్ను రక్షించి శుద్ధునిగజేయును. క్రియాపూర్వకమైన నిజమైన విశ్వాసము నీవు కలిగియుండవలెను (1 వ యోహా 1:5-7).

ఒక నిజమైన దేవుని బిడ్డగా సంపూర్ణ రక్షణను నిత్యజీవమును ఎలా పొందుకొనవలెనో ఇప్పుడు వివరముగ తెలుసుకొందము.

ఇది ఎలాంటి గొప్ప మర్మమైయున్నది!

ఎఫెసి 5:31-32లో, *"ఈ హేతువుచేత పురుషుడు తన తండ్రిని తల్లిని విడిచి తన భార్యను హత్తుకొనును; వారిద్దరు ఏకశరీర మగుదురు. ఈ మర్మము గొప్పది: అయితే నేను క్రీస్తును గూర్చియు సంఘమును గూర్చియు చెప్పుచున్నాను."*

వారు పెరిగిపెద్దవారైనప్పుడు భార్య భర్తలు వారి తల్లిదండ్రులను విడిచిపెట్టి ఒకరినొకరు కలిసికొందురు అను విషయము సర్వసామాన్య మైనది. అటువంటప్పుడు, ఎందుకు, దేవుడు దీనిని మర్మముగ చెప్పుచున్నారు? అక్షరానుసారముగ నీవు ఈ వాక్యమును అనువదించినట్లయితే, ఈ "గొప్పమర్మము" ఎలాగో నీకు అర్థంకాదు, కానీ దీనివెనుకనున్న ఆత్మసంబంధమైన అర్థమును గ్రహించినట్లయితే, నీవు ఆనందముతో నింపబడుదువు.

ఇక్కడ "సంఘము" అని చెప్పబడినది పరిశుద్ధాత్మను పొందుకున్న దేవుని పిల్లలను గురించి చెప్పుచున్నది. అనగా, స్త్రీపురుషుల మధ్య గల కలియికను దేవుడు యేసుక్రీస్తుకు సంఘమునకు గల సంబంధముతో పోల్చుచున్నారు.

లోకమును విడిచిపెట్టి ఎలా నీవు పెండ్లికుమారుడైన

యేసుక్రీస్తును హత్తుకొనగలమ?

విశ్వాసము ద్వారా నీవు యేసుక్రీస్తును అంగీకరించినప్పుడు

ఆది మానవుడైన ఆదాము దేవునికి అవిధేయుడై పాపము చేసినప్పటినుండి పాపము లోకములోనికి ప్రవేశించినది. అతనియొక్క సంతతివారంతా పాపమునకు బానిసలై ఈ లోకమును పాలిస్తున్న శత్రువైన సాతాను బిడ్డలగా అయిపోయిరి.

నీవు యేసుక్రీస్తును అంగీకరించకముందు ఈ లోకమునకు మరియు ఈ అంధకారమైన లోకముయొక్క శక్తిని కలిగిన శత్రువైన సాతానుకు చెందినవాడవు. ఈ విషయము యోహా 8:44తో స్థిరపరచబడియున్నది, "*మీరు మీ తండ్రియగు అపవాది సంబంధులు, మీ తండ్రి దురాశలు నెరవేర్చగోరుచున్నారు. ఆదినుండివాడు నరహంతకుడై యుండి సత్యమందు నిలిచినవాడు కాడు; వానియందు సత్యమేలేదు; వాడు అబద్దమాడునప్పుడు తన స్వభావము అనుసరించియే మాటలాడును; వాడు అబద్దికుడును అబద్దమునకు జనకుడునై యున్నాడు.*" మరియు 1 వ యోహా 3:8లో, "*అపవాది మొదటినుండి పాపము చేయుచున్నాడు గనుక పాపము చేయువాడు అపవాది సంబంధి.*"

ఏమయినప్పటికి, యేసుక్రీస్తును నీవు నీ రక్షకునిగ అంగీకరించి వెలుగులోనికి వచ్చినప్పుడు, నీవు దేవుని బిడ్డగ అధికారమును పొందుకొని పాపములనుండి విడిపించబడుదువు ఏలయనగా నీ పాపములు యేసుక్రీస్తు రక్తము ద్వారా క్షమించబడినవి.

ఆయన సిలువను అంగీకరించి యేసుక్రీస్తు నిన్ను విడిపించినాడని నీవు విశ్వాసము కలిగియుండినట్లయితే, దేవుడు నీకు పరిశుద్ధాత్మను బహుమానముగ నిచ్చును, అప్పుడు పరిశుద్ధాత్మ నీ హృదయములో నీ ఆత్మకు జన్మనిచ్చును.

నీవు సత్యములో నడుచుకొనుచు జీవించుటకు పరిశుద్ధాత్మ నీకు దేవుని చిత్తమును గురించి చెప్పి నేర్పించును.

అప్పుడు నీవు దేవుని ఆత్మచే నడిపించబడి దేవుని బిడ్డగా నీవు "నాయనా తండ్రీ" అని మొర్రపెట్టుదువు (రోమా 8:14-15), మరియు పరలోకరాజ్యమును నీవు స్వతంత్రించుకొందువు.

ఒకప్పుడు సాతానుయొక్క బిడ్డలుగ నిత్యనాశనములోనికి వెళ్ళ వలసినవారైయుండగా ఇప్పుడు విశ్వాసము ద్వారా దేవుని పిల్లలుగ మారి పరలోకమునకు నడిపించబడుట ఇది ఎంత ఆశ్చర్యము ఎంత మర్మమైనది!

యేసుక్రీస్తునందు విశ్వాసముంచుటవలన ఆయనతో ఐక్యపరచ బడినప్పుడు, పరిశుద్ధాత్మ నీ హృదయములోనికి వచ్చి జీవబీజముతో ఐక్యపరచబడును. దేవుడు నేలమంటినుండి మానవుని చేసి అతని నాసికారంధ్రములలో జీవవాయును ఊదెను. జీవవాయువు జీవబీజము, అదే జీవమైయున్నది. కాబట్టి, అది ఎన్నడూ చనిపోదు మరియు అది ఒక తరము నుండి మరియొక తరమునకు వెళ్ళునట్లు మానవుల రేతస్సు అండముల ద్వారా తరువాతి సంతతివారికి చేర్చబడినది.

ఈ జీవబీజము హృదయముతో చుట్టబడినది. దేవుడు ఆదామును చేసిన తరువాత, అతని హృదయములో తెలివిగల ఆత్మను నాటెను. ఒక క్రొత్త శిశువు, మానవునిగ ఎదిగి సంస్కారమును శీలమును కలిగి ఈ లోకసంబంధమైన తెలివిని ఎలాగు నేర్చుకొనునో, అలాగే జీవించుచున్న వానికి, అతడు అప్పటికే జీవించుచున్న ప్రాణి అయినప్పటికి ఒక నిజమైన సజీవప్రాణిగ అగుటకు జీవముయొక్క తెలివి అవసరమైయున్నది.

ఆదాము ఒకప్పుడు సత్యము అనే తెలివిగల ఆత్మచే నింపబడెను. అయినప్పటికి, అతడు దేవునికి అవిధేయుడైన తరువాత, దేవునితో అతని సంబంధము తెగిపోయినది. అప్పుడు క్రమక్రమముగ అతడు తెలివిగల ఆత్మను పోగొట్టుకొనుచు, అతని

హృదయములో దాని స్థానములో అసత్యము చోటుచేసుకొనెను.

అప్పటినుండి, హృదయము సత్యముతో మాత్రమే నింపబడినది ఇప్పుడు రెండిటితో నింపబడుతుంది అది: సత్యము అసత్యము. ఉదాహరణకు, ఆదామునకు హృదయములో ప్రేమ ఉన్నది, కానీ శత్రువైన సాతాను ద్వేషము అనే అసత్యమును నాటెను. దాని ఫలితము, ఆదికాండము 4వ అధ్యాయములో, ఆదాము పాపము చేసిన తరువాత కయీనును కనెను, అతడు తన సహోదరుడైన అసూయ ద్వేషముల వలను ఏబెలును చంపెను.

కాలము గడిచినప్పుడు, హృదయములో మరియొక భాగము అభివృద్ధి అయి సత్యము అసత్యము అను వాటితో నిండియుండెను. ఆ భాగమును "స్వభావము" అని అందురు. నీవు నీ తల్లిదండ్రులనుండి స్వభావ లక్షణములను స్వతంత్రించుకొంటివి. నీ మనస్సులో నీ భావములను బట్టి నీవు చూచుట, వినుట, నేర్చుకొనుట అనునవి లోపలకు తెచ్చుకొంటివి. సత్యమును వెంబడించునప్పుడు ఈ రెండిటిని బట్టి "స్వభావము" ఏర్పబడును.

ఈ స్వభావము తరచుగా "మనస్సాక్షి," అని పిలువబబడును మరియు ఇది ఏర్పడువిధానము చాలా వ్యత్యాసముగ నుండును అది నీవు కలిసిన మనుష్యులనుబట్టి, నీవు చదివిన పుస్తకములను బట్టి, నీవు పెంచబడిన పరిస్దితులనుబట్టి ఏర్పడును. ఉదాహాహణకు ఒకే సంగతిని చూసిన ఇద్దరిలో ఒకరు "అది చెడు" అని మరియొకరు "అది మంచి" లేకపోతే "అది మంచికి చెందినది" అని అందురు.

కాబట్టి, నీవు ఒకరి హృదయమును సమీక్షించినప్పుడు, దేవునికి చెందిన ఒక సత్యము ఉండును, సాతాను చేత ఇవ్వబడిన అసత్యము ఉండును మరియు ఒకని స్వభావము ఈ రెండిటిని బట్టి ఏర్పడును.

పరిశుధ్దాత్మ జీవబీజముతో హృదయములో ఐక్యపరచబడుట

ఆదాము విషయములో, హృదయిలో దేమనిచే ఇవ్వబడిన ఈ మూడు భాగములు జీవబీజములను చుట్టుకొనియున్నవి. ఈ పరిస్థితి ఆదాము మంచి చెడుల తెలివినిచ్చు వృక్షఫలమును తినిన తరువాత "నీమ నిశ్చయముగ చనిపోమదుమ" అన్న దేమని వాక్యము నెరవేరినది. జీవబీజము ఉన్నప్పటికి, అది పనిచేయనప్పుడు మృత మైన దానికంటే తేడా లేదు.

ఉదాహరణకు, నీమ పొలములో విత్తనములు నాటినప్పుడు, వాటిలో కొన్ని అప్పటికే చనిపోయిమన్నందువల్ల నాటినవన్నీ మొలకెత్తమ. అయినప్పటికి, విత్తనములలో జీవమున్నప్పుడు అవి ఖచ్చితముగ మొలకెత్తును.

మానమలలో కూడ ఇలాగే జరుగును. దేమడిచ్చిన జీవబీజము పూర్తిగ చనిపోయినట్లయితే, అది ఉజ్జీవింపబడదు, మరియు దేవుడు యేసుక్రీస్తును మానవుల రక్షణ కొరకు సిధ్దపరచనవసరము లేదు లేక పరలోకమును నరకమును చెయ్యవలసిన పనిలేదు.

ఏమయినప్పటికి, దేమడు మానమనిలో జీవహాయుమను ఊదినప్పుడు జీవబీజము ఇవ్వబడినది అది నిత్యము నిలుచునది. నీమ సువార్తను అంగీకరించినప్పుడు, జీవబీజము ఉజ్జీవింపబడును; నీ హృదయములో వాస్తవమైన భాగము ఎంత విశాలముగనుండునో, నీమ సువార్తను అంత సులభముగ అంగీకరించుదుమ. ఎవరైన సిలువను గూర్చిన వర్తమానము విని యేసుక్రీస్తును అంగీకరించి నట్లయితే వారు పరిశుధ్దాత్మను పొందుకొనెదరు. ఆ సమయములో, నీ హృదయములో జీవబీజము పరిశుధ్దాత్మతో ఐక్యపరచబడును.

మరొకప్రక్కన, వేడిమిగల ఇనుముచే వాతవేయబడిన

మనస్సాక్షి గలిగిన ప్రజలు వారి అసత్యమైన వారి హృదయము పూర్తిగా వారి హృదయములలో జీవబీజము చుట్టబడి మరియు దాచబడి నందున సువార్త ప్రవేశించుటకు స్థలము లేదు. మరణకరమైన స్థితిలో ఉన్న జీవబీజము దేవుని శక్తియైన పరిశుద్ధాత్మతో ఐక్యపరచబడిన యెడల శక్తిని పుంజుకొనును.

ఆత్మసంబంధమైన వ్యక్తివి అగుటకు

నీవు ఆరాధనా కార్యక్రమములకు హాజరగుచుండునప్పుడు, దేవుని వాక్యమును గ్రహించి, ప్రార్థించినప్పుడు, నీవు పరిశుద్ధాత్మయొక్క స్వభావమును నీవు వెంబడించునట్లుగ దేవుని కృప మరియు బలమైన శక్తి నీ మీదకు వచ్చును.

ఈ విధానములో, నీ హృదయము మరియు ఆత్మఐక్యపరచబడి నీ హృదయములోనుండి నిజముకానిదానిని తీసివేసి సత్యముతో దానిని నింపుటకు నీ హృదయము అంతకంతకు వాస్తవమైనదిగనుండును. ఒకనియొక్క హృదయము పూర్తిగా తెలివిగల ఆత్మచే మరియు సత్యముతో నింపబడినప్పుడు, మొదటి మానవుడైన ఆదాము కలిగియుండిన రీతిగా ఈ హృదయము ఆత్మయైయున్నది.

నీవు నమ్మకముగనుండినట్లు కనబడినప్పటికి, నీవు ప్రార్థనచెయ్య నప్పుడు నీవు నీ స్వభావముననుసరించియే యుందువు. నీలోనున్న పరిశుద్ధాత్మ నీ ఆత్మకు జన్మనివ్వలేకున్నందున నీవు ఇంకా శరీరానుసారుడైన మానవుడవే. అంతేగాక, నీవు చాలా శ్రద్ధగా అనేక దినములనుండి ప్రార్థన చేసినప్పటికి నీ స్వంత తలంపులను వాదనలను పగులగొట్టనియెడల పరిశుద్ధాత్మయొక్క స్వభావమును నీవు వెంబడించలేవు. కాబట్టి, నీవు ఆత్మసంబంధమైన వ్యక్తిగ మార్చబడలేవు.

పరిశుద్ధాత్మ, నీ హృదయములోనున్న సత్యమును బట్టి నీవు ఆలోచించగలుగునట్లు చేయును. అనగా, పరిశుద్ధాత్మయొక్క కోరిక ప్రకారము నీవు జీవించుదువు. ఆప్రకారముగ, నీ హృదయములో సత్యము లేనందున సాతాను నిన్ను శోధించి శరీరాశలను వెంబడించి నాశనకరమైన దారిలోకి అదేరీతిగా నడిపించును.

కాబట్టి, నీవు శరీరానుసారమైన తలంపులు మరియు స్వనీతిని, 2 వ కొరి. 10:5లో వ్రాయబడినట్లు "*మేము వితర్కములను దేవుని గూర్చిన జ్ఞానమును అడ్డగించు ప్రతి ఆటంకమును పడద్రోసి, ప్రతి ఆలోచనను క్రీస్తుకు లోబడునట్లు చెరపట్టిన.*" ప్రకారము విడిచిపెట్ట వలెను.

నీవు దేవుని వాక్యమునకు లోబడి, "ఆమెను" అని చెప్పి పరిశుద్ధాత్మను కోరి వెంబడించినట్లయితే, నీ హృదయము సత్యముతో మాత్రమే నింపబడి, ఆత్మయొక్క శుద్ధీకరణ కలిగిన వ్యక్తిగ అగుదువు.

నీవు అడిగినదెల్లా పొందుకొనెదవు

నీ అసత్యమునంతా పారవేసి నీ "స్వనీతి" ని పగులగొట్టి పరిశుద్ధాత్మ వలన నీవు ఆత్మలో జన్మించి, ప్రభువైన యేసుక్రీస్తు యొక్క హృదయము ఎంత శుద్ధమైనదో నీ హృదయమును అంత శుద్ధ మైనదిగా చేసుకొనినప్పుడు నీవు ప్రభువువలె ఉందువు.

స్త్రీపురుషులు ఏకమైనప్పుడు వారి అండము ఇంద్రియము కలియుటవల్ల అది ఒక బిడ్డ పుట్టుటకు కారణమగును. అలాగే, నీవు లోకములోనుండి బయటకు వచ్చి యేసుక్రీస్తుతో ఐక్యమై, ఆయనను నీ పెండ్లికుమారునిగ అంగీకరించినప్పుడు పరిశుద్ధాత్మతో నీవు నీ ఆత్మలో జన్మించుదువు మరియు

దేవుని బిడ్డగా అత్యధికమైన ఆశీర్వాదమును పొందుకొందుము.

రోమా12:3లో వ్రాయబడినట్లు, విశ్వాస పరిమాణములు ఉన్నవి, ఈ పరిమాణములనుబట్టి నీవు జవాబులు పొందుకుందుము. 1 వ యోహా 2:12 విశ్వాసముయొక్క అభివృద్ధి మానముల అభివృద్ధికి పోల్చబడినది.

యేసుక్రీస్తును అంగీకరించినవారు, పరిశుద్ధాత్మను పొందుకుందురు, మరియు రక్షణపొంది చిన్నబిడ్డలవంటి విశ్వాసము కలిగియుందురు (1 వ యోహా 2:12). సత్యమును క్రియారూపముగ అమలుపరచువారు పిల్లలయొక్క విశ్వాసముండును.(1 వ యోహా 2:13) ఈ స్థాయినుండి వారు పెరిగి సత్యమును క్రియాపూర్వకముగ అమలుపరపచినప్పుడు, యవ్వనస్తుల విశ్వాసము కలిగియుందురు (1 వ యోహా 2:13). వారు ఇంకా పెరిగినప్పుడు, తండ్రులయొక్క విశ్వాసమును కలిగియుందురు (1 వ యోహా 2:13).

పాతనిబంధన నుండి యోబును గురించి చదివినప్పుడు, దేవుడు అతనిని యదార్ధవంతుడని న్యాయవంతుడని గుర్తించెను కానీ సాతాను సవాలు చేసినప్పుడు, దేవుడు యోబును పరీక్షించుటకు సాతానుకు అనుమతి ఇచ్చెను. మొదట యోబు నీతిమంతుడని వాదించెను. కానీ ఆ పరీక్షలో అతడు తన భక్తిహీనత బహిర్గతమైనప్పుడు అతను వెంటనే తన భక్తిహీనతను గుర్తించి దేవునిముందు పశ్ఛాత్తాపపడెను. యోబుయొక్క స్వనీతి పగిలి దేవుని దృష్టిలో అతని హృదయము నీతిగాను పవిత్రమైనదిగాను అయెను. అప్పుడు మట్టుకే దేవుడు ముందుకంటే రెండింతలు యోబును ఆశీర్వదించెను.

అదేరీతిగా, నీ స్వనీతిని పగులకొట్టి ప్రభుమతో ఏకీభవించి ఉన్నతమైన స్థితిలో ఉన్న పితరులయొక్క విశ్వాసపరిమాణమును నీవు పొందుకున్నట్లయితే, నీవు దేవుని బిడ్డగా పొంగిపొరలే ఆశీర్వాదములను పొందుకుందుము. ఇదే దేవుడు 1 వ యోహా 3:21-

22లో వాగ్ధానము చేసినది: *"ప్రియులారా,మన హృదయము మన యందు దోషారోపణ చేయనియెడల దేవుని యెదుట ధైర్యము గలవారమగుదుము; మరియు మనమాయన ఆజ్ఞలను గైకొనుచు ఆయన దృష్టికి ఇష్టమైనవి చేయుచున్నాము గనుక, మనమేమి అడిగినను అది ఆయనవలన మనకు దొరుకును."*

దేవుని బిడ్డగా మీరు ఆశీర్వాదములను అనుభవించగలరు

మీరు ఆత్మసంబంధమైన స్థాయికి వచ్చువరకు ఈ రీతిగా, మీరు యేసుక్రీస్తుతో ఐక్యపరచబడుదురు. దేవుని నీతిని నెరవేర్చినప్పుడు దేవునితోపాటు ఐక్యపరచబడే ఆశీర్వాదమును పొందుకొందురు.

యేసు యోహానులో 15:7లో వాగ్ధానము చేసెను, *"నాయందు మీరును మీయందు నామాటలు నిలిచియుండినయెడల మీకేది ఇష్టమో అడుగుడి."* మరియు, యోహా 17:21లో, ఆయన "తండ్రీ నాయందు నీవును నీయందు నేనును ఉన్నలాగున వారును మనయందు ఏకమై యుండవలెనని వారికొరకు నీవు నన్నుపంపితివని లోకము తెలుసుకొనునట్లు." అని చెప్పెను.

అటువలె మీరు సాతానుయొక్క అంధకారశక్తులతో పరిపాలించుచున్న ఈ లోకములోనుండి బయటకు వచ్చి ప్రభువుతో ఐక్యమైనచో మీరు తండ్రియైన దేవునితో ఐక్యమై పోదురు. దీనిపైన గలతీ, 4:4-7లో ఇలా వ్రాయబడి ఉన్నది:

అయితే కాలము సంపూర్ణమైనప్పుడు దేవుడు తన కుమారుని పంపెను; ఆయన స్త్రీయందు పుట్టి, మనము దత్తపుత్రులము కావలెనని ధర్మశాస్త్రమునకు లోబడియున్నవారిని విమోచించుటకై ధర్మశాస్త్రమునకు

లోబడినవాడాయెను. మరియు మీరు కుమారులైయున్నందున— "నాయనా! తండ్రీ!," అని మొఱ్ఱపెట్టు తన కుమారుని ఆత్మను దేవుడు మన హృదయములలోనికి పంపెను. కాబట్టి నీవిక దాసుడవు కావు కుమారుడవే. కుమారుడవైతే దేవుని ద్వారా వారసుడవు.

తల్లిదండ్రులనుండి పిల్లలు స్వాస్థ్యమును పొందుకొను రీతిగా, యేసుక్రీస్తును అంగీకరించుట ద్వారా దేవుని బిడ్డవై దేవుని రాజ్యమును నీవు స్వతంత్రించుకొందువు. అలాగే సాతానుయొక్క పిల్లలు సాతాను నుండి నరకమును స్వతంత్రించుకొందురు మరియు దేవుని పిల్లలు పరలోకమును దేవుని నుండి స్వతంత్రించు కొందురు.

అయినప్పటికి, ఎవరైతే పరిశుద్ధాత్మ ద్వారా నీ ఆత్మ జన్మించకపోతే వారు నరకమునకు వెళ్ళుదురని నీవు నీ మనస్సులో జ్ఞాపకముంచు కొనవలెను, పరలోకమనునది నిర్మలమైన స్థలము సత్యముతో మాత్రమే నిండుకొని నీ ఆత్మ వర్ధిల్లిన కొలది దేవునితో ఒకనిగా చేయబడుదువు. పరలోకరాజ్యములో దేవునితో సన్నిహితముగ నుండెదము.

కాబట్టి, సమస్తమైన అసత్యమును త్రోసివేసి మరియు నీ స్వీయనీతిని పారవేయుటద్వారా నీ పెండ్లికుమారుడైన యేసుక్రీస్తును అంగీకరించుట ద్వారా నీవు ఆయనతో మరియు తండ్రియైన దేవునితో ఐక్యమగుట ద్వారా నిత్యత్వము అనే జీవితముయొక్క ఆశీర్వాదమును పొందుకొనవలెనని నేను ఆశపడుచున్నాను. ఈ రీతిగా, సమస్త మహిమను నీవు దేవునికి ఇవ్వగలవు.

అబద్దపు ఒప్పుకోలు రక్షణకు నడిపించదు

విశ్వాసము ద్వారా నీవు ఆయనతో ఐక్యమైనయెడల యేసుక్రీస్తు నీ నిజమైన పెండ్లికుమారుడై నిన్ను నిత్యజీవ మార్గమునకు, ఆశీర్వాదమునకును నడిపించి ఆశీర్వదించును. పెండ్లికుమారుడైన యేసుక్రీస్తుయొక్క హృదయముతో పోలియుండి పరిపూర్ణమైన విశ్వాసమును పొందుకొనినప్పుడు, నీవు పరలోకరాజ్యమును స్వతంత్రించుకొనుటయేకాక నీవు సూర్యునివలె అక్కడ తేజరిల్లుదువు.

నీవు బైబిలును జాగ్రత్తగా చదివినప్పుడు, దేవుని నమ్ముకొనియున్నామని చెప్పిన కొందరు రక్షణ పొందకపోవుట నీవు చూచెదవు. మత్తయి 25 అధ్యాయములో, పదిమంది కన్యకల ఉపమానమున్నది. ఐదుగురు బుద్దిగలవారు సిద్దెలలో నూనె సిద్దపరచుకొని రక్షణ పొందిరి, మిగతా బుద్దిలేనివారు రక్షణ పొందలేకపోయిరి.

అదేరీతిగా, ప్రతివారు విశ్వాసముందని చెప్పినప్పటికి రక్షణ పొందువారెవరో పొందనివారెవరో బైబిల్లో దేవుడు స్పష్టముగ చెప్పెను. కావున రక్షణ పొందుటకు నీవు జీవించవలసిన జీవితము ఎలాంటిదో నీవు తెలుసుకొనవలెను.

మత్త 7:21లో, *"ప్రభువా, ప్రభువా అని పిలుచు ప్రతివాడు పరలోకరాజ్యములో ప్రవేశింపడు గాని పరలోకమందున్న నా తండ్రి చిత్తము చేయువాడే ప్రవేశించును."* అని బైబిల్లో స్పష్టముగ వ్రాయబడినది. నీవు ప్రభువా ప్రభువా అని యేసును పిలిచినప్పుడు యేసుక్రీస్తు అని నీవు నమ్ముచున్నావు. అయినప్పటికి, ప్రభువు నామమును నీవు పిలిచినంతమాత్రాన ఆదివారమున చర్చికి వెళ్ళినంతమాత్రాన నీవు రక్షింపబడలేవు.

దుష్కార్యములు చేయువారు రక్షింపబడలేరు

మత్తయిలో దేవుడు తీర్పును గురించి చెప్పుచున్నారు 13:40-42:

గురుగుల ఎలాగు కూర్చబడి అగ్నిలో కాల్చివేయబడునో అలాగే యుగసమాప్తియందు జరుగును. మనుష్యకుమారుడు తన దూతలనుపంపును, వారాయన రాజ్యములో నుండి ఆటంకములగు సకలమైనవాటిని దుర్నీతిపరులను సమకూర్చి అగ్నిగుండములో పడవేయుదురు; అక్కడ యేడ్పును పండ్లుకొరుకుటయును ఉండును.

వ్యవసాయకుడు పంటనుకోసినప్పుడు, గోధుమలను కూర్చి కొట్టులో వేయును, కానీ వొట్టును అగ్నితో కాల్చివేయును. అదే రీతిగా, దేవుని దృష్టిలో సరిగా లేనివారు అదే శిక్షను పొందుదురని దేవుడు సెలవిస్తున్నారు.

"తొట్రిల్లువారందరు" దేవునియందు నమ్మికయుంచామని చెప్పు చున్నవారు, సహోదరులను సహోదరీలను శోధించి వారి విశ్వాసమును కోల్పోమనట్లు చేయువారు. కనుక, నీవు మనుష్యులను పాపముచేయుటకు కారణమై కీడు చేసినప్పుడు నీవు రక్షింపబడలేవు.

అలాంటప్పుడు, కీడు అనగానేమిటి? 1వ యోహా 3:4లో, "పాపము *చేయు ప్రతివాడును ఆజ్ఞను అతిక్రమించును; ఆజ్ఞాతిక్రమమే పాపము."*

ప్రతి దేశము వారియొక్క చట్టములున్నట్లుగానే, దేవుని రాజ్యములో కూడ ఆత్మసంబంధమైన చట్టము ఉన్నది. ఆత్మసంబంధమైన రాజ్యములో బైబిల్లో వ్రాయబడిన దేవుని

వాక్యమే దేవుని చట్టము. చట్టమునకు విరుద్ధముగ ప్రవర్తించువానిని శిక్షించినట్లే దేవుని వాక్యమును ఉల్లంఘించువాడును నేరస్థునిగా యెంచబడును. కాబట్టి, దేవుని వాక్యమును ఉల్లంఘించుట దుష్టత్వము మరియు పాపము.

దేవుని చట్టమును నాలుగు తరగతులుగ విభజించవచ్చును: "చేయదగినవి," "చేయకూడనివి," "ఉంచుకొనదగినవి," మరియు "తీసివేయవలసినవి." దేవుడు వెలుగైయున్నారు గనుక, ఆయన పిల్లలు చేయకూడనిది చేయకుండా చెయ్యవలసినది చేసి, దేవుని పిల్లల ధర్మములు నెరవేర్చి దేవుడు అసహ్యించుకున్నవాటిని త్రోసివేయ వలెను ఏలయనగా దేవుడు తన పిల్లలు వెలుగులో జీవించవలెనని కోరుచున్నారు.

ద్వితీ 10:12-13 దేవుడు, *"కాబట్టి ఇశ్రాయేలూ, నీ దేవుడైన యెహోవాకు భయపడి ఆయన మార్గములన్నిటిలో నడుచుచు, ఆయనను ప్రేమించి, నీ దేవుడైన యెహోవాను నీ పూర్ణ మనస్సుతోను, నీ పూర్ణాత్మతోనూ, సేవించి, నీ మేలుకొరకు నేడు నేను నీ కాజ్ఞాపించు యెహోవా ఆజ్ఞలను కట్టడలను అనుసరించి నడుచు కొందునను మాటకాక నీ దేవుడైన యెహోవా నిన్ను మరి ఏమి అడుగుచున్నాడు?"* అని కోరుచున్నారు. మరియొక వైపు, మేము దేవుని వాక్యమును ఆచరణలో పెట్టినప్పుడు మేము దీవెనలను పొందుకొందుము. మరియొకవైపు, మేముగాని దేవుని వాక్యానుసారముగ జీవించనట్లయితే మా దుష్టత్వము పాపము వలన మేము నిత్య మరణమును పొందుదుము.

గలతీ 5:19-21 శరీర కార్యములను గూర్చి స్పష్టముగ చెప్పుచున్నది:

శరీరకార్యములు స్పష్టమైయున్నవి. అవేవనగా, జారత్వము, అపవిత్రత, కాముకత్వము, విగ్రహారాధన,

అభిచారము, ద్వేషములు, కలహము, మత్సరము, క్రోధములు, కక్షలు, భేదములు, విమతములు, అసూయలు, మత్తతలు, అల్లరితో కూడిన ఆటపాటలు మొదలగునవి. వీటినిగూర్చి నేను మునుపు చెప్పిన ప్రకారము ఇట్టి వాటిని చేయువారు దేవుని రాజ్యమును స్వతంత్రించుకొనరని మీతో స్పష్టముగ చెప్పుచున్నాను.

"అవినీతి" అనగా అన్నిరకములైన లైంగిక అపవిత్రత, పవిత్రతలో నిచిచియుండని స్థితి. "అపవిత్రత" అనగా సాధారణమైన జ్ఞానమునకు మించి అక్రమముగ నడుచుకొను కార్యములు దాని ఫలితము పాపసంబంధమైన స్వభావము.

"కాముకత్వము" అనగా శరీరాశలనే లైంగిక అపవిత్రమైన కోరికలను ఎల్లప్పుడు వెంబడించుట, వ్యభిచారసంబంధమైన మాటలను క్రియలను చేయుట. "విగ్రహారాధన" వెండి బంగారము, కంచు లేక ఏ ఇతర లోహములతో చేయబడిన విగ్రహములను నీవు ఆరాధించినప్పుడు మరియు నీవు వాటిని దేవునికంటే ఎక్కువగ ప్రేమించినప్పుడు దానిని విగ్రహారాధన అని అందురు.

"అభిచారము" అనగా భయంకరైన అబద్ధములు చెప్పి ఒకరిని మరులుకొల్పుట. "ద్వేషములు" అనగా శత్రుత్వములో ఎదుటివారిని నాశనముచేయు ఆశకలిగియుండుట, ప్రేమకు వ్యతిరేకమైనది. "కలహము" అనగా స్వప్రయోజనము అధికారము కొరకు పోరాడే కార్యములు. "మత్సరము" అనగా నీకంటే ఎదుటువాడు బాగున్నాడు గాబట్టి అతనిని ద్వేషించుట. "క్రోధములు" వట్టికోపము మాత్రమే గాక, విపరీతమైన కోపములో ఇతరులకు నష్టము కలిగించుట.

"కక్షలు" అనగా ఇతరులతో నీవు ఏకీభవించమగాబట్టి ఒక వేరు గుంపును తయారుజేసి సాతానుయొక్క క్రియలను చేయుట. "భేదములు" అనగా ఒక వేరు పార్టీనిపెట్టి పరిశుద్ధాత్మయొక్క

తలంపులు గాక నీ స్వంత తలంపులను వెంబడించుట. "విమతములు" అనగా త్రిత్వమును అంగీకరించక మరియు శరీరధారియైన యేసు మానవులను విమోచించుటకై రక్తము కార్చిన క్రీస్తు ఆయనని అంగీకరించకపోవుట.

"అసూయలు" అనగా ఓర్వలేనితనమునుబట్టి ఒకరికి నష్టమును హానిని కలిగించు కార్యములను చేయుట. "మత్తతలు" మత్తువానియములు సేవించుట, మరియు "త్రుళ్లింతలాలుట" అనగా బాగా త్రాగుటయేగాక, స్వార్థపూరితమైన జీవితమును జీవించుట, అదుపులేకపోవుట, తల్లిదండ్రులుగా, లేక భార్యగా, భర్తగా వారివారి విధులను నెరవేర్చకపోవుట.

ఇదియుగాక, "ఇలాంటివి అనేకమైనవి" అనగా ఈ కోవకుచెందినవి చాలా కార్యములను చేయువారు రక్షింపబడలేరు.

మరణకరమైన పాపము మరణకరముకాని పాపము

ఈ లోకములో, "పాపము" అనగా ఒకరికి శారీరకమైన నష్టము కలిగిన విషయము ప్రత్యక్షమైన సాక్ష్యము కలిగియన్నప్పుడు అది పాపముగ ఎంచబడును. అయినప్పటికి, వెలుగైయున్నదేవుడు, పాప క్రియలను చెప్పుకొనుటయేగాక వెలుగుకు విరుద్ధమైన సమస్త అంధకార క్రియలు పాపము అని చెప్పుచున్నారు.

అవి బాహాటముగ కనబడకపోయినప్పటికి, సాక్ష్యముచే చెప్పబడనప్పటికి, నీ హృదయములో ఉన్న ప్రతి పాపసంబంధమైన కోరికలు అవి ద్వేషము, మత్సరము, అసూయ, కామము, ఇతరులను తీర్పు తీర్చుట, నేరస్థులనుగ యెంచుట, దయలేనితనము అవినీతి మనస్సులు ఇవన్నీ దుష్టమైనవి పాపసంబంధమైనవి.

కాబట్టే దేవుడు, "*నేను మీతో చెప్పునదేమనగా—ఒక స్త్రీని*

మోహము చూపుతో చూచు ప్రతివాడు అప్పుడే తన హృదయమునందు ఆమెతో వ్యభిచారము చేసినవాడగును" అని మనతో చెప్పుచున్నారు (మత్త 5:28), మరియు *"తన సహోదరుని ద్వేషించువాడు నరహంతకుడు; ఏ నరహంతకునియందును నిత్యజీవముండదని మీరెరుగుదురు"* (1 యోహా 3:15). మరియు, రోమా 14:23లో, *"అనుమానించువాడు తినినయెడల విశ్వాసము లేకుండ తినును, గనుక దోషి యని తీర్పునొందును, విశ్వాసమూలము కానిది ఏదో అది పాపము"* అని చెప్పుచున్నది. మరియు యాకోబు 4:17లో, *"కాబట్టి మేలైనది చేయనెరిగియు అలాగు చేయనివానికి పాపము కలుగును."* కాబట్టి, దేవుడు ఆజ్ఞాపించినది చెయ్యమనిచెప్పినది చెయ్యకుండుట పాపము అతిక్రమమని నీవు గ్రహించవలెను.

ఏమయినప్పటికి, ఈ పాపములు చేసినప్పుడు వారు చనిపోవుదురా? ఒకడు ఇంతకుముందు అసత్యముగ జీవించి, ఇప్పుడు ప్రార్థనచేసి సత్యవంతుడుగా అయినట్లయితే విశ్వాసములో జీవించుట అని నీవు గ్రహించవలెను. వారి బలహీనమైన విశ్వాసమును బట్టి వారి హృదయములలో వారియొక్క అవినీతి అంతయు త్రోసివేయనప్పటికి, ఈ పాపమునుబట్టి వారు రక్షింపబడలేదని చెప్పుట సత్యముకాదు.

1 వ యోహా 5:16-17లో, *"తన సహోదరుడు మరణకరముకాని పాపము చేయగా ఎవడైనను చూచినయెడల, అతడు వేడుకొనును; అతని నిమిత్తము దేవుడు మరణకరముకాని పాపము చేసినవారికి జీవము దయచేయును. మరణకరమైన పాపము కలదు. అట్టిదాని గూర్చి వేడుకొనవలెనని నేను చెప్పుట లేదు. సకల దుర్నీతియు పాపము; అయితే మరణకరము కాని పాపము కలదు."*

సాధారణముగ పాపము రెండు రకములుగ విభజింపబడెను: మరణకరమైన పాపము రెండవది మరణకరము కాని పాపము. మరణకరము కాని పాపమును చేసినవారికొరకు ప్రార్థనచేసి వారిని

ప్రోత్సాహపరచినప్పుడు వారి పాపములకు పశ్ఛాత్తాపపడుటకు సహాయము చేసినప్పుడు వారు రక్షింపబడుదురు. అయినా, మరణకర మైన పాపము చేసినట్లయితే, నీవు అతనికొరకు ప్రార్థన చేసినప్పటికి అతడు రక్షింపబడలేడు .

మనుష్యులు నిజాయితీపరులని అనుకొనినప్పటికి వారి స్వంత ప్రయోజనములకొరకు అబద్దములు చెప్పుదురు ఇతరులకు హానికరము కాని కార్యములు అనేకమైనవి మోసకరమైన పనులు చేయుదురు. నీవు దేవునిని తెలుసుకున్నప్పుడు నీవు నీతిమంతునిగ జీవించావని నీవు తలంచినప్పటికి నీవు సత్యము తెలుసుకొనినప్పుడు నీవు పాపివని గ్రహించుదువు. చూడగలిగే పాపములను చూపుటయే కాక నీ హృదయములో ఉన్న దురాలోచనలు కూడ చూపగలరు అవన్నియు పాపములే.

చెడుపనులన్నియు పాపములే మరియు పాపమునకు జీతము మరణము. అయినప్పటికి, యేసుక్రీస్తు సిలువయందు రక్తముకార్చి నీ గతపాపములు ప్రస్తుత పాపములు చేయబోవు పాపములన్నీ క్షమించెను. నీవు పశ్ఛాత్తాపపడి ఆ పాపములనుండి విముఖుడ వైనప్పుడు యేసు రక్తము చేత ఆ పాపములు క్షమించబడును. ఇవి మరణకరమైన పాపములు కావు.

నీవు నీ పాపములకొరకు పశ్చాత్తాపపడక పాపమును చేస్తునే వుంటే, నీ మనస్సాక్షి కఠినమైపోవును. మరణకరమగు పాపమును నీవు చేసినప్పుడు, మెల్లగా, పశ్చాత్తాపపడే ఆత్మను నీవు పొందుకొనలేవు. కావున, నీవు పశ్చాత్తాపపడుటకు ప్రయత్నించి నప్పటికి నీ పాపములు క్షమించబడవు.

ఇప్పుడు, మరణకరమైన మూడు రకములైన పాపములను గురించి మనము చూద్దాము: ఆత్మదేవునికి వ్యతిరేకముగ మాటలాడుట, దేవుని కుమారుని బాహాటముగ తరచుగ సిగ్గుపరచుట, ఇష్టపూర్వ కముగ పాపము చేయుచునేయుండుట.

పరిశుద్ధాత్మను దూషించుట

పరిశుద్ధాత్మను దూషించుట అనేది మూడురకములుగ నున్నది. పరిశుద్ధాత్మకు వ్యతిరేకముగ మాటలాడినప్పుడు నీవు పరిశుద్ధాత్మను దూషించుచున్నావు, పరిశుద్ధాత్మయొక్క కార్యమును వ్యతిరేకించి నప్పుడు, పరిశుద్ధాత్మను నీవు అవమానపరచుచున్నావు.

కాబట్టి నేను మీతో చెప్పునదేమనగా—మనుష్యులుచేయు ప్రతి పాపమును దూషణయు వారికి క్షమింపబడును గాని ఆత్మ విషయమైన దూషణకు పాపక్షమాపణ లేదు. మనుష్యకుమారునికి విరోధముగా మాటలాడువానికి పాపక్షమాపణ కలదుగాని పరిశుద్ధాత్మకు విరోధముగా మాటలాడువానికి ఈ యుగమందైనను రాబోవు యుగమందైనను పాపక్షమాపణ లేదు (మత్తయి 12:31-32).

మనుష్యకుమారునిమీద వ్యతిరేకముగ ఒక మాట పలుకు వానికి పాపక్షమాపణ కలదుగానీ, పరిశుద్ధాత్మను దూషించు వానికి క్షమాపణ లేదు (లూకా 12:10).

మొదట, "ఇతరులకు వ్యతిరేకముగ మాటలాడుట" వారికి అపకీర్తి కలిగించు మాటలు మరియు వారి కార్యములను ఆటంకపరచుట. *"పరిశుద్ధాత్మకు వ్యతిరేకముగ మాటలాడుట"* ఒకనియొక్క స్వంత ఇష్టమునుబట్టి తలంపులను బట్టి పరిశుద్ధాత్మయొక్క కార్యములకు అంతరాయము కలిగించుట ద్వారా దేవుని రాజ్యముయొక్క కార్యమును ఆటంకపరచుట. ఉదా, అది పరిశుద్ధాత్మయొక్క కార్యమైన ప్పటికి, నీ తలంపులకు సరిపోవుటలేదు గాబట్టి నీవు దేవుని కార్యమును

ఎదిరించుట ద్వారా పరిశుద్ధాత్మకు వ్యతిరేకముగ మాట లాడుచున్నాము.

ఒక దేవుని సేవకుడు భిన్నమతావలంబికుడు కాకపోయినప్పటికి నీవు ఆయన భిన్నమతావలంబికుడు అని నేరారోపణ చేసి పరిశుద్ధాత్మయొక్క కార్యములకు అంతరాయము కలిగించినట్లయితే అది భయంకరమైన పాపము. కాబట్టి, నీవు సత్యమునను సరించి ఆత్మల మధ్య గల తేడా నీవు గమనించవలెను.

అయితే, ఇతరులు దురాత్మలను పొందుకొనునట్లు చేయు మనుష్యులను మరియు వారు దేవుని దృష్టిలో వాస్తవముగ భిన్నమతా వలంబికులుగ ఉన్నట్లయితే వారి ప్రవర్తనను నీవు అనుమతించ కుండునట్లు వారిని ఖచ్చితముగ హెచ్చరించవలయును. తీతు 3:10లో, "*మతబేధములు కలిగించు మనుష్యునికి ఒకటి రెండుమారులు బుద్ధిచెప్పిన తరువాత వానిని విసర్జించుము.*"

ఈ రోజుల్లో అనేకమంది ఆత్మలయందు వ్యత్యాసమును గమనించని మనుష్యులు, పరిశుద్దాత్మ కార్యములను చేయుచు తీవ్రమైన దేవునిని ఒప్పుకొనిన కొన్ని సంఘములను వారు మత బేధములను కల్పించువారని ఖండించుచు, మరియు అనేక విధములుగ వారిని హింసించుచున్నారు. వారు దేవుని నమ్ముకున్నామని చెప్పుకున్నవారైనప్పటికి భిన్నమతావలంబన గురించి సరియైన బైబిలు జ్ఞానము వారికి లేదు. కొన్నిసార్లు, వారికి భిన్నమతావలంబన గురించిన నిర్వచనమే తెలియదు.

సరియైన జ్ఞానము లేనందున వారు ఇతరులను హింసించినప్పుడు, మనుష్యులు పశ్చాత్తాపపడి మారుమనసు నొందినప్పుడు, వారు క్షమించబడగలరు. అయినప్పటికి, అది పరిశుద్ధాత్మయొక్క కార్యమని తెలిసికూడా దురాలోచనలతో,

అసూయతో దేవుని కార్యములను వారు ఆటంకపరచినప్పుడు వారు ఎన్నటికి క్షమించబడరు.

మార్కు సువార్త 3వ అధ్యాయములో ఒక ఉదాహరణ మనము చూడవచ్చు, యేసు సూచకక్రియలు అద్భుతములు చేసినప్పుడు, ఆయనంటే అసూయపడినవారు ఆయనను పిచ్చివాడని పుకార్లు పుట్టించిరి. ఆ పుకార్లు ఎంత ఎక్కువగా ప్రాకిపోయినవంటే దూరముగా నివసిస్తున్నఆయన కుటుంబ సభ్యులు ఆయనను ఆ ప్రజలనుండి తీసుకొనిపోవుటకు వచ్చిరి.

ధర్మశాస్త్రోపదేశకులు పరిసయ్యులు యేసును విమర్శించుచు, *"యెరూషలేమునుండి వచ్చిన శాస్త్రులు—ఇతడు బయల్జెబూబు పట్టినవాడై దయ్యముల యధిపతిచేత దయ్యములను వెళ్లగొట్టు చున్నాడని చెప్పిరి"* (మార్కు 3:22). వారికి దేవుని వాక్యముపట్ల లోతైన జ్ఞానమున్నది. వారికి ధర్మశాస్త్రము బాగాతెలుసు వారు దానిని ప్రజలకు బోధించిరి అయినప్పటికి యేసునందు వారికున్న అసూయనుబట్టి దేవుని కార్యములను ఆటంకపరచిరి.

రెండవదిగా, "పరిశుద్ధాత్ముని కార్యములను ఎదిరించుట" అనగా దేవుడనుగ్రహించిన పరిశుద్ధాత్ముని స్వరమును ఎదిరించుట, లేక పరిశుద్ధాత్ముని కార్యములను తీర్పుచెప్పి ఖండించుట ద్వారా ఇతరులకు హానిచేయుట .

ఉదాహరణకు, పరిశుద్ధాత్మ కార్యములు చూచినప్పటికి ఉజ్జీవ కూటములను కూడికలను ఆటంకపరచుట సంఘము "భిన్నమతావలంబనము" సంఘుకాపరిని ఖండించుట పుకార్లను పుట్టించుట అబద్దపు పత్రములను సృష్టించుట ఇవన్నీ పరిశుద్ధాత్మకు వ్యతిరేకముగ మాటలాడుట.

అలాంటప్పుడు, "మనుష్యకుమారునికి వ్యతిరేకముగ మాటలాడిన వానికి క్షమాపణ దొరకును" అన్నదానికి

అర్ధమేమిటి? “మనుష్య కుమారుడు” అన్న మాట ఈ వాక్యములో ఆయన సిలువలో మరణించక ముందు యేసును సూచించుచున్నది.

మనుష్యకుమారునికి వ్యతిరేకముగ మాటలాడుట అనగా యేసు శరీరధారియై వచ్చినందుకు ఆయనను ఒక వ్యక్తిగ పరిగణించుట ఆయనకు అవిధేయత చూపుట. యేసును రక్షకునిగ గుర్తించక పోవుటకు కారణము వారికి జ్ఞానములేకపోవుటయే. ఈ విషయములో నీవు లోతుగా పశ్చాత్తాపపడి ప్రభువును అంగీకరించినప్పుడు మాత్రమే నీవు క్షమించబడగలవు.

కాబట్టి, నీవు సత్యము తెలియనప్పుడు లేక పరిశుద్ధాత్మను పొందుకొనకముందు ఇలాంటి పాపము చేసినప్పుడు నీవు పశ్చాత్తాప పడుటకు దేవుడు నీకు ఒక తరుణము నిచ్చును.

అయిన, యేసుక్రీస్తు ఎవరో నీకు తెలిసినప్పటికి ఆయనకు నీవు అవిధేయుడవైతే, నీవు ఎన్నటికి క్షమించబడవు ఏలయనగా నీవు పరిశుద్ధాత్మకు వ్యతిరేకముగ మాటలాడుట పరిశుద్ధాత్మ క్రియలను వ్యతిరేకించుటకు సమానమైయున్నది.

మూడవదిగ, దేవదూషణ అనగా దైవసంబంధమైన విషయములు, పరిశుద్ధమైన నిర్మలమైన దేవుని విషయములకు అపకీర్తితెచ్చుట, అనగా పరిశుద్ధాత్మకు వ్యతిరేకముగ దేవదూషణ అనగా పరిశుద్ధాత్మకు, దేవునియొక్క దైవత్వమునకు అపకీర్తితెచ్చుట. పరిశుద్ధాత్మయొక్క కార్యములను సాతాను కార్యములుగ నీవు అపనిందలువేసినా లేక పరిశుద్ధాత్మ కార్యము కానివాటిని అవి పరిశుద్ధాత్మ కార్యములే అని నీవు ఒత్తిడిచేసినా దేవునియొక్క నిత్య శక్తిని దైవత్వమును నీవు అపకీర్తిపాలుచేసి పాపము చేసినవాడ వగుదువు. మరియు

సత్యమును అసత్యముగ బోధించినా అసత్యమును సత్యమంతగా ఆరోపించినా మరియు సత్యమును బ్రమ అని ఖండించినా ఇవన్నీ "పరిశుద్ధాత్మకు వ్యతిరేకముగ దూషించినట్లే."

పూర్వదినములలో, రాజుకు వ్యతిరేకముగ దూషణమాటలైన కీరయలైన చెసి పట్టుబడినట్లయితే అది రాజద్రోహముగ నెంచి అతనిని సంహరించేవారు.

పరిశుద్ధుడైన దైవత్వముగల దేవుడు ఈ లోక రాజులతో పోల్చలేని వానిని నీవు దూషించినట్లయితే, నీవు ఎన్నడును క్షమించబడవు.

శరీరధారియై ఈలోకమునకు వచ్చిన దైవస్వభావము గల యేసు సహితము ఎవరిని ఆయన ఖండించలేదు. నీవింకా సహోదరీ సహోదరులను ఖండించువాడివై, పరిశుద్ధాత్మ దేవుని కార్యములను నీవు అపకీర్తిపాలు చేసినట్లయితే, అది ఎలాంటి పాపమగును! నీవు దేవుడంటే భయభక్తులు గలిగియున్నప్పుడు, నీవు పరిశుద్ధాత్మకు ఎప్పుడూ వ్యతిరేకముగ మాటలాడవు ఎదిరించవు.

కాబట్టి, ఇలాంటి పాపములు ఈ యుగమందైనను, రాబోవు యుగమందైనను క్షమించబడవని నీవు గ్రహించవలెను. ఇలాంటి పాపములను ఇంతకుముందు నీవు చేసినప్పటికి, దేవుని కృపను వెదకి నీ హృదయమంతటితో దేవుని కృపకు వేడుకొనుము.

దేవుని కుమారుని బాహాటముగ అవమానపరచుట

హెబ్రీ 6లో చెప్పినట్లు తమ విషయములో దేవుని కుమారుని మరల, బాహాటముగ ఆయనను అవమాన పరచుచున్నారు.

ఒకసారి వెలిగింపబడి, పరలోకసంబంధమైన వరమును

రుచిచూసి, పరిశుద్ధాత్మలో పాలివారై దేవుని దివ్య వాక్యమును రాబోవు యుగసంబంధమైన శక్తుల ప్రభావమును అనుభవించిన తరువాత తప్పిపోయినవారు, తమ విషయములో దేవుని కుమారుని మరల సిలువ వేయుచు, బాహాటముగా ఆయనను అవమానపరచు చున్నారు గనుక మారుమనస్సు పొందునట్లు అట్టి వారిని మరల నూతనపరచుట అసాధ్యము (హెబ్రీ 6:4-6).

వారు పరిశుద్ధాత్మను పొందుకున్నప్పటికి, పరలోకము నరకము ఉందని వారికి తెలిసినప్పటికి సత్యవాక్యమందు వారు నమ్మకముంచి నప్పటికి కొంతమంది ఈ లోక శోధనలలోపడి దేవునికి అపకీర్తి తీసుకొనివచ్చి దేవునిని మరియు సంఘమును విడిచి పెట్టుదురు. దేవుని కుమారుని మరల సిలువ వేయుచు, బాహాటముగా ఆయనను అవమానపరచు పాపమును చేయు చున్నారని మన మందుము. ఇలాంటి వ్యక్తి సాతానుచేత అదుపుచేయ బడి అనేక పాపములను చేయుటయేకాక దేవునిని తిరస్కరించి సంఘమును విశ్వాసులను హింసించి అవమానపరచుదురు.

వారి మనస్సాక్షిని వారప్పటికే సాతానుకు అప్పగించినందువల్ల వారి హృదయములు పూర్తిగా చీకటితో నిండిపోయినది.

కాబట్టి, వారు పశ్చాత్తాపపడుటకు కూడ ఇష్టపడరు వారిమీదికి పశ్చాత్తాప ఆత్మకూడ రాదు. వారు పశ్చాత్తాపపడే ఏ అవకాశము ఉండదు కాబట్టి, వారు ఎన్నటికి క్షమించబడరు.

ఇస్కరియోతు యూదా ఈ పాపమును చేసెను. అతడు యేసుయొక్క పన్నెండుమంది శిష్యులలో ఒకడు. అతడు అనేక అద్భుతములు సూచకక్రియలు చూచెనుగాని అతడు దురాశచేత యేసును ముప్పది వెండి నాణెములకు అమ్మివేసెను. తరువాత,

అతని మనస్సాక్షి మొత్తబడి అతడు దు:ఖముతో నిండెను గాని పశ్చాత్తాప ఆత్మ యూదా మీదికి రాలేదు. అతని పాపము క్షమించబడలేదు, చిట్ట చివరకు అతని నేరమును బట్టి బాధించబడి ఆత్మహత్య చేసుకొనెను (మత్త 27:3-5).

ఇష్టపూర్వకముగ పాపము చేయుట

మరణమునకు దారితీయు చివరి పాపము నీమ సత్యమును గూర్చిన జ్ఞానమును పొందిన తరువాత కూడ ఇష్ట పూర్వకముగ పాపము చేయుట.

మనము సత్యమును గూర్చి అనుభవజ్ఞానము పొందిన తరువాత బుద్ధిపూర్వకముగా పాపము చేసినయెడల పాపములకు బలి యికను ఉండదుగాని న్యాయపు తీర్పునకు భయముతో ఎదురుచూచుటయు, విరోధులను దహింపబోవు తీక్షణమైన అగ్నియు నికను ఉండును (హెబ్రీ 10:26-27).

"మనము సత్యమును గూర్చి అనుభవజ్ఞానము పొందిన తరువాత బుద్ధిపూర్వకముగా పాపము చేయుట" అనగా దేవుడు క్షమింపని అక్రమమైనవి మాటిమాటికి చేయుట. మరియు, అది పాపమని తెలిసికూడ పాపమును చేయుటలో కొనసాగించుట, *"కుక్క తన వాంతికి తిరిగినట్టును, కడుగబడిన పంది బురదలో దొర్లుటకు మళ్లినట్టును అను నిజమైన సామెత చొప్పున వీరికి సంభవించెను"* (2 వ పేతు 2:22).

ఒకవైపు దావీదు దేవునిని ఎంతో ప్రేమించెను, అయితే అతడు వ్యభిచారము చేసినప్పుడు అది అనేకమైన పాపములకు దారితీసి చివరకు నమ్మకమైన తన దాసుని హత్యచేయుటకు దారితీసెను. అయినప్పటికి, ప్రవక్తయైన నాతాను ఈ పాపమును వేలుపెట్టి

చూపించినప్పుడు, రాజైన దావీదు వెంటనే పశ్చాత్తాపపడెను.

మరియొకవైపు, రాజైన సౌలు తన పాపములను గురించి ప్రవక్తయైన సమూయేలు హెచ్చరించినప్పటికి పాపము చేయుచునే యుండెను. దావీదు పశ్చాత్తాపపడి దేవుని ఆశీర్వాదములను పొందుకొనెను, సౌలైతే పాపముచేయుచు పశ్చాత్తాపపడక విడిచిపెట్ట బడెను.

ఇదేగాక, బిలాము అను ప్రవక్త శపించుటకు దీవించుటకు అధికారము గలిగినవాడు, కానీ అతడు ధనము ఖ్యాతికొరకు లోకముతో రాజీపడినప్పుడు అతడు బహు దారుణమైన స్థితికి వచ్చెను.

ఒకవైపు, ఇష్టపూర్వకముగ పాపము చేసినవారి హృదయముల నుండి పరిశుద్ధాత్ముడు అదృశ్యమై వెళ్ళిపోవును ఏలయనగా దేవుడు వారికి విముఖుడైయుండును. అప్పుడు వారు వారి విశ్వాసమును కోల్పోయి సాతానుచేత పట్టబడి చెడును చెడ్డకార్యములను చేయుదురు. చివరకు, పరిశుద్ధాత్మ పూర్తిగా అదృశ్యుడై వారు పశ్చాత్తాపపడలేరు గనుక వారు రక్షింపబడలేక వారి పేర్లు జీవగ్రంథమునుండి తుడిచి వేయబడును (ప్రక 3:5).

మరొకవైపు, కొంతమంది మనుష్యులు దేవుడంటే తెలుసునుగానీ వారు ఆయనను హృదయమందు నమ్మనందున నిరంతరము పాపముచేయుచుందురు. వారు లోతుగా పశ్చాత్తాపపడి నిజమైన విశ్వాసమును కలిగియున్నప్పుడు వారిపాపములు క్షమింపబడును వారు రక్షణ మార్గములో నడిపించబడుదురు.

కాబట్టి, నీవు ఒకప్పుడు వెలిగింపబడి, పరలోకము నరకము ఉన్నదని నమ్మి, దేవుని సమృద్ధియైన కృపను యెరిగియున్నప్పటికి నీవు ఇష్టపూర్తిగ పాపములు చేసి

శరీరకార్యములను నెరవేర్చు కున్నట్లయితే నీవు రక్షింపబడవని తెలుసుకొనుము.

కొన్ని పాపములు మరణకరమైనవి కాకపోయినప్పటికి ప్రతిపాపము అక్రమమైనది మరియు అంధకారమైనది వాటిని దేవుడు ద్వేషించునని నీవు తెలుసుకొందువని నేను ఆశిస్తున్నాను. దయచేసి ఎలాంటి పాపమును అనుమతించక చేయక జ్ఞానముగల ఒక విశ్వాసిగ ఉండుము.

మనుష్యకుమారుని శరీరము మరియు రక్తము

ఒక ఆరోగ్యకరమైన జీవితమును కలిగియుండుటకు, తగినంత ఆహారమును నీరును నీవు తీసుకొనవలెను. అదేరీతిగా, నీ ఆత్మను ఆరోగ్యముగనుంచుకొనుటకు నిత్యజీవమును పొందుటకు, నీవు మనుష్యకుమారుని శరీరమును తిని రక్తమును త్రాగవలెను.

ఇప్పుడు, మనుష్యకుమారుని శరీరమంటే ఏమిటో రక్తమంటే ఏమిటో నీవు నేర్చుకోబోతున్నాము, మరియు నిత్యజీవమును పొందుకొనుటకు ఎందుకు నీవు ఆయన శరీరమును తిని రక్తమును త్రాగవలెనో యోహా 6:53-55 నుండి చెప్పబడిన భాగమునుండి నేర్చుకుందాము:

కావున యేసు ఇట్లనెను, "మీరు మనుష్యకుమారుని శరీరము తిని ఆయన రక్తము త్రాగితేనే కాని, మీలో మీరు జీవము గలవారు కారు. నా శరీరము తిని నా రక్తము త్రాగు వాడే నిత్యజీవము గలవాడు; అంత్యదినమున నేను వానిని లేపుదును. నా శరీరము నిజమైన ఆహారమును నా రక్తము నిజమైన పానమునై యున్నది."

మనుష్యకుమారుని శరీరమనగా ఏమిటి?

బైబిలునందు యేసు నీకు పరలోక మర్మములు మరియు దేవుని చిత్తమును అనేకమైన ఉపమానములతో చెప్పెను. ముక్కోణపు లోకములో నివసిస్తున్నప్రజలకు, నాల్గవకోణములో దానికి పైగా నివసిస్తున్న దేవుని చిత్తమును తెలుసుకొనుట అర్థముచేసుకొనుట చాలా కష్టము. కావున, పరలోకవిషయములను యేసు మొక్కలు, జంతువులు మరియు ఈ లోకములో జీవించువాటితో పోల్చి దేవుని చిత్తము మనకు బాగా అర్థముగునట్లు చెప్పెను.

కాబట్టి యేసు మాత్రమే దేవుని కుమారుడై కోణరహితమైన రాయికి నక్షత్రమునకును ఏకకోణముగల ద్రాక్షరసమునకు, ద్వికోణముగల గొర్రెపిల్లకు ముక్కోణముగల మనుష్యకుమారునికి పోల్చబడెను.

యేసు మనుష్యకుమారునిగ పిలువబడెను కాబట్టి మనుష్య కుమారుని శరీరము యేసుయొక్క శరీరమే.

యోహా 1:1లో, *"ఆదియందు వాక్యముండెను, వాక్యము దేవునియొద్ద ఉండెను, వాక్యము దేవుడైయుండెను."* యోహా 1:14లో *"ఆ వాక్యము శరీరధారియై, కృపాసత్య సంపూర్ణుడుగా మనమధ్య నివసించెను; తండ్రివలన కలిగిన అద్వితీయకుమారుని మహిమవలె మనము ఆయన మహిమను కనుగొంటిమి."*

దేవుని వాక్యమైన యేసు శరీరధారియై ఈ లోకమునకు వచ్చెను. కాబట్టి, సత్యమైయున్న మనుష్యకుమారుని శరీరము దేవుని వాక్యమై యున్నది, మరియు మనుష్యకుమారుని శరీరమును తినుట అనగా బైబిల్లోనున్న దేవుని వాక్యమును నేర్చుకొనుట.

మనుష్యకుమారుని శరీరము తినుట ఎలాగ

నిర్గ 12:5లో ఈ క్రింద చెప్పబడిన వాక్యములో యేసు "గొర్రెపిల్ల"గ చిత్రీకరించబడెను:

ఆ గొర్రెపిల్లను భుజించుటకు ప్రతివాని భోజనము పరిమితిని బట్టి వారిని లెక్కింపవలెను. నిర్దోషమైన యేడాది మగపిల్లను తీసికొనవలెను. గొఱ్ఱెలలో నుండియైనను మేకలలో నుండియైనను దాని తీసికొనవచ్చును. ఈ నెల పదునాలుగవ దినమువరకు మీరు దాని నుంచుకొనవలెను;తరువాత ఇశ్రాయేలీయులల సమాజపు వారందరు తమ తమ కూటములలో సాయంకాలమందు దాని చంపి దాని రక్తము కొంచెము తీసి, తాము దాని తిను యండ్లద్వారబంధపు రెండు నిలువు కమ్ములమీదను పై కమ్మి మీదను చల్లవలెను.

సామాన్యముగ, చాలామంది విశ్వాసులు గొఱ్ఱెపిల్లను నూతనమైన విస్వాసులని తలంచుదురు, కానీ బైబిలు జాగ్రత్తగ చదివినప్పుడు, గొఱ్ఱెపిల్ల యేసుకు సూచనగ ఉంది.

బాప్తిస్మమిచ్చు యోహాను, తనవైపు వస్తున్న యేసువైపు చూసి యోహా 1:29లో, *"ఇదిగో,లోకపాపమును మోసికొనిపోవు దేవుని గొఱ్ఱెపిల్ల!"* మరియు అపోస్తలుడైన పేతురు యేసును గొఱ్ఱెపిల్లగ సూచించెను 1 వ పేతు 1:18-19లో, *"పితృపారంపర్యమైన మీ వ్యర్థప్రవర్తనను విడిచిపెట్టునట్లుగా వెండి బంగారములవంటి క్షయ వస్తువులచేత మీరు విమోచింపబడలేదుగాని అమూల్యమైన రక్తముచేత, అనగా నిర్దోషమును నిష్కళంకమగు గొఱ్ఱెపిల్లవంటి క్రీస్తు రక్తముచేత, విమోచింపబడితిరని మీరెరుగుదురు గదా"* ఇదేగాక యేసు గొఱ్ఱెపిల్లగ పోల్చినటువంటివి ఎన్నోఉన్నవి.

ఎందుకు బైబిలు యేసును గొఱ్ఱెపిల్లగ పోల్చినది? పశువులన్నిటిలో గొఱ్ఱెపిల్ల చాలా మెల్లనైనది మరియు విధేయతగల జంతువు. అది కాపరియొక్క స్వరమువిని అతనికి లోబడునది. కాపరియొక్క స్వరము మరిఎవరు అనుకరించినా దానిని ఎవరూ మోసగించలేరు. అది తెల్లని మృదువైన బొచ్చును, పాలను మాంసమును దానియొక్క అన్ని శరీరభాగములను ప్రజలకు ఇచ్చును.

గొఱ్ఱెపిల్ల ఎలాగు మనుష్యులకు సమస్తమును త్యాగముచేయునో, యేసు దేవునియొక్క చిత్తమునకు పరిపూర్ణముగా లోబడి ఆయన సమస్తమును త్యాగము చేసెను.

యేసు దేవుని స్వరూపము కలిగియుండి శరీరధారియై ఈ లోకమునకు వచ్చి, పరలోకపు సువార్త ప్రకటించి, అనేకమందియొక్క రోగములను దీర్ఘకాలవ్యాధులను స్వస్థపరచి, సిలువవేయబడెను. యేసు నీ పాపములనుండి నిన్ను విడిపించుటకు సమస్తమును అప్పగించెను.

యేసు గొఱ్ఱెపిల్లకు పోల్చబడుటకు కారణము ఆయనయొక్క లక్షణములు క్రియలు మెల్లనైన గొఱ్ఱెపిల్లను పోలియుండుటవలన, గొఱ్ఱెపిల్లను తినుట యేసుయొక్క శరీరమును తినుటకు సాదృశ్యమై యున్నది అనగా మనుష్యకుమారుని శరీరమును తినుటయై యున్నది.

ఎలాగ, మరి మనుష్యకుమారుని శరీరమును నీవు తినవలెను? నిర్గ 12:9-10 చూద్దాము. అది మనకు ఈ క్రింది సూచనలను ఇచ్చును:

దాని తలను దాని కాళ్ళను దాని అంత్రములను అగ్నితో కాల్చి దాని తినవలెను; దానిలో ఉడికి ఉడకనిదైనను నీళ్ళతో వండబడినదైనను తిననే తినకూడదు; ఉదయకాలమువరకు దానిలోనిదేదియు మిగిలింపకూడదు. ఉదయకాలమువరకు

దానిలో మిగిలినది అగ్నితో కాల్చివేయవలెను.

మొదటిగ, నీవు దేవుని వాక్యమును పచ్చిదిగ తినకూడదు

మనుష్యకుమారుని శరీరము "అపరిపక్వముగ" తినకూడదు అనుదానికి అర్థమేమిటి?

సామాన్యముగ, పచ్చిమాంసము తినుట మంచిదికాదు. నీవుగాని పచ్చిమాంసము తింటే, నీకు క్రిమిరోగము అంటుకొని నీవు వ్యాధిగ్రస్తుడ వైయుందువు. అదేరీతిగా, అది హానికరమైనది గనుక దేవుని వాక్యమును అపరిపక్వముగ తినకూడదని దేవుడు సెలవిస్తున్నాడు.

దేవుని వాక్యము పరిశుద్ధాత్మయొక్క ఉత్ప్రేరణతో వ్రాయబడినది, కావున నీవు దానిని పరిశుద్ధాత్మయొక్క ఉత్ప్రేరణతో చదివి అది నీకాహారమగునట్లుగ చేసుకొనవలెను.

దేవుని వాక్యమును అక్షరానుసారముగ అనువదించినంతమాత్రాన ఏమిటి? దేవునియొక్క ఉద్దేశమును నీవు అపార్థముచేసుకొందువు. కాబట్టి, "అపక్వముగనున్న దేవుని వాక్యము" అనగా అక్షరాను సారముగ బైబిలును అనువదించుట.

యోహా 1:1లో, *"వాక్యము దేవుడైయుండెను,"* అని చెప్పుచున్నది. బైబిలు దేవుని హృదయమును చిత్తమును కలిగియున్నది మరియు సమస్తమును వాక్యానుసారముగ సంపూర్తిచేయబడియున్నవి.

పరలోకమునకు వెళ్ళుట ఎట్లో దేవుని వాక్యము మనకు చెప్పుచున్నది. నిత్యజీవమును పొందుకొనుటకు నీవు దేవుని వాక్యమును పూర్తిగా అర్థంచేసుకొనవలెను. అంటే, శరీరానుసారుడైన మానవుడు ఆత్మసంబంధమైన లోకమును చూడలేడు గ్రహించలేడు.

పురుగుపిల్ల నేలమీద ఉన్నప్పుడు పైన ఆకాశమున్నట్లు తెలియనట్లు, గ్రుడ్డులో పిల్లకు బయట ప్రపంచము తెలియనట్లు. తల్లిగర్భములో శిశువు ఉన్నప్పుడు లోకము తెలియనట్లు.

అలాగే, నీవు శరీరసంబంధమైన లోకములోనున్నంతకాలము, ఆత్మ సంబంధమైన లోకమును గురించి నీకు ఏమియు తెలియదు.

ఈ ముక్కోణపు లోకముగాక మరియొక లోకమున్నదని దేవుడు తెలియజేయుచున్నారు. గ్రుడ్డులోనున్న పిల్ల గ్రుడ్డుపెంకును పగుల గొట్టినట్లు ఆత్మసంబంధమైన రాజ్యములోనికి ప్రవేశించి అర్థము చేసుకో గలుగునట్లు నీవుగూడ నీ శరీరసంబంధమైన తలంపును పగుల గొట్టుకొనవలెను.

ఉదా: మత్తయి 6:6లో, *"నీవు ప్రార్థనచేయునప్పుడు, నీ గదిలోనికి వెళ్ళి తలుపువేసి, రహస్యమందున్న నీ తండ్రికి ప్రార్థనచేయుము; అప్పుడు రహస్యమందు చూచు నీ తండ్రి నీకు ప్రతిఫలమిచ్చును."* ఈ వాక్యమును అక్షరానుసారముగ అనువదించదలచినట్లయితే, నీ గదిలో నీవెల్లప్పుడు ప్రార్థనచేయవలయును. అయినప్పటికి, రహస్యమందు గదులలో ప్రార్థనచేసిన విశ్వాసముగల పితరులను ఎవరినీ నీవు చూడలేదు.

యేసు గదిలో ప్రార్థనచెయ్యలేదు కానీ రాత్రంతా కొండమీదకు వెళ్ళి గడిపెను(లూకా 6:12), తెల్లవారుఝామున ఒంటరిగా ప్రార్థించెను (మార్కు 1:35).

ఇదియుగాక, దానియేలు యెరూషలేము వైపు కిటికీలను తెరచి దినమునకు మూడుసార్లు ప్రార్థించెను (దాని 6:10) అపోస్తలుడైన పేతురు మేడపైన ప్రార్థనచేసెను (అపో.కా 10:9).

అటువంటప్పుడు,"మీ గదిలోనికి వెళ్ళి తలుపువేసుకొని ప్రార్థన చెయ్యమని" చెప్పిన దానికి అర్థము ఏమిటి?

ఇక్కడ, ఒక "గది" అనగా ఆత్మసంబంధముగ మానవునియొక్క హృదయమును సూచిస్తున్నది. కనుక నీ గదిలోనికి వెళ్ళి అనగా నీ రహస్యపు గదిలోనికి వెళ్ళుటకు నీ లివింగ్ రూమ్, పడకగది దాటి వెళ్ళినట్లు నీ తలంపులను దాటి నీ అంతరంగపు లోతులలోనికివెళ్ల వలెను. అప్పుడుమాత్రమే, నీ హృదయమంతటితో నీవు ప్రార్థనచేయ్య గలవు.

నీవు నీ రహస్యమందున్న నీ గదిలోనికి వెళ్ళినప్పుడు, బాహ్యము నుండి నీవు ఒంటరివాడవౌదువు. అలాగే, నీవు ప్రార్థించినప్పుడు, నీ అనవసరపు తలంపులు, చింతలు, బాధలు బంధించి నీ హృదయ మంతటితో ప్రార్దనచెయ్యవలెను.

కాబట్టి, మనుష్యకుమారుని శరీరమును నీవు అపరిపక్వముగ తిన కూడదు. అక్షరానుసారముగ దేవుని వాక్యమును నీవు అనువదించకూడదు. అనగా, ఆత్మసంబంధముగ పరిశుద్ధాత్మ ఉత్ప్రేరణ వల్ల నీవు దేవుని వాక్యమును అనువదించవలెను.

రెండవదిగ, నీటితోవండిన దేవుని వాక్యమును తినకూడదు

"నీళ్ళతో వండబడినది తినకూడదు" అనగా నేమిటి? అనగా దేవుని వాక్యమునకు ఏమీ కలుపకూడదు కానీ దానిని స్వచ్ఛందముగ తినవలెను.

దేవుని వాక్యమును రాజకీయముతో, సమాజపు కధలతో, లేక చారిత్రాత్మక వ్యక్తులతో లేదా గొప్ప వ్యక్తుల గొప్పతనముతో కలిపి బోధించకూడదు.

భూమ్యాకాశములను సృజించి సమస్త మానవాళి యొక్క జీవ మరణములను, శాపములను ఆశీర్వాదములను ఆధీనములో నుంచుకొనిన దేవుడు సర్వశక్తిమంతుడు ఆయనకు ఏ కొదువయు లేదు.

1 వ కొరి 1:25లో, *"దేవుని వెఱ్ఱితనము మనుష్యజ్ఞానముకంటె జ్ఞానముగలది, దేవుని బలహీనత మనుష్యుల బలముకంటె బలమైనది."* అతిజ్ఞానవంతుడైనవాడు మరియు అతిశ్రేష్టమైన వ్యక్తియైన దేవునితో పోల్చదగినవాడు కాదని నీవు తెలుసుకొనునట్లు ఇది బైబిల్‌లో వ్రాయబడినది.

బైబిల్‌లో ఉన్నదంతయు నీ జీవితకాలములో నీవు బోధించలేవు. అలాంటప్పుడు, నీవు ప్రసగింస్తున్నప్పుడు మనుష్యులయొక్క మాటలు దేవునియొక్క మాటలు కలిపివేయుటకు నీకు ఎంత ధైర్యము?

కాలము గడుస్తున్నకొలది మనుష్యులయొక్క మాటలు మారి పోవును. ఒకవేళ ఏదైనా వాటిల్‌లో కొంత నిజమున్నప్పటికి, అవన్నీ బైబిల్‌లో ఇంతకుముందే చెప్పబడినవి, మరియు అవి దేవుని జ్ఞానముతో చెప్పబడినవి.

కాబట్టి, బైబిలు బోధించుటలో నీ ప్రాధాన్యమైన విషయము దేవుని నిర్మలమైన వాక్యము. అయితే, మనుష్యులు దేవుని వాక్యమును ఆత్మసంబంధమైన మర్మములను సులభముగ అర్ధముచేసుకొనునట్లు అందులో నీవు కొన్ని ఉపమానములను ఉదాహరణలను చెప్పవచ్చు .

దేవుని వాక్యము మాత్రమే నిత్యమైనది పరిపూర్ణమైనది సంపూర్ణ మైనది సత్యమైనదై నిన్ను నిత్యజీవమునకు నడిపించునదని నీవు గ్రహించవలెను. కాబట్టి నీటిలో ఉడకబెట్టిన వాక్యమును నీవు తినకూడదు.

మూడవదిగ, దేవునివాక్యమును అగ్నితో కాల్చబడినదై నీవు తినవలెను

"దాని తలను మరియు దాని కాళ్ళను దాని అంత్రములను అగ్నితో కాల్చి దాని తినవలెను" అనగా నేమి? (నిర్గ 12:9). అనగా

దేవుని వాక్యమును మనుష్యకుమారుని శరీరమును ఏమీ విడిచిపెట్టకుండా నీ ఆత్మసంబంధమైన ఆహారముగ చేసికొనవలెను.

ఉదాహరణకు, కొంతమందికి మోషే ఎఱ్ఱసముద్రమును పాయలుగా చేసెనా అనే సందేహమున్నది. పాతనిబంధనలోని అర్పణలను అర్థంచేసుకోవడం కష్టమని కొంతమంది లేవీకాండము చదుమటకు కూడ ప్రయత్నించరు. యేసుచేసిన అద్భుతములు నమ్ముటకు కష్టమని, అవి 2000 సంవత్సరము క్రిందట మాత్రమే జరుగ గలవని కొంతమంది అందురు. మానవ ఆలోచనలకు మంచిమన్నవి అనేకమైనవి వారు విడిచిపెట్టి కేవలము నీతి వాక్యములను మాత్రమే వెలికితీయుటకు ప్రయత్నించుదురు.

"నీ శత్రువును ప్రేమించుము," లేక "ప్రతివిధమైన కీడునకు దూరముగనుండుడి" అన్న విషయములను సహితము వారు మనస్సులోనుంచుకొనుటకు జాగ్రత్తపడరు. ఎందుకంటే ఆ మాటలు వారికి లోబడుటకు చాలా కష్టముగనుండును. వారు రక్షణపొందుట సాధ్యపడు విషయమేనా?

కాబట్టి, బుద్దిహీనులవలె బైబిల్‌లో నీకు కావలసినది మాత్రమే నీవు తీసుకొనకూడదు. ఆదికాండమునుండి ప్రకటన వరకు బైబిల్‌లో ఉన్న వాక్యములన్నీ అగ్నితో కాల్చి నీవు తినవలెను.

"అగ్నితో కాల్చిన" దేవుని వాక్యమును తినుట అనగా ఏమిటి.? అగ్ని అనగా ఇక్కడ పరిశుద్ధాత్మకు సాదృశ్యమైయున్నది. పరిశుద్ధాత్మ ఉత్ప్రేరణవల్ల దేవుని వాక్యము వ్రాయబడినది గాబట్టి నీవు దేవుని వాక్యమును చదివినప్పుడు వినినప్పుడు నీవు పరిశుద్ధాత్మచేత నింపబడి ఉత్ప్రేరణ పొందవలెను. లేకుంటే, నీవు చదివేది కేవలము తెలుసుకొనుటకు మాత్రమే గానీ అదినీకు ఆత్మసంబంధమైన ఆహారముకాదు.

అగ్నితో కాల్చి దేవుని వాక్యమును తినుటకు, నీవు తీవ్రముగా ప్రార్థించవలెను. పరిశుద్ధాత్మయొక్క నింపుదల

కొరకు ప్రార్ధనలు తైలమువలె పనిచేయును. నీవుగాని దేవునివాక్యమును పరిశుద్ధాత్మ యొక్క ఉత్ప్రేరణతో గాని తినినట్లయితే అది నీకు తేనెకంటె మధురము గనుండును. ప్రసంగము ఎక్కువగా చెప్పినప్పటికిని నీకు విసుగనిపించక, దుప్పి నీటివాగులకొరకు తృప్తగొనినట్లు దేవుని వాక్యము నీకు ఎంతో ప్రశస్తమైనదిగనుండి నీవు వినుటకు ఎంతో ఇష్టపడుదువు.

అగ్నితోకాల్చబడిన వాక్యమును తినుట ఇలాగు జరుగును. ఈ ప్రకారముగానే నీవు దేవుని వాక్యమును అర్ధముచేసుకొని, దానిని నీ ఆత్మసంబంధమైన మాంసముగ రక్తముగ చేసుకొని, దేవుని చిత్తమును గ్రహించి వెంబడించెదవు. ఇలాగున నీవు పరిశుద్ధాత్మనందు జన్మించి నీ విశ్వాసములో పెరిగి మానవుల కర్తవ్యమేమిటో గ్రహించి పోగొట్టుకున్న దేవుని స్వరూపమును తిరిగి పొందుకొనెదవు.

ఏమయినప్పటికి, దేవుని వాక్యమును అగ్నితోకాల్చక తమస్వంత ఆలోచనలతో తినువారికి దేవుని వాక్యము విసుగు కలిగించునదిగ నుండి దానిని వ్యర్ధమైన తలంపులతో విందురుగాబట్టి వారు దానిని గుర్తుంచుకొనలేరు. వారు ఆత్మసంబంధముగ పెరుగరు మరియు నిజమైన జీవితమును కలిగియుండరు.

నాల్గవదిగ, ఉదయకాలము వరకు దానిలోనిదేదియు మిగిలింప కూడదు

"ఉదయకాలము వరకు దానిలోనిదేదియు మిగిలింపకూడదు, ఉదయకాలమువరకు దానిలో మిగిలినది అగ్నితో కాల్చి వేయవలెను" అనగా నేమిటి?

అనగా మనుష్యకుమారుని శరీరమనే దేవుని వాక్యమును రాత్రియందు తినవలెను. నువ్వు ప్రస్తుతము జీవించు జీవితము

చీకటిలోకములో జీవించుచున్నాము అది సాతానుచేత అదుపు చేయబడి, ఆత్మసంబంధముగ దానిని రాత్రి అని లేక, చీకటి భయముగ చెప్పబడును. మన ప్రభువు మరల వచ్చినప్పుడు, సమస్త చీకటి అదృశ్యమై సమస్తమును వెలుగులోకివచ్చి లోకమంతా వెలుగు అగునట్లు అది ఉదయకాలముగ అగును.

కాబట్టి, "ఉదయకాలమువరకు దానిలోనిదేదియు మిగిలింప కూడదు" అనగా ప్రభువురాకడకు ముందు నీవు పెండ్లికుమార్తెవలె సిధ్దపరచుకొనుటకు దేవుని వాక్యమును నేర్చుకొనవలెను.

అంతేగాక, దేవుని రాకడ సమీపముగనున్నా లేకున్నా, నీవు డెబ్బయి లేక ఎనభై సంవత్సరాలు బ్రదుకుదువు మరియు ప్రభువును ఎప్పుడు కలుసుకొందువో నీకు తెలియదు. ప్రభువును కలుసుకొను వరకు,మనుష్యకుమారుని శరీరమును తిని రక్తమును త్రాగి నీవు ఆత్మసంబంధముగ పెరగవలెను. కావున నీవు శ్రధ్దగా దేవుని వాక్యమును నేర్చుకొని ఆత్మసంబంధముగ పెరగవలెను.

నీవుగాని నీఆత్మయొక్క అభివృధ్ది నిరంతరము పెంచుకొనుచున్నట్లయితే, తండ్రియొక్క విశ్వాసము కలిగియుండి, ఆయన రాజ్యములో సింహాసనమునకు సమీపముగ ప్రకాశించుచున్న సూర్యునివలె ఉందువు ఏలయనగా ఆదినుండి దేవుడు కలిగియున్న పరిశుధ్దాత్మయొక్క తొమ్మిది ఫలములు మరియు సూక్తులు కలిగియుండి దేవునియొక్క స్వరూపములో పోలియుందువు.

మనుష్యకుమారుని రక్తమును త్రాగుట

నీ ఆరోగ్యమును కాపాడుకొనుటకు ఆహారముతోపాటు

మంచినీటినికూడ నీవు త్రాగవలెను. నీవు నీరుగాని త్రాగకపోతే, ఆహారము జీర్ణముగాక నీవు చనిపోవుదువు. ఆహారము కడుపులోనికి వెళ్ళినప్పుడు నీటితో కలిసి, అవి జీర్ణమగును, పోషకపదార్ధములు శరీరములో ఇమిడి, వ్యర్ధములు విడువబడును.

అదేరీతిగా, మనుష్యకుమారుని శరీరమును తినినప్పుడు మనుష్యకుమారుని రక్తమును త్రాగకపోతే, నీవు జీర్ణించుకొనలేవు. కాబట్టి, మనుష్యకుమారుని శరీరమును తిని మనుష్యకుమారుని రక్తమును త్రాగితేతప్ప నీవు నిత్యజీవమును పొందుకొనలేవు.

"మనుష్యకుమారుని రక్తమును త్రాగుట" అనగా విశ్వాసముతో దేవుని వాక్యమును ఆచరణలో పెట్టుట. దేవుని వాక్యమును నీవు వినిన తరువాత, వాక్యప్రకారము జీవించుట చాలా ప్రాముఖ్యమైనది, దీనిని విశ్వాసమందురు. నీవు దేవుని వాక్యము వినిన తరువాత దేవుని వాక్యానుసారము జీవించకపోయినట్లయితే నీవు దేవుని వాక్యము వినుట వ్యర్ధము.

ఆహారమును జీర్ణించుకున్న తరువాత పోషకములు శరీరములో కలిసిపోయి వ్యర్ధములు విడువబడునట్లుగ, నీవుగాని దేవుని వాక్యప్రకారము జీవించినట్లయితే దేవుని వాక్యము సత్యమై మిళితమైపోయి అసత్యము విడువబడును. అప్పుడు మీ మురికియైన హృదయములు శుద్ధీకరించబడును.

"ఇంకిపోయిన సత్యము" అనగా నేమిటి మరియు "విడువబడిన అసత్యము" అనగా నేమిటి? "ద్వేషించవద్దు, ఒకరిని ఒకరు ప్రేమించు కొనుడి." అన్న దేవుని వాక్యమును నీవు విన్నావు అని అనుకొందము. నీవుగాని వాక్యమును ఆహారముగ చేసికొని వాక్యప్రకారము జీవించినట్లయితే, ప్రేమ అనే పోషకపదార్ధము నీ శరీరములో కలిసిపోయి ద్వేషము అను

వ్యర్థపదార్థము విడువబడును. అప్పుడు నీ హృదయము దానంతటఅదే నిర్మలమై మురికి మరియు చెత్త తలంపులు విడువబడి మరిఎక్కువైన సత్యములోనికి వెళ్ళుదుము.

దేవుని వాక్యమును వినిన తరువాత వాక్యప్రకారము జీవించుము

ఏమయినప్పటికి, నీవుగాని దేవుని వాక్యానుసారముగ జీవించకపోతే, నీవు మనుష్యకుమారుని రక్తమును త్రాగుటలేదు. కాబట్టి, వాక్యము నీకు మానసికమైన జ్ఞానమేగాని దేవుని వాక్యానుసారముగ జీవించకపోతే నీవు రక్షింపబడలేవు.

మనుష్యకుమారుని రక్తమును త్రాగుట దేవుని వాక్యానుసారముగ నడుచుకొనుట, కేవలము మానవ కృషివల్ల జరుగదు. దేవుని వాక్యాను సారముగ జీవించుటకు నీకు ఇష్టము మరియు కృషి యుండవలెను, అప్పుడు తీవ్రముగా ప్రార్థనచేసినప్పుడు దేవుని కృపను, శక్తిని, పరిశుద్ధాత్మ సహాయమును పొందుకొనెదవు.

నీ స్వంత ప్రయత్నముచేత నీ పాపములను పోగొట్టుకొనినట్లయితే యేసు సిలువపైన మరణించవలసిన అగత్యములేదు, మరియు దేవుడు పరిశుద్ధాత్మను పంపవలసిన అగత్యములేదు.

నీ పాపములను నీవు పరిష్కరించుకొనలేవుగాబట్టి నీ పాపములను క్షమించుటకు యేసుక్రీస్తు సిలువవేయబడెను, మరియు నీ మురికి హృదయమును శుద్ధహృదయముగా చేయుటకు దేవుడు నీకు సహాయముచేయుటకు పరిశుద్ధాత్మను పంపెను.

దేవుని బిడ్డలు సత్యములోను నీతిలోను బ్రతుకుటకు దేవుని ఆత్మయైన పరిశుద్ధాత్మ సహాయము చేయును. కాబట్టి,

పరిశుద్ధాత్ముని సహాయముతో దేవుని పిల్లలు దేవుని వాక్యానుసారముగ జీవించి పాపములనుండి విడుదలపొంది దేవుని ప్రేమను ఆశీర్వాదములను పొందుకొనవలెను.

వెలుగులో నడిచినప్పుడే క్షమాపణ

దేవుని వాక్యపు వెలుగులో నడుచుకొనుచున్నట్లయితే నీవు మనుష్యకుమారుని శరీరమును తిని రక్తమును త్రాగుతున్నావు అని చెప్పవచ్చు. అయితే అవి ఎలాంటి కార్యములైయున్నవని చెప్పుచున్నది? నీవు వెలుగులో ప్రవర్తింపవలెను. నీవు చీకటిని విడిచిపెట్టి మనుష్యకుమారుని శరీరమును తిని జీర్ణించుకొని నీ హృదయమును సత్యమైనదిగ చేసుకొని నీవు వెలుగులో నడుచుకొనుచుందువు. నీవు వెలుగులో నడుచుకొనినప్పుడు, ప్రభువు రక్తము నీ గతపాపములను ప్రస్తుత పాపములను, భవిష్యత్ పాపము లను శుద్ధిచేయును. తొలగించబడని పాపములు ఇంకను ఉన్నప్పటికి, నీ హృదయమంతటితో దేవుని ముందు నీవు పశ్చాత్తాప పడినప్పుడు, దేవుని కృపచేత నీ పాపములు క్షమించబడును. ఎవరైతే నిజముగా దేవునియందు నమ్మికయుంచి వారి హృదయములలో నీతిని నెరవేర్చుకొనుటకు ప్రయత్నించుచుందురో వారెంతమాత్రము పాపులు కాదు వారు నీతిగల మనుష్యులు, వారు రక్షింపబడి నిత్యజీవమును పొందుకొందురు.

దేవుడు వెలుగైయున్నారు

1వ యోహా 1:5 లో, "*మేమాయన వలన విని మీకు ప్రకటించు వర్తమానమేమనగా—దేవుడు వెలుగైయున్నాడు; ఆయనయందు*

చీకటి ఎంతమాత్రమును లేదు."

1వ యోహాను పత్రిక వ్రాసిన అపోస్తలుడైన యోహాను, ఈలోకమునకు వచ్చి ఈ లోకమునకు వెలుగై దేవుని చేరుటకు మార్గము నైయున్న సాక్షాత్తూ యేసుచేత నేర్పించబడెను.

కాబట్టి, యోహా 1:4-5లో, యేసును గురించి *"ఆయనలో జీవముండెను; ఆ జీవము మనుష్యులకు వెలుగైయుండెను. ఆ వెలుగు చీకటిలో ప్రకాశించుచున్నది గాని చీకటి దాని గ్రహింప కుండెను"* అని చెప్పబడెను. యేసే తనను గురించి తాను, *"నేనే మార్గమును, సత్యమును, వెలుగైయున్నాను; నా ద్వారానే తప్ప ఎవడును తండ్రియొద్దకు రాడు"* (యోహా 14:6).

కాబట్టి, యేసుయొక్క శిష్యులు సత్యమును గురించి సాక్ష్య మిచ్చుచు యేసు ద్వారా "దేవుడు వెలుగైయున్నాడు" మరియు వారు నీకు చెప్పిన సమాచారము "దేవుడు వెలుగైయున్నాడు."

వెలుగు ఆత్మసంబంధమైన అర్థము సత్యము

అటువంటప్పుడు "వెలుగు" అనగా నేమిటి? ఆత్మసంబంధముగ, వెలుగు అనగా సత్యము మరియు సత్యము చీకటికి విరుద్ధమైనది.

ఎఫెసీ5:8లో, *"మీరు పూర్వమందు చీకటియై యుంటిరి, ఇప్పుడైతే ప్రభువునందు వెలుగైయున్నారు; వెలుగుసంబంధులవలె నడుచు కొనుడి."* అని దేవుడు చెప్పుచున్నారు. "దేవుడు వెలుగైయున్నాడు" అన్న వర్తమానము వినినవారు దేవుని నుండి సత్యమును నేర్చుకొని వెలుగు చీకటిని తరిమివేయునట్లుగా ఈ లోకములో వెలుగై ప్రకాశించగలరు.

వెలుగు సంబంధులు సత్యానుసారులై జీవించి వెలుగు ఫలమును ఫలించుదురు. కాబట్టి ఎఫెసీ 5:9లో, *"వెలుగు ఫలము*

సమస్త విధములైన మంచితనము, నీతి, సత్యమనువాటిలో కనబడు చున్నది." 1 వ కొరింథి 13వ అధ్యాయములో చెప్పబడినది ఆత్మ సంబంధమైన ప్రేమ మరియు పరిశుద్ధాత్మయొక్క ఫలములు ప్రేమ, సంతోషము, సమాధానము, ఓర్పు, కనికరము, మంచితనము, నమ్మకత్వము, మృదుత్వము, ఆశానిగ్రహము ఇవన్నియు వెలుగు ఫలములు.

కాబట్టి, వెలుగు అనునది మంచితనము, నీతి, మరియు ప్రేమ అను వాటిపైన పలికిన నిజమైన మాట, అనగా"ఒకరిని ఒకరు ప్రేమించుకొని ప్రార్ధనచేసి, విశ్రాంతిదినమును పరిశుద్ధముగ ఆచరించి, బైబిల్‌లో దేమడు చెప్పిన పది ఆజ్ఞలను ఆచరించుట.

ఆత్మసంబంధముగ చీకటి అనగా పాపము

చీకటి అనగా వెలుగు ఎంతమాత్రము లేకుండుట మరియు ఆత్మసంబంధముగ పాపము అని అర్దము.

సత్యమునకు విరోధముగనున్నవన్నీ అసత్యమైన విషయములు, అవి రోమా1:28-29లో, వ్రాయబడినవి. *"మరియు వారు తమ మనస్సులో దేవునికి చోటియ్యనొల్లకపోయిరి గనుక చేయరాని కార్యములు చేయుటకు దేవుడు భ్రష్ట మనస్సుకు వారినప్పగించెను. అట్టివారు సమస్తమైన దుర్నీతిచేతను, దుష్టత్వము చేతను, లోభముచేతను, ఈర్ష్యచేతను నిండుకొని, మత్సరము నరహత్య కలహము కపటము వైరమనువాటితో నిండినవారు."* ఇదంతా చీకటియే.

చీకటికి సంబంధించిన దొంగతనము, నరహత్య, వ్యభిచారము మరియు ప్రతివిధమైన కీడునుండి తొలగిపొమ్మని బైబిలు చెప్పుచున్నది.

మరియొకవైపు, కొంతమంది దేమడుచెప్పిన దానికి లోబడక చేయక దేమడు చెప్పనివాటిని చేయుచు చెప్పినవాటిని

విసరివేయుచు దేమని పిల్లలుగ ప్రకటించుకొనుచున్నారు. ఈ చీకటి శత్రువుచేత అదుపు చేయబడి అది సాతానుకు చెందినదిగానున్నది, గాబట్టి అది ఎన్నడూ వెలుగుతో కలిసియుండలేదు. కాబట్టే చీకటిలో ఉన్నవారు వెలుగును ద్వేషించుచున్నారు వెలుగునకు దూరముగ జీవించు చున్నారు.

మరియొకవైపు, చీకటి ఎంతమాత్రము లేక వెలుగు కలిగిన నిజమైన దేమని పిల్లలు, చీకటిని త్రోసివేసి వెలుగులో నడిచెదరు. అప్పుడు మట్టుకే, దేమనితో నీమ సహవాసము చేయుదుమ అప్పుడు నీ జీవితములో సమస్తమును చక్కగా జరుగును.

దేమనితో సహవాసము కలిగియున్న ఋజుమ

సాధారణముగ, పిల్లలకు తల్లిదండ్రులకు వారి మధ్యఉన్న ప్రేమనుబట్టి వారి సంబంధము చాలా దగ్గరగనుండును. అదే రీతిగా, యేసుక్రీస్తునందు విశ్వాసముంచిన నీమ నీ ఆత్మకు తండ్రియైన దేమనితో సహవాసము కలిగియుండుట అవశ్యకము (1 వ యోహా 1:3).

సహవాసము అనగా ఇక్కడ ఒకరికొ ఒకరు తెలుసుకొనుటయేకాక, ఒకరిని ఒకరు బాగా తెలుసుకొనుట. అధ్యక్షునిగురించి నీకు ఎంతో తెలిసినప్పటికి ఆయనతో నీకు సహవాసమున్నదని నీమ చెప్పలేమ. దేమనితో సహవాసముకూడ అలాంటిదే. నిజమైన సహవాసము దేమనితో నీమ కలిగియుండుటకు నీకు ఆయన తెలిసియుండాలి అలాగే ఆయనకు నీమ తెలిసి ఆయన నిన్ను గర్తుపెట్టుకోవాలి.

1వ యోహా 1:6-7లో, "*ఆయనతోకూడ సహవాసము కలవారమని చెప్పుకొని చీకటిలో నడిచినయెడల మనమబద్ధమాడుచు సత్యమును జరిగింపకుందుము; అయితే ఆయన వెలుగులోనున్న ప్రకారము మనమును వెలుగులో నడిచినయెడల, మనము*

అన్యోన్యసహవాసము గలవారమైయుందుము; అప్పుడు ఆయన కుమారుడైన యేసు రక్తము ప్రతిపాపమునుండి మనలను పవిత్రులనుగా చేయును."

అనగా నీవు పాపములను విడిచిపెట్టి వెలుగులో నడిచినయెడల నీవు దేవునితో సహవాసము కలిగియుందువు. నీవు ఇంకను చీకటిలోనేవుండి దేవునితో సహవాసము కలిగియున్నావని చెప్పిన యెడల అది అబద్ధము.

దేవునితో సహవాసము కలిగియున్నావని నీవు చెప్పినప్పుడు ఆత్మసంబంధముగ సత్యమైన సహవాసము కలిగియుండవలెను గానీ నీ మానసికమైన జ్ఞానము కలిగి భక్తిహీనమైన స్థితిలో సహవాసము కలిగియుండుటకాదు. ఆయన వెలుగైయుండెను గనుక ఆయనతో సహవాసము కలిగియుండుటకు నీవు వెలుగైయుండవలెను. నీవు దేవుని వాక్యమును చదివి ప్రార్థనచేసినప్పుడు దేవునితో లోతైన సహవాసము కలిగియుండుటకు అవసరమైన సత్యములో నిలిచి యుండుటకు దేవుని హృదయమైన పరిశుద్ధాత్మ దేవుని చిత్తమును గురించి నీకు నేర్పించును.

నీవు చీకటిలో నడిచినట్లయితే

పాపములు చేయుచు చీకటిలో ఉంటూ నీవు దేవుని సహవాసము కలిగియున్నావని చెప్పినయెడల నీవు అబద్దము చెప్పుచున్నావు. నీవు సత్యములో నడచుట కాదుగానీ చివరకు నీవు మరణ మార్గము లోనికి పోయెదవు.

1వ సమూ 2వ అధ్యాయములో, యాజకుడైన ఏలీ కుమారులు పాపముచేసి దుష్టత్వములో జీవించిరి. ఏలీ వారిని శిక్షించవలసినది గానీ "ఎందుకు మీరు అలాంటి కార్యములు చేయుచున్నారు? మీరు అలాగున చేయకూడదు." అని వారిని హెచ్చరించి

ఊరుకొనెను.

చివరిలో, దేవుని కోపము వారిమీద పడెను. యాజకుడైన ఏలీ ఇద్దరు కుమారులు యుద్ధములో మరణించిరి, ఏలీ కూర్చున్నచోటు నుండి ప్రక్కకు పడి మెడవిరిగి చనిపోయెను. దేవుని కోపము అతని సంతతివారిమీద కూడ పడినది (1 వ సమూ 2:27-36, 4:11-22).

కాబట్టి, ఎఫెసీ 5:11-13లో, చెప్పినట్లు "*నిష్ఫలమైన అంధకార క్రియలలో పాలివారైయుండక వాటిని ఖండించుడి. ఏలయనగా అట్టి క్రియలు చేయువారు రహస్యమందు జరిగించు పనులను గూర్చి మాటలాడుటయైనను అవమానకరమైయున్నది. సమస్తమును ఖండింపబడి వెలుగుచేత ప్రత్యక్షపరచబడును; ప్రత్యక్షపరచునది ఏదో అది వెలుగేగదా.*"

ఎవడైనను దేవునితో సహవాసము కలిగియున్నాడని చెప్పి వెలుగులో నడువనప్పుడు, ప్రేమతో అతనికి చెప్పుము. అతడు అప్పటికి వెలుగులోనికి రానప్పుడు, మరణములోనికి వెళ్ళకుండునట్లు అతడు వెలుగులోనికి వచ్చునట్లు గద్దించుము.

వెలుగులో నడచుట ద్వారా క్షమించుట

ఈ లోకములో చట్టమున్నది ఎవరైనను దానిని ఉల్లంఘించి నట్లయితే, అతడు చేసినదానిని బట్టి అతడు శిక్షపొందును. అయినప్పటికి, అతడు ఇంతకుముందే చేసిన నష్టమునుబట్టి అతని తప్పుకు మూల్యము చెల్లించి శిక్షపొందినప్పటికి అతని మనస్సాక్షిలో నేరస్థుడన్న అనుభూతిని అతడు మానుకోలేడు.

అలాగే, నీవు యేసుక్రీస్తును అంగీకరించినప్పటికి, నీ పాపములు క్షమింపబడినప్పటికి, నీవు నీతిమంతునిగ తీర్చబడినప్పటికి నీ హృదయములో నీవు పాపస్వభావమును కలిగియుందువు. కాబట్టి, నీ మనస్సాక్షిలో సహితము నీవు

నీరసద్ధుడవని భావింపకుండునట్లు నీవు నీ హృదయమును సున్నతి చేసుకొనవలెనని దేవుడు ఆజ్ఞాఇచ్చు చున్నాడు.

యిర్మీయా 4:4లో, చెప్పినట్లు *"అవిధేయులైయుండుట మానుకొని మీ దుష్టక్రియలనుబట్టి యెవడును ఆర్పివేయలేనంతగా నా ఉగ్రత అగ్నివలె కాల్చకుండునట్లు యూదావారలారా, యెరూషలేము నివాసులారా, యెహోవాకు లోబడియుండుడి."*

నీ హృదయముయొక్క చర్మమును చీల్చుట అనగా బైబిల్లో దేవుడు ఏదిచెయ్యమన్నారో దానిని చేయుట అనగా, "చేయుము," "చేయకూడదు," "పాటించుము," "తీసివారవేయుము." మరియొక విధముగ చెప్పాలంటే, అసత్యమైనది, దుష్టత్వము, అవినీతి, అక్రమము, మరియు అంధకారమైనవి ఇలాంటివన్నీ దేవునికి వ్యతిరేక మైనవి, వీటన్నిటిని తీసివారవేయవలెను మరియు నీ హృదయమును శుద్ధిచేసుకొని దానిని సత్యముతో నింపుకొనవలెను.

కాబట్టి, దేవుని వాక్యమును శ్రద్ధగా నీ ఆహారముగచేసుకొని దాని ప్రకారము నడుచుటకొనుట ద్వారా దాని పోషకపదార్థములను జీర్ణించుకొని వృధాపదార్థములవంటి చీకటిసంబంధమైన దుష్టత్వమును మరియు అసత్యమును నీవు విడిచిపెట్టవలెను. నీవు నీ హృదయ మందు సున్నతి పొందినప్పుడు నీవు ఆత్మసంబంధముగ పెరుగుదువు.

వ్యర్థపదార్థములవంటి పాపమును దుష్టత్వమును నీవు విడిచిపెట్టి ఆత్మసంబంధమైన వానిగనున్నప్పుడు, నీవు దేవునితో సంబంధము కలిగియుందువు. అప్పుడు, నీవు యేసుక్రీస్తుతో సహవాసము కలిగియున్నందున యేసు రక్తము నీ పాపములను కడిగివేయును.

కాబట్టి, యేసుక్రీస్తును కేవలము అంగీకరించి నీతిమంతునిగ ప్రకటింపబడుటయేగాక, నీ హృదయమందు సున్నతి పొంది మనుష్య కుమారుని శరీరమును తిని ఆయన రక్తమును త్రాగ

ఒక నిజమైన నీతిమంతునిగ మారవలెను.

క్రియలతో కూడిన విశ్వాసమే నిజమైన విశ్వాసము

చాలామందికి విశ్వాసముయొక్క నిజమైన అర్థము తెలియకపోమట నీకు ఆశ్చర్యము కలిగించవచ్చు. కొంతమంది, "నీమ సంఘమునకు ఎందుకు వెళ్ళమ? నీమ రక్షింపబడుదుమ."

నీమ దేమని వాక్యమును విని దానిని తెలుసుకొని, ఆ ప్రకారము నడచుకొనకపోయినట్లయితే, అది నీ మనసులో తెలివినిబట్టి ఏర్పడిన విశ్వాసమేగాని నిజమైన విశ్వాసముకాదు. ఈ రీతిగా, నీమ రక్షింపబడలేమ. దేమడు గుర్తించు విశ్వాసము ఏమిటి? విశ్వాసము ద్వారా నీమ ఎలా రక్షింపబడుదుమ?

పాపములనుండి విముఖతయే నిజమైన పశ్చాత్తాపము

1 వ యోహా 1:8-9లో "మనము పాపము లేనివారమని చెప్పుకొనిన యెడల, మనలను మనమే మోసపుచ్చుకొందుము; మరియు మనలో సత్యముండదు. మన పాపములను మనము ఒప్పుకొనినయెడల, ఆయన నమ్మదగినవాడును నీతిమంతుడును గనుక ఆయన మన పాపములను క్షమించి సమస్త దుర్నీతినుండి మనలను పవిత్రులనుగా చేయును."

మరి అలాంటప్పుడు ఇంక పాపములను ఒప్పుకొనుట ఎందుకు?

సరే ఒకవేళ దేమడు నిన్ను, "తూర్పుదిక్కునకు వెళ్ళినట్లయితే నిత్యజీవము మరియు అది నాచిత్తము అని చెప్పి నీమ తూర్పు వైపునకు వెళ్ళుము." అని చెప్పినప్పుడు, అయినప్పటికి, నీమ పడమరవైపునకు వెళ్తూ, "దేవా, నేను తూర్పువైపునకు వెళ్ళాలి, కానీ నేను పడమరవైపునకు వెళ్ళుచున్నాను, కనుక నన్ను

దయచేసి క్షమించుము," అని నీవు చెప్పినట్లయితే అది ఒప్పుకోలు కాదు. ఇది దేవునియందు నమ్మకముంచుటకాదు లేక దేవునియందు భయభక్తు లుండుట కాదు, కానీ కేవలము ఆయనను వెక్కిరించుటయే. నిజమైన పశ్చాత్తాపము నీ పాపములను పెదవులతో ఒప్పుకొనుటయే గాక క్రియాపూర్వకముగ నీవు వాటినుండి పూర్తిగ వైదొలిగిపోవుటయే. అప్పుడు మాత్రమే దేవుడు దానిని పశ్చాత్తాపముగ ఎంచి నీకు క్షమాపణ ననుగ్రహించును.

నీ జీవితమును కాపాడుకొనుటకు నీకు తెలిసినప్పటికి నీవు ఆహారమును తిననట్లయితే ఎలా చనిపోవుదువో, అలాగే నీ పాపములను నీ పెదవులతో మాత్రమే ఒప్పుకొని నీవు వాటినుండి వైదొలగకపోయినట్లయితే నీవు ప్రభువుయొక్క రక్తముతో శుద్ధిచేయబడ లేదు.

క్రియలు లేని విశ్వాసము మృతము

యాకోబు 2:22లో, *"విశ్వాసము అతని క్రియలతోకూడి కార్యసిద్ధి కలుగజేసెననియు, క్రియలమూలముగా అతని విశ్వాసము పరిపూర్ణ మైనదనియు గ్రహించుచున్నావు గదా?."* 26వ వచనములో: *"ప్రాణములేని శరీరమేలాగు మృతమో అలాగే క్రియలు లేని విశ్వాసము మృతము."*

పరలోకము నరకము ఉన్నవని వినినందున అనేకమంది సంఘమునకు వెళ్ళుదురు. అయినప్పటికి, వారి హృదయములలోఈ సత్యమందు వారికి నమ్మకము లేనందున వారికి క్రియలు లేవు.

ఇది తెలివి వలె విశ్వాసమైయున్నది మరియు ఇది మృతమైన విశ్వాసము.

ఇదియుగాక, నీవు పాపములో జీవించుచు నీ పెదవులతో ఒప్పుకొని, నీకు విశ్వాసముందని ఎలాగు చెప్పగలవు? తెలియక

చేసిన పాపము కంటే తెలిసి తెలిసి చేసిన పాపము ఘోరమని బైబిలు చెప్పుచున్నది.

క్రియలులేకుండా "నేను నమ్ముతున్నాను" అని నీవు ఒప్పుకొని నప్పుడు, నీకు విశ్వాసముందని నీవు చెప్పవచ్చు కాని దేవుడు దీనిని నిజమైన విశ్వాసముగా ఆమోదించుటలేదు.

ఇశ్రాయేలీయులు ఐగుప్తునుండి బయటకు వచ్చి దేవుని అనేకమైన కార్యములను చూసిరి. దేవుడు ఎఱ్ఱసముద్రమును చీల్చెను, వారికి మన్నా మరియు మాంసమును ఇచ్చెను, పగటిపూట వారిని మేఘ స్తంభముతో రాత్రిపూట వారిని అగ్నిస్తంభముతో భద్రపరచెను.

అయినప్పటికి, కానాను దేశమును వేగుచూడమని దేవుడు వారికి చెప్పినప్పుడు, కాలేబు యెహోషువ మాత్రమే దేవుని వాక్యమును మరియు శక్తిని నమ్మిరి. దీనిఫలితముగ, ఆ ఇశ్రాయేలీయులు కానానులోకి ప్రవేశించుటకు వారికి బలమైన విశ్వాసము లేనందున వారు దేవునిని నమ్మలేదు, నలభై సంవత్సరములు అరణ్యములో శ్రమపడి చివరకు చనిపోయిరి.

అనేకమైన దేవుని కార్యములను నీవు చూసికూడ నీవు నమ్మలేకపోతే మరియు దేవుని వాక్యప్రకారము జీవించకపోతే నీ విశ్వాసము పనికిరానిదని నీవు గ్రహించవలెను. క్రియలతో విశ్వాసము సంపూర్తియగును.

ధర్మశాస్త్రమును అనుసరించి నడుచుకొనువారే నీతిమంతులుగ చేయబడుదురు

రోమా 2:13లో దేవుడు మనకు *"ధర్మశాస్త్రము వినువారు దేవుని దృష్టికి నీతిమంతులు కారుగాని ధర్మశాస్త్రమును అనుసరించి ప్రవర్తించువారే నీతిమంతులుగా ఎంచబడుదురు."*

నీవు ఆరాధనకు వెళ్ళి దేవుని వాక్యమును

వినినంతమాత్రమున నీవు నీతిమంతునిగ తీర్చబడవు. దేవుని వాక్యానుసారముగ ప్రవర్తించి నీ అసత్యమైన హృదయము సత్యహృదయముగ ఎప్పుడు మారునో అప్పుడు మట్టుకే నీవు నీతిమంతునిగా తీర్చబడెదవు.

యేసుక్రీస్తును "ప్రభువు" అని నీ పెదవులతో చెప్పినంతమాత్రాన నీవు రక్షింపబడెదవు అని రోమా10:13ను అపార్థముచేసుకొని కొంత మంది చెప్పుదురు *"ప్రభువు నామమునుబట్టి ప్రార్థనచేయు వాడెవడో వాడు రక్షింపబడును."* అయినప్పటికి ఇది పూర్తిగ పొరపాటు. యెష 34:16లో, చెప్పినట్లు *"యెహోవా గ్రంథమును పరిశీలించి చదువు కొనుడి: ఆ జంతువులలో యేదియు లేక యుండదు. దేని జతపక్షి దానియొద్ద ఉండక మానదు. నా నోటనుండి వచ్చిన ఆజ్ఞ ఇదే,"* దేవుని వాక్యమునకు జతపక్షి ఉన్నది, దానికి జతపరచబడిన దానితో అనువదించినప్పుడే అది పరిపూర్ణమగును.

రోమా 10:9-10 says, *"యేసు ప్రభువని నీ నోటితో ఒప్పుకొని, దేవుడు మృతులలోనుండి ఆయనను లేపెనని నీ హృదయమందు విశ్వసించిన యెడల, నీవు రక్షింపబడుదువు; ఏలయనగా నీతి కలుగునట్లు మనుష్యుడు హృదయములో విశ్వసించును, రక్షణ కలుగునట్లు నోటితో ఒప్పుకొనును."*

ఎవరైతే యేసు పునరుత్థానుడైయ్యాడని వారి హృదయములలో నిజముగా నమ్ముదురో వారు వారి నిజమైన పెదవులతో ఒప్పుకొందురు, ఏలయనగా వారు దేవుని వాక్యనుసారముగ జీవించుదురు. వారు ఈ నిజమైన విశ్వాసముతో ఒప్పుకొనినప్పుడు వారు అధికముగ నీతిమంతు లగుదురు, కానీ ఎవరైతే ఇలాంటి విశ్వాసముతో ఒప్పుకొనరో వారు రక్షింపబడలేరు.

కాబట్టి యేసు మత్తయి 13:49-50లో, *"అలాగే యుగసమాప్తియందు జరుగును. దేవదూతలువచ్చి నీతిమంతులలోనుండి దుష్టులను వేరుపరచి వీరిని అగ్నిగుండములో*

పడవేయుదురు. అక్కడ ఏడ్పును పండ్లుకొరుకుటయును ఉండును."

ఇక్కడ, "నీతిమంతులు" అనగా దేమునిని ఎరిగినవారు విశ్వాసము కలిగియున్నామని చెప్పినవారు. "నీతిమంతులనుండి దుష్టులను వేరుపరచుట" అనగా దేముని వాక్యానుసారముగ జీవించనివారు వారు సంఘమునకు వెళ్ళినప్పటికి క్రైస్తవులుగ జీవించినప్పటికీ రక్షింప బడలేరు.

దేముడు నిజముగా హృదయ సున్నతిని కోరుచున్నారు

దేముని పిల్లలు పరిశుద్ధముగాను పరిపూర్ణముగాను ఉండవలెనని దేముడు కోరుచున్నారు. కాబట్టి ఆయన మనకు1 వ పేతు 1:15లో, *"మిమ్మును పిలిచినవాడు పరిశుద్ధుడైయున్న ప్రకారము మీరును సమస్త ప్రవర్తనయందు పరిశుద్ధులైయుండుడి"* మరియు మత్తయిలో 5:48లో, *"మీ పరలోకపు తండ్రి పరిపూర్ణుడు గనుక మీరును పరిపూర్ణులుగా ఉండెదరు."*

పాతనిబంధన కాలములో, వారికి రాబోమదానికొరకు వారి క్రియలనుబట్టి వారు రక్షింపబడేవారు, కానీ నూతన నిబంధన ప్రకారము ప్రేమతో యేసుక్రీస్తు ధర్మశాస్త్రమును నెరవేర్చినప్పుడు నీమ విశ్వాసము ద్వారా రక్షింపబడుదుమ.

"ధర్మశాస్త్రక్రియలవలన రక్షింపబడుట" అనగా ఉదాహరణకు ఒకరిని హత్యచేయుటకు లేక ద్వేషించుటకు, వ్యభిచారము చేయుటకు లేక అబద్దమాడుటకు నీకు ఒక చెడు హృదయమున్నట్లయితే, దానిని నీమ క్రియారూపముగ చేయువరకు అది పాపముగ ఎంచబడదు..

పాతనిబంధన కాలములలో పరిశుద్ధాత్మ లేకుండా మనుష్యులు వారి పాపములను తీసివేసికొనలేకపోయిరి కనుక, వారు తప్పయిన కార్యములు చేస్తేతప్ప దేముడు వారిని

ఖండింపలేదు. ఏమయినప్పటికి, క్రొత్తనిబంధన సమయములలో, పరిశుద్ధాత్మ నీకు ఇవ్వబడినది కాబట్టి నీవు పరిశుద్ధాత్మ సహాయముతో నీ హృదయమందు సున్నతి పొందితేనే తప్ప నీవు రక్షింపబడవు. నీతికి పాపమునకు తారతమ్యమును తీర్పును గురించి నీకు పరిశుద్ధాత్మ తెలియజేయును మరియు దేవుని వాక్యానుసారముగ జీవింపచేయును. కాబట్టి, పరిశుద్ధాత్మ సహాయముతో నీవు హృదయమందు సున్నతి పొంది అసత్యమును నీవు విడనాడగలుగుదువు.

నీ హృదయమందు సున్నతి పొందుట, పాపములను విడిచి పెట్టుట, పరిశుద్ధముగనుండుట, దైవస్వభావములో పాలిభాగము నొందుటను దేవుడు నిజముగా నిన్ను కోరుచున్నాడని నీవు గ్రహించ వలెను. ఈ దేవుని చిత్తమును అపోస్తలుడైన పౌలు గ్రహించి శరీరమందు గాక హృదయమందు సున్నతిని బోధించెను(రోమా 2:28-29). విశ్వాసమునకు కర్తయైయున్న యేసువైపు నీ కన్నులు నిలిపి పాపముతో పోరాడుటలో రక్తము కారునంతగా దానిని ఎదిరించవలెని ఆయన నీకు సెలవిస్తున్నారు (హెబ్రీ 12:1-4).

"ప్రభువా ప్రభువా," అని చెప్పినంత మాత్రాన నీవు పరలోకమునకు వెళ్ళలేవని, నీ హృదయమందు సున్నతి పొంది వెలుగులో నడిచి నప్పుడే పరలోకమునకు వెళ్ళగలవని గ్రహించి క్రియలుగల నిజమైన విశ్వాసమును కలిగియున్నావని నేను నమ్ముచున్నాను.

9వ అధ్యాయము

నీటియందు ఆత్మయందు బాప్తిస్మము పొందుట

- నీకొదేము యేసుయొద్దకు వచ్చుట
- యేసు నీకొదేముయొక్క ఆత్మీయ వివేచనకు సహాయపడెను
- నీటియందును ఆత్మయందును జన్మించినప్పుడు
- ముగ్గురు సాక్షులు: ఆత్మ, నీరు, రక్తము

“యూదుల అధికారియైన నీకొదేమను పరిసయ్యుడొకడుండెను; అతడు రాత్రియందు ఆయనయొద్దకు వచ్చి—బోధకుడా, నీవు దేవుని యొద్దనుండి వచ్చిన బోధకుడవని మే మెరుగుదుము; దేవుడతనికి తోడైయుంటేనేగాని నీవు చేయుచున్న సూచక క్రియలను ఎవడును చేయలేడని ఆయనతో చెప్పెను.’ అందుకు యేసు అతనితో—ఒకడు క్రొత్తగా జన్మించితేనే కాని అతడు దేవుని రాజ్యమును చూడలేడని నీతో నిశ్చయముగా చెప్పుచున్నాననెను. అందుకు నీకొదేము—ముసలివాడైన మనుష్యుడేలాగు జన్మింప గలడు? రెండవమారు తల్లి గర్భమందు ప్రవేశించి జన్మింపగలడా అని ఆయనను అడుగగా యేసు ఇట్లనెను—ఒకడు నీటిమూలముగాను ఆత్మ మూలముగాను జన్మించితేనేగాని దేవుని రాజ్యములో ప్రవేశింప లేడని నీతో నిశ్చయముగా చెప్పుచున్నాను.’”

యోహా 3:1-5

దేవుడు తన ఒక్కగానొక్క కుమారుడైన యేసుక్రీస్తును రక్షణ మార్గమును తెరచుటకై పంపెను. ఎవరైతే ఆయనను అంగీకరించి స్వీకరించునో అతడు దేవుని బిడ్డ అగుటకు అధికారము పొంది ఇప్పుడు నిత్యము దీవెనకరమైన నిత్యజీవమును అనుభవించును. అయినప్పటికి, ఈ రోజుల్లో అనేకమంది యేసుక్రీస్తును స్వీకరించినప్పటికిని వారికి ఇలాంటి రక్షణ నిశ్చయత కలిగియుండుటలేదు. మరియు, కొంతమంది రక్షణను పొందుకున్నామని అందురు కానీ రక్షింపబడుటకు తగిన విశ్వాసము లేదు, మరికొందరు ఒకసారి పరిశుద్ధాత్మను పొందుకున్నాము గనుక మేము రక్షణ పొందితిమి అని చెప్పుదురు కానీ, తరువాత వారి క్రియలను గురించి వారు పట్టించుకొనరు.

ఇప్పుడు సిలువను గూర్చిన వర్తమానమును ముగించుటకు, నీకొదేము యొక్క కథ ద్వారా యేసుక్రీస్తును స్వీకరించిన క్షణము నుండి పరిపూర్ణమైన రక్షణను ఎలాగ పొందుకొనగలమో దానిని స్పష్టముగ తెలుసుకొందము.

నీకొదేము యేసుయొద్దకు వచ్చుట

యేసుయొక్క దినములలో పరిసయ్యులకు మోషేయొక్క ధర్మశాస్త్రమును చాలా గొప్పగా భావించి పూర్వీకులయొక్క ఆచారము ప్రకారము దానిని ఆచరించెడివారు. వారు ఇశ్రాయేలీయులనుండి ఎంచబడిన మతనాయకులై దేవునియొక్క సార్వభౌమత్వమందు,

పునఃరుత్థానమందు, దేవదూతలయందు, అంతిమ తీర్పునందు మెస్సయ్య రాకడయందు నమ్మిక కలిగినవారు.

అయినప్పటికి, యేసు వారిని, "పరిసయ్యులైన మీకు శ్రమ" అని తరచుగ గద్దించుచుండెడివారు. వారు బైటకు పరిశుద్ధముగ ప్రజలకు అగపడి లోపల పూర్తిగా దురాశ స్వప్రయోజనముతో నిండియుండి సున్నము కొట్టిన సమాధులవలె నుండి వేషధారులై ఉండినవారు (మత్త 23:25-36).

నీకొదేము సహృదయము కలిగినవాడు

నీకొదేము సన్హెద్రిన్ సభనందు పాలకవర్గములో సభ్యుడైన పరిసయ్యుడు. కానీ మిగతా పరిసయ్యులవలె ఈయన యేసును హింసించినవాడు కాదు. దానికిబదులుగ, యేసు దేవునినుండి వచ్చినవాడని, యేసు చేసిన సూచకక్రియలు అద్భుతములను చూసినవాడు. నీకొదేము సహృదయము గలవాడైనందున యేసు యెవరో తెలిసికొనగోరెను.

యోహా 7:51లో, నీకొదేము యేసును బంధించిన పరిసయ్యులను విడిపించుటకై *"ఒక వ్యక్తినుండి అతను చెప్పుకునేది వినిన తరువాతనే అతనికి తీర్పుచెప్పవలెనని మన చట్టము చెప్పుచున్నది, అలాగు జరిగినదా?"* అని అడిగెను.

సన్హెద్రిన్ సభ్యునిగ ఉంటూ అలాగ మాటలాడుట ఒకొక్కనారి సులువైన పనికాదు. ఈ రోజుల్లోకూడ ప్రభుత్వముగాని క్రైస్తవ మతమును నిర్భంధించినా ఆటంకపరచినట్లయితే క్రైస్తవనాయకులైనవారు క్రైస్తవమతము పక్షముగా నిలువబడలేరు. అదేరీతిగా, ఆదినములలో యూదామతము తప్ప మరి ఇతరమతములన్నియు అబద్దములని ఇశ్రాయేలీయులు తలంచేవారు. నీకొదేముగాని యేసు వైపు నిలబడినట్లయితే అతనిని బహిష్కరించుదురని అతనికి తెలుసును.

ఏమయినప్పటికి, నీకొదేము యేసు వైపు మాటలాడెను. అతడు యేసునందు విశ్వాసముంచి బలముగ నిలబడి సత్యవంతునిగ ఋజుమచేసుకొనెను.

యోహా 19:39-40 యేసు సిలువపైన మరణించిన వెంటనే జరిగిన దృశ్యము ఈ క్రింది భాగము చూపును:

మొదటి రాత్రివేళ ఆయనయొద్దకు వచ్చిన నీకొదేము కూడ బోళముతో కలిపిన అగరు రమారమి నూట ఏబది శేరుల యెత్తు తెచ్చెను. అంతట వారు యేసు దేహమును యెత్తికొనివచ్చి, యూదులు పాతిపెట్టు మర్యాద చొప్పున ఆ సుగంధ ద్రవ్యములు దానికి పూసి నారబట్టలు చుట్టిరి.

కాబట్టి, నీకొదేము యేసు మనుష్యకుమారుడని నమ్మి, ఆయన సిలువ మరణము పొందిన తరువాత కూడ ఆయనను నమ్మకముగా సేవించి, యేసుయొక్క పునరుత్థానమునందు విశ్వాసముంచి రక్షణ పొందుకొనెను.

నీకొదేము యేసుయొద్దకు వచ్చుట

యోహా 3లో, నీకొదేము సత్యమునందు ఆత్మను గురించి తెలుసుకొనకముందు యేసుకు నీకొదేమునకు మధ్య కొంత సంభాషణ జరిగెను.

నీకొదేము ఒక రాత్రి యేసుయొద్దకు వచ్చి, *"ఇతడు రాత్రియందు ఆయనయొద్దకు వచ్చి—బోధకుడా, నీవు దేవునియొద్దనుండి వచ్చిన బోధకుడవని మేమెరుగుదుము; దేవుడతనికి తోడైయుంటేనే గాని నీవు చేయుచున్న సూచకక్రియలను ఎవడును చేయలేడని అతనితో చెప్పెను"* (వ. 2.)

నీకొదేముకు మొదట యేసు మెస్సయ్య అని దేవుని

కుమారుడని తెలియదు. అయినప్పటికి, యేసుచేసిన అద్భుతములను చూసి నీకొదేము యేసు మంచి మనస్సాక్షి గలిగియుండుటనుబట్టి యేసు దేమని కుమారుడని ప్రభోధించెను. ఆయనయొక్క మంచి మనస్సాక్షిని బట్టి సర్వశక్తుడైన దేమడు మాత్రమే మృతులలోనుండి లేపునని, గ్రుడ్డివారు చూడగలరని, కుంటివారు నడుమగలరని, కుష్టురోగులు స్వస్థతపొందుదురని ఆయన తెలిసికొనియుండెను.

అటువంటప్పుడు, యేసుయొద్దకు ఎందుకు రాత్రిపూట వచ్చెను? సృష్టికర్తయైన దేమనియందు ధైర్యములేని వారు బహిరంగముగా సంఘమునకు రానివారివలె ఇతనుకూడ ఉన్నాడు.

నీకొదేమునకు మంచి హృదయము ఉండినప్పటికి, అతడు నిజమైన విశ్వాసమును కలిగియుండలేదు. యేసే మెస్సయ్యఅని ఆయన దేమని కుమారుడని నీకొదేమునకు నమ్మకము లేదు గాబట్టి, అతడు యేసును చూచుటకు బహిరంగముగా రాలేదు –అతడు రాత్రిపూట యందు వచ్చెను.

యేసు నీకొదేముయొక్క ఆత్మీయ వివేచనకు సహాయపడెను

యేసు నీకొదేమునకు, *"ఒకడు క్రొత్తగా జన్మించితేనే కాని అతడు దేమని రాజ్యమును చూడలేడని నీతో నిశ్చయముగ చెప్పుచున్నాను"* (యోహా 3:3).

అయినప్పటికి, నీకొదేమునకు ఇదేమీ అస్సలు అర్థముకాలేదు. అప్పుడు అతను, "ముసలివాడైన మనుష్యుడేలాగు జన్మింప గలడు?"అని యేసును అడిగెను. అతనికి ఆత్మసంబంధమైన విశ్వాసము లేదు, కాబట్టి అతనికి అది ఆశ్చర్యమైనది, "ఒక మనుష్యుడు చనిపోయేన తరువాత మన్నైపోయేనవాడు తిరిగ

ఎలాగ అతడు జన్మింపగలడు?"

అప్పుడు యేసు నీటియందును ఆత్మయందును తిరిగి జన్మించుటను గురించి అతనికి చెప్పెను: *"ఒకడు నీటియందును మరియు ఆత్మ యందును తిరిగి జన్మింపకపోతే వాడు పరలోకరాజ్యములో ప్రవేశింప లేడు అని నేను నిశ్చయముగ చెప్పుచున్నాను. శరీరమూలముగ జన్మించినది శరీరమును ఆత్మ మూలముగా జన్మించినది ఆత్మయైనై యున్నది"* (వ.5-6).

యేసు ఉపమానరీతిగా చెప్పినప్పుడు నీకొదేము యేసు చెప్పిన మాటలకు ఉత్సాహపడెను: *"గాలి తనకిష్టమైన చోటను విసరును; నీవు దాని శబ్దము విందువేగాని అది యెక్కడనుండి వచ్చునో యెక్కడికి పోవునో నీకు తెలియదు; ఆత్మమూలముగా జన్మించిన ప్రతివాడును అలాగేయున్నాడనెను"* (వ.8).

ఆదాము అవిధేయుడైన తరువాత, ప్రతి వాని ఆత్మచనిపోవుచున్నది మరియు ప్రతివాని ఆత్మ చనిపోవుటకు నిర్ణయించబడినది. అయినప్పటికి, పరిశుద్ధాత్మయందు జన్మించినవానియొక్క ఆత్మ ఉజ్జీవింపబడును. అతడు ఆత్మసంబంధమైనవాడైనప్పుడు దేవుని యొక్క స్వరూపమును, దేవునియొక్క పోలిక తెచ్చుకొని రక్షింపబడును. అయినా, నీకొదేముకు యేసు చెప్పినది అర్థము కాలేదు (వ.9).

కాబట్టి, "ఇదేలాగు జరుగును?" అని అడిగెను, దానికి యేసు ఈ క్రింది విధముగా జవాబిచ్చెను

> *భూసంబంధమైన సంగతులు నేను మీతో చెప్పితే మీరు నమ్మకున్నప్పుడు, పరలోకసంబంధమైనవి మీతో చెప్పిన యెడల ఏలాగు నమ్ముదురు? మరియు పరలోకమునుండి దిగివచ్చినవాడో, అనగా పరలోకములోనుండు మనుష్యకుమారుడే తప్ప పరలోకమునకు ఎక్కిపోయిన వాడెవడును లేడు. అరణ్యములో మోషే సర్పమును ఎలాగు*

ఎత్తెనో, అలాగే విశ్వసించు ప్రతివాడును నశింపక ఆయన ద్వారా నిత్యజీవము పొందునట్లు మనష్యకుమారుడును ఎత్తబడవలెను (వ.12-15).

సంఖ్యా 21:4-9, ఇశ్రాయేలీయులు ఐగుప్తునుండి బయటకు నడిపించబడి, కానాను ప్రయాణము భరింపలేనంత కష్టతరముగ నుండుటవలన మోషేకు వ్యతిరేకముగ మాటలాడిరి. అప్పుడు దేముడు తన ముఖమును త్రిప్పుకొని తాపకరమైన పాములను మనుష్యుల మీదికి పంపెను.

వారు సహాయమునకు మొట్టపెట్టినప్పుడు, దేముడు మోషేతో కంచు సర్పమొకటి చేయించి ఒక స్థంభముమీద పెట్టమనిచెప్పెను. దానివైపు చూచుప్రతివానిని దేముడు రక్షించెను, కానీ మొండివారు వారి అపనమ్మకములో కనీసము చూచుటకు కూడ లక్ష్యపెట్టనివారు చనిపోయిరి.

ఆత్మసంబంధముగా దేవుని వాక్యమును అర్థంచేసుకొనుట

ఇత్తడి సర్పమును చేయించి ఒక స్థంభము మీద పెట్టమని దేముడు ఎందుకు ఆజ్ఞాపించెను? ఆది 3:14 లో సర్పము శపించబడుట మీకు తెలుసు ఇదిగాక, గలతి 3:13లో, *"మ్రానుమీద వ్రేలాడిన ప్రతివాడు శాపగ్రస్తుడు."*

కాబట్టి, కంచులోహపు సర్పమును ఒక కర్రపైన ఉంచినది యేసు నిన్ను విడిపించుచట కొరకు శపించబడిన సర్పమువలె కొయ్య సిలువపై ఉంచబడునని సూచిస్తున్నది. ఇదేగాక, ఎవ్వరైతే ఆ కంచులోహపు సర్పమును చూసి బ్రతికితిరో అలాగే యేసునందు నమ్మిక ఉంచినవారు రక్షింపబడుదురు.

నీకొదేమునకు దేమనివాక్యమంటే ఏమిటో అర్థముకాలేదు

ఎందుకనగా అతను ఇంకా నీటియందును, ఆత్మయందును బాప్తిస్మము పొందుకొనలేదు, అతని ఆత్మీయకన్నులు ఇంకను తెరువబడలేదు.

ఈ రోజువరకు కూడ, నీమ గాని నీటియందును ఆత్మయందును బాప్తిస్మము పొందుకొనకపోతే మరియు నీ ఆత్మీయ కన్నులు తెరువ బడకపోతే సిలువను గూర్చిన వర్తమానము నీకు ఆత్మీయముగా అర్థము కాదు, ఎందుకంటే దీనిని నీమ తేలికగ తీసుకొనవచ్చు మరియు దానిని అపార్థము చేసుకొనవచ్చు.

పరిశుద్ధాత్మ యొక్క ఉత్ప్రేరణతో నీమ ఆత్మసంబంధముగా దేమని వాక్యమును అర్థముచేసుకొనవలెనంటే నీమ తీవ్రముగా ప్రార్థించాలి. అప్పుడు దేమనియొక్క కృప నీ హృదయమును తెరచును అప్పుడు నీమ దేమని వాక్యమును అర్థంచేసుకొని నిజమైన విశ్వాసమును కలిగియుందుమ.

నీటియందును ఆత్మయందును జన్మించినప్పుడు

రాత్రిపూట నీకొదేము వచ్చినప్పుడు యేసు అతనితో, *"ఒకడు నీటిమూలముగాను ఆత్మమూలముగాను జన్మించితేనేగాని దేమని రాజ్యములో ప్రవేశింపలేడని మీతో నిశ్చయముగా చెప్పుచున్నాను"* (యోహా 3:5-6) చెప్పెను.

నీటిమూలముగా జన్మించుట మరియు ఆత్మమూలముగ జన్మించుటను గురించి బైబిలునందు స్పస్టమైన అవగాహన కలిగి యుందము. నీటియందును ఆత్మయందును నీమ ఎలాగు తిరిగి జన్మించి రక్షణను పొందగలమ?

నీరు నిత్యజీవముయొక్క జలమును సూచిస్తున్నది

నీరు నీ దాహమును తీర్చును మరియు నీ శరీరములోపల అవయములను మృదుమచేయును. అది నీ శరీరము బయట మరియు లోపలకూడ శుభ్రముచేయును.

కాబట్టి యేసు నిత్యజీవ జలమును నీటితో పోల్చి అది నిన్ను శుద్ధిచేసి నీకు జీవము తెచ్చును అని చెప్పెను.

యోహా 4:14లో, "*నేనిచ్చు నీళ్లు త్రాగువాడెప్పుడును దప్పిగొనడు; నేను వానికిచ్చు నీళ్లు నిత్యజీవమునకై వానిలో ఊరెడి నీటి బుగ్గగా ఉండును.*" అని చెప్పెను

నీవు నీరు త్రాగితే కొంచెంసేపు నీకు దాహముండదు, కానీ క్రమంగా మళ్ళీ నీకు దాహమేస్తుంది. ఇక్కడ నీరు అనగా నిత్యజీవము. యేసు ఇచ్చు నీళ్లు త్రాగువారు మరల దప్పిగొనరు. అనగా, "నిత్యజీవపు నీటిఊటలు" నీకు జీవమిచ్చును.

యోహా 6:54-55 లో, "*నా శరీరము తిని నా రక్తము త్రాగువాడే నిత్యజీవము గలవాడు; అంత్యదినమున నేను వానిని లేపుదును. నా శరీరము నిజమైన ఆహారము నా రక్తము నిజమైన పానమునైయున్నది.*" అనగా యేసుయొక్క శరీరము మరియు రక్తము నిత్యజలమైయున్నది.

అంతేగాక, ఆయన "శరీరము" దేవుని వాక్యమును సూచిస్తున్నది ఏలయనగా యేసు ఈ లోకమునకు శరీరధారియై వచ్చెను. ఆయన శరీరమును తినుట అనగా బైబిలు చదుమట ద్వారా దేవుని వాక్యమును నీ మనసులో ఉంచుకొనుట.

యేసుయొక్క రక్తము జీవము, ఆ జీవము సత్యమైయున్నది. ఆ సత్యము క్రీస్తు, ఆ క్రీస్తు దేవుని శక్తియైయున్నాడు. ఇదంతా యేసుయొక్క రక్తము. దేవుని శక్తి విశ్వాసములో వచ్చును గనుక, యేసుయొక్క రక్తము త్రాగుట అనగా దేవుని

వాక్యమును విశ్వాసముతో లోబడుట.

నీరు ఆత్మసంబంధముగా యేసుయొక్క శరీరముగ సూచించబడినది మీరు తెలుసుకున్నారు – అది దేవుని వాక్యము మరియు దేవుని గొఱ్ఱెపిల్ల. నీరు ఎలాగైతే మీ శరీరమును శుభ్రపరచునో, దేవుని వాక్యము నీ హృదయములోనుండి మురికి విషయములను కడిగివేయును.

కాబట్టే చర్చిలో నీవు నీటితో బాప్తిస్మము పొందుతున్నావు, ఆ బాప్తిస్మము నీవు దేవుని బిడ్డగా నీ పాపములు క్షమించబడినవిగా సూచించుచున్నది. ఇంకాచెప్పాలంటే, ప్రతి దినము నీవు దేవుని వాక్యమును ధ్యానించి దానిచేత కడగబడవలసి యున్నావు.

నీటితో తిరిగిజన్మించుట

నిత్యజలమైన దేవుని వాక్యముతో నీవు ఎలాగ నీ హృదయముయొక్క మురికిని కడుగుకొనగలవు?

దేవుడు మనకు నాలుగు రకములైన ఆజ్ఞలను ఇచ్చెను: "చెయ్యవలసినవి," "చెయ్యకూడనివి," "ఒకదానిని కాపాడుకొనుము," మరియు "తీసిపారవేయుము." ఉదా, అసూయ, ద్వేషము, తీర్పుతీర్చుట, దొంగిలించుట, వ్యభిచరించుట, నరహత్యచేయుట మొదలుగునవి చెయ్యకూడదని దేవుడు సెలవిచ్చెను.

అదే రీతిగా, చెయ్యకూడదని చెప్పినదానిని నీవు చెయ్యకూడదు మరియు అదే సమయంలో, ప్రతివిధమైన కీడును నీవు విసర్జించవలెను. విశ్రాంతిదినమును కూడా నీవు ఆచరించవలెను, సువార్త చెప్పాలి, ప్రార్థించాలి, ఒకరిని ఒకరు ప్రేమించాలి. నీ హృదయము అప్పుడు పరిశుద్ధాత్మ సహాయముతో సత్యముతో క్రమముగా నింపబడి దేవుని

వాక్యము నీ అపవిత్రత లేక పాపమును కడిగివేయును. ఈ రీతిగా, నీ హృదయమునందు సున్నతిపొంది దేవుని వాక్యానుసారముగ ప్రవర్తించి సత్యమునకు మార్చబడినప్పుడు దీనిని "నీటితో బాప్తిస్మము పొందుట" అని అందురు.

కనుక, పరిపూర్ణ రక్షణ పొందునట్లు, యేసును అంగీకరించుటయేగాక నీ జీవితములో ప్రతిక్షణము దేవుని వాక్యమునకు లోబడుట ద్వారా నీ హృదయమునకు సున్నతి పొందవలెను.

ఆత్మలో తిరిగిజన్మించుట

రక్షణ పొందుటకు నీవు నీటియందు ఆత్మయందు తిరిగి జన్మించవలెను. ఆత్మలో తిరిగి ఎలాగ జన్మించగలము? అపోకా 19:2లో, అపోస్తలుడైన పౌలు కొంతమంది శిష్యులను అడిగెను, "మీరు విశ్వసించిన తరువాత పరిశుద్ధాత్మను పొందితిరా?" పరిశుద్ధాత్మను పొందుట అనగా నేమిటి?

మొదటి ఆదాము "ఆత్మను" "ప్రాణమును" "శరీరమును" కలిగి యుండెను (1 వ థెస్స 5:23), కానీ అతని ఆత్మ అవిధేయతవలన మృతిచెందెను. అటుతరువాత కేవలము శరీరము ప్రాణము ఉన్న జంతువుకంటే యోగ్యముకాని వ్యక్తిగా ఆయెను (ప్రసంగి 3:18).

నీవు నీ పాపములకు పశ్చాత్తాపపడినట్లయితే, నీవు పాపివని ఒప్పుకొనినట్లయితే, దేవుడు పరిశుద్ధాత్మను బహుమానముగ అను గ్రహించుటను బట్టి నీవు దేవుని బిడ్డగా అముచున్నావు (అపోకా 2: 38).

పరిశుద్ధాత్మను పొందుకున్న దేవుని బిడ్డలు ఎవ్వరైనా సరే, దేవుని వాక్యము చేత మంచి చెడులను గుర్తించగలిగి వారియొక్క తీవ్రమైన నిరంతరముగ ప్రార్థనచేయుట ద్వారా పరలోకమునుండి

బలము పొందుకొని దేవుని వాక్యానుసారముగ జీవించెదరు.

ఈ రీతిగా, నీవు సత్యములోనికి మారి పరిశుద్ధాత్మద్వారా నీ ఆత్మలో జన్మించి ఆత్మసంబంధమైన విశ్వాసమును కలిగియుండుము. యోహా3:6లో, *"శరీరమూలముగ జన్మించినది శరీరమును ఆత్మ మూలముగ జన్మించినది ఆత్మయైయున్నది;"* మరియు యోహా 6:63లో, *"ఆత్మయే జీవింపజేయుచున్నది, శరీరము కేవలము నిష్ప్రయోజనము."*

పరిశుద్ధాత్మను వెంబడించు ఆత్మమనుష్యునిగ మారుము

నీవు నీటియందును పరిశుద్ధాత్మయందును తిరిగి జన్మించినట్లయితే, పరలోకపు పౌరసత్వమును పొందుకొందువు (ఫిలి 3:20). దేవుని బిడ్డగా నీవు ఆరాధన కార్యక్రమములకు హాజరగుదువు, సంతోషముతో స్తుతించెదవు, వెలుగులో జీవించుటకు ప్రయాస పడుదువు.

పరిశుద్ధాత్మను పొందుకొనకముందు, నీవు చీకటిలో జీవించితివి ఏలయనగా నీవు సత్యమును ఎరుగకుంటివి. ఏమయినప్పటికి, నీవు పరిశుద్ధాత్మను పొందుకొనిన తరువాత, నీవు వెలుగులో జీవించుటకు ప్రయత్నించుము.

కాలము గడచినకొలది, నీ హృదయములో సంతోషముంటుండగానే, నీ అంతరంగములో పోరాటమును చూచెదవు. దీనికి కారణము శరీరాశ,నేత్రాశ, జీవపు డంబమును వెంబడించు పాపస్వభావ నియమముతో పరిశుద్ధాత్మ కోరికలను వెంబడించు ఆత్మనియమము పోరాడుట వలన ఇలా జరుగును (1 వ యోహా 2:16).

ఈ పోరాటమును గురించి అపోస్తలుడైన పౌలు మాటలాడెను: *"అంతరంగ పురుషునిబట్టి దేవుని ధర్మశాస్త్రమునందు నేను*

ఆనందించుచున్నాను గాని వేరొక నియమము నా అవయవములలో ఉన్నట్టు నాకు కనబడుచున్నది. అది నా మనస్సునందున్న ధర్మశాస్త్రములతో పోరాడుచు నా అవయవములలోనున్న పాప నియమమునకు నన్ను చెరపట్టి లోబరచుకొనుచున్నది. అయ్యో, నేనెంత దౌర్భాగ్యుడను! ఇట్టి మరణమునకు లోనగు శరీరమునుండి నన్నెవడు విడిపించును?" (రోమా 7:22-24).

నీవు నీటి ద్వారా ఆత్మద్వారా తిరిగిజన్మించినప్పుడు, నీవు దేవునియొక్క బిడ్డవైనావు అంతే. అయితే దీనర్థము నీవు ఆత్మసంబంధముగా పరిపూర్ణుడవైన వాడవని కాదు.

అందుకే గలతీ 5:16-17లో, *"నేను చెప్పునదేమనగా ఆత్మాను సారముగా నడుచుకొనుడి, అప్పుడు మీరు శరీరేచ్ఛను నెరవేర్చరు. శరీరము ఆత్మకును ఆత్మ శరీరమునకును విరోధముగా అపేక్షించును; ఇవి ఒకదానికొకటి విరోధముగానున్నవి గనుక మీరేవి చేయనిశ్చ యించుతురో వాటిని చేయకుందురు."*

పరిశుద్ధాత్మను వెంబడించునిమిత్తము, నీవు దేవుని వాక్యానుసారముగ జీవించవలెను దేవునికిష్టమైనది అంగీకారమైన దేవుని చిత్తమును చెయ్యవలెను. కావున, నీవు ఆత్మయొక్క కోరికలప్రకారము వెంబబడించినట్లయితే నీవు శోధింపబడవు, పాప స్వభావముయొక్క కోరికలను వెంబడించమని చెప్పే శత్రువైన సాతానును నీవు జయించుటకు సామర్థ్యత కలిగియుందువు. సత్యమును నమ్ముటవలన నీవు జీవించి దేవుని రాజ్యము మరియు ఆయనయొక్క నీతియందు నమ్మకముగా నిన్ను నీవు అర్పించు కొందువు.

నీవు పరిశుద్ధాత్మయొక్క కోరికలను వెంబడించినట్లయితే, నీవు ఆనందము మరియు సమాధానములో ఉందువు. ఏమయినప్పటికి, పాపస్వభావముయొక్క కోరికలను వెంబడించినట్లయితే నీవు చెడిపోవుదువు మరియు భారముకగలియుందువు.

నీవిశ్వాసము పరిపక్వమైనప్పుడు, నీ పాపములను విసిరివేసి అన్ని విషయములలో పరిశుద్ధాత్మయొక్క కోరికలను వెంబడించెదవు. పాపస్వభావమును వెంబడించాలని నీవుకోరుచుందువు. అంతేగాక, నీపాపములను విసిరివేయుటకు, దౌర్భాగ్యుడవుగ ఉండుటకు నీవు పోరాడాలి. ఏపరిస్థితిలలోనైనా నీవు సంతోషముగ నుండగలవు.

ఆత్మయొక్క కోరికలమేరకు జీవించువారిని దేవుడు ఇష్టపడతారు. నావు 37:4లో, వాగ్ధానము చేసినట్లు ఆయన వారి హృదయవాంఛలను నెరవేర్చెదరు *"యెహోవాయందు ఆనందించుము; ఆయన నీ హృదయ వాంఛలను నెరవేర్చును."*

సత్యముతో మాత్రమే నింపబడుటకు నీ హృదయమును మార్చుకున్నట్లయితే, నీతో దేవుడు చాలా సంతోషించి నీకు సమస్తమును సాధ్యపరచును. నీవు నీటియందును ఆత్మయందును తిరిగి జన్మించి ఆత్మయొక్క కోరికలో జీవించాలని నేను ఆశపడుచున్నాను.

ముగ్గురు సాక్షులు: ఆత్మ, నీరు, రక్తము

నేను ఇంతకుముందు చెప్పినరీతిగా, నీవు రక్షింపబడుటకు నీటియందును ఆత్మయందును తిరిగిజన్మించవలెను. ఏమయినప్పటికి సంపూర్ణ రక్షణను పొందుకొనుటకు, యేసు రక్తముతో నీ పాపములు శుద్ధిచేయబడుటకు నీవు వెలుగులో నడుచుకొనవలెను.

నీ హృదయముగానీ శుద్ధిచేయబడకపోతే, నీలో ఇంకా పాపములున్నవి. కాబట్టి, మిగిలిన పాపములనుండి శుద్ధిచేయబడుటకు నీకు యేసుయొక్క రక్తము అవసరమైయున్నది.

1 వ యోహాను 5:5-8లో ఈ క్రిందివిధముగ చెప్పుచున్నది:

యేసు దేవుని కుమారుడని నమ్మువాడు తప్ప లోకమును జయించువాడు మరి ఎవడు? నీళ్లద్వారాను రక్తము ద్వారాను వచ్చినవాడు ఈయనే, అనగా యేసుక్రీస్తే; ఈయన నీళ్లతోమాత్రమే కాక నీళ్లతోను రక్తముతోను వచ్చెను. ఆత్మ సత్యము గనుక సాక్ష్యమిచ్చువాడు ఆత్మయే, సాక్ష్యమిచ్చువారు ముగ్గురు, అనగా ఆత్మయు, నీళ్లును, రక్తమును ఈ ముగ్గురు ఏకీభవించియున్నారు.

యేసు నీటిద్వారాను రక్తము ద్వారాను వచ్చెను

యోహా 1:1 లో *"వాక్యము దేవుడైయుండెను"* మరియు యోహాను 1:14లో, *"వాక్యము శరీరధారియై కృపాసత్య సంపూర్ణుడుగా మన మధ్య నివసించెను, తండ్రివలన కలిగిన అద్వితీయకుమారుని మహిమవలె మనము ఆయన మహిమను కనుగొంటిమి ఆయన పరిపూర్ణతలోనుండి మనమందరము కృపవెంబడి కృపను పొందితిమి.."* అనగా, యేసు, దేవునియొక్క ఒక్కగానొక్క కుమారుడు మన పాపములను క్షమించుటకు వాక్యమే శరీరధారియై భూమిమీదకు వచ్చెను. ఈ రోజుకు కూడా, బైబిలులో దేవుని వాక్యము చేత మనలను శుద్ధిచేయుచునే యున్నారు.

అయినప్పటికి, పరిశుద్ధాత్మ సహాయములేకుండా నీవు దేవుని వాక్యానుసారముగ జీవించలేవు. నీ బలముచేత నీ పాపములను తీసివేయుటకు అసాధ్యము. తీవ్రమైన ప్రార్ధనచేయుట చేత నీవు పరిశుద్ధాత్మ సహాయమును తీసుకొనినప్పుడు నీ శరీరవాంఛను నేత్రాశను, మరియు జీవపు డంబమును తొలిగించుకొనగలవు. అప్పుడు మట్టుకే సత్యమనే చీకటిని నీ హృదయమునుండి తీసివేయగలవు.

దీనికి అదనముగా, క్షమించబడుటకు రక్తమును చిందించవలెను. హెబ్రీ 9:22లో, *"మరియు ధర్మశాస్త్రప్రకారము సమస్త వస్తువులు రక్తముచేత శుద్ధిచేయబడుననియు, రక్తము చిందింపకుండ పాప క్షమాపణ కలుగదు."* నీకు యేసుయొక్క రక్తము అవసరమైయున్నది ఏలయనగా ఆయనయొక్క నిర్దోషమైన మచ్చలేనిది నీకు క్షమాపణనిచ్చినది.

నీవు యేసునందు విశ్వాసముంచవలెను, ఆయన నీటిద్వారాను రక్తముద్వారాను వచ్చెననియు, రక్షణపొందుటకు దేవునినుండి బహుమానముగా పరిశుద్ధాత్మను పొందుకొనుము, వాటికొరకు ఈ కొరంద ఇచ్చినవి కావలెయును--ఆత్మ, నీరు మరియు రక్తము.

రక్తముగానీ చిందింపకుండా ఉండినట్లయితే, క్షమాఫణ లేదు అప్పుడు నీవు ఇంకా పాపములోనే ఉన్నావు. నీకు వాక్యము (నీరు) మాత్రమే గాకుండా శుద్ధీకరింపబడుటకు నీవు పూర్తిగా వాక్యాను సారముగ జీవించుటకు పరిశుద్ధాత్మ నీకు అవసరము. కనుక ఒక ఒప్పందమునకు వచ్చినవి.

కాబట్టి, యేసుక్రీస్తును అంగీకరించుట ద్వారా మన పాపములు క్షమించబడిన తరువాత సంపూర్ణ రక్షణను పొందుకొనుటకు నీటిద్వారా ఆత్మద్వారా జన్మించుట, మూడు ఆత్మలు ఆత్మ, నీరు మరియు రక్తము అన్నీకలిపి మనలను రక్షించి పరలోకమునకు తీసుకువెళ్ళును.

10వ అధ్యాయము

భిన్నమతావలంబనము అనగా ఏమిటి?

- భిన్నమాతవలంనము గురించి బైబిలు నిర్వచనము
- సత్యస్వరూపియగు ఆత్మ భ్రమపరచు ఆత్మ

"మరియు అబద్ధ ప్రవక్తలు ప్రజలలో ఉండిరి, అటువలెనే మీలోను అబద్ధబోధకులుందురు, మీరు తమ్మును కొనిన ప్రభమమనుకూడ విసర్జించుచు, తమకుతామే శీఘ్రముగా నాశనము కలుగ జేసికొనుచు, నాశనకరమగు భిన్నాభిప్రాయములను రహస్యముగా బోధించుదురు. మరియు అనేకులు వారి పోకిరిచేష్టలను అనుసరించి నడుతురు; వీరినిబట్టి సత్యమార్గము దూషింపబడును. వారు అధిక లోభులై, కల్పనావాక్యములను చెప్పుచు, మీవలన లాభము సంపాదించు కొందురు; వారికి పూర్వమునుండి విధింపబడిన తీర్పు ఆలస్యము చేయదు, వారి నాశనము కునికి నిద్రపోదు."

2 వ పేతు 2:1-3

భౌతికసంబంధమైన నాగరికత పెరిగినందువల్ల, వారి స్వంత జ్ఞానముమీద తెలివిమీద ఆధారపడుచు ప్రజలు దేవునిని తిరస్కరించుట ప్రారంభించుచున్నారు. పాపములు విస్తరించుటవలన, ప్రజలయొక్క ఆత్మలు అంధకారమై నందున మనుష్యులు చెడిపోయిరి. కాబట్టి, నిజమేదో అబద్ధమేదో వారు గ్రహించనందువల్ల అబద్దములచేత వారు మోసపరచబడుచుండిరి. వారి స్వనీతి మరియు సిద్ధాంతముల వల్ల ఇతరులను తీర్పుతీర్చుటలో కూడా పొరపాటు చేయుచున్నారు.

మత్త 12:22-32లో, గ్రుడ్డి మూగ దెయ్యము పట్టిన వ్యక్తిని యేసు స్వస్థపరచెను. అయితే పరిసయ్యులు దీనిని వినినప్పుడు, *"బెయల్జబూలువల్ల ఈ మనుష్యుడు దెయ్యములను వెళ్ళగొట్టు చున్నాడు"* (వ. 24) అని చెప్పిరి. దేవుని కార్యమును వారు సాతాను సంబంధమైన కార్యముగా తలంచిరి.

మత్త 12:31-32లో, *"కాబట్టి నేను మీతో చెప్పునదేమనగా, మనుష్యులు చేయు ప్రతిపాపమును దూషణయు వారికి క్షమింప బడును గాని ఆత్మ విషయమైన దూషణకు పాపక్షమాపణ లేదు. మనుష్యకుమారునికి విరోధముగా మాటలాడువానికి పాపక్షమాపణ కలదుగాని పరిశుద్ధాత్మకు విరోధనముగా మాటలాడు వానికి ఈ యుగమందైనను రాబోవు యుగమందైనను పాపక్షమాపణ లేదు."* అని యేసు చెప్పెను.

దేవుని శక్తిచేత యేసు చేసిన కార్యమును పరిసయ్యులు

నాతాను కార్యములనుగా నిర్ధారించిరి. ఇది పరిశుద్ధాత్మను ఎదిరించి దేవదూషణ చేయుటయే. ఈ పరిసయ్యులు బహుశ పాపక్షమాపణ పొందక పోవచ్చును.

నీవు వాస్తవమునకు అబద్దతత్వమునకు మధ్య తేడాను బైబిలును బట్టి స్పష్టముగా గమనించినట్లయితే, నీవు ఇతరులను తీర్పుతీర్చవు మరియు అబద్దమునుదానిచేత నీవు మోసపరచబడవు.

దేవుని దృక్పథమునుండి "భిన్నమతావలంబనము" అనగా ఏమిటో మనము ఇంకా త్రవ్వుదము, దేవుని ఆత్మకు దురాత్మకు మధ్యగల తేడాను ఎలా గమనించవలెనో, మరియు కొంతమంది భిన్నమతావలంబికుల తెగలను గురించి నీవు జాగ్రత్తపడవలయును.

భిన్నమాతవలంనము గురించి బైబిలు నిర్వచనము

ఆక్సఫర్డు నిఘంటువు 'భిన్నమతావలంబనము' గురించి 'ఒక మతముయొక్క నియమములకు వ్యతిరేకమైన నమ్మకము లేక అభిప్రాయమును కలిగియుండుట' అని నిర్వచించుచున్నది.

పౌలు, భిన్నమతావలంబన తెగకు నాయకుడని ఆరోపించిరి

అపో 24:5 లో *"ఈ మనుష్యుడు పీడవంటివాడును, భూలోకమందున్న సకలమైన యూదులను కలహమునకు రేపువాడును, నజరేయుల మతభేధమునకు నాయకుడైయున్నట్టు మేము కనుగొంటిమి."* ఇక్కడ "నజరేయుల తెగకు చెందినవాడు" అనునది "ఒక భిన్నమతావలంబన తెగ," అని సూచించుచున్నది మరియు 'భిన్నమతావలంబనము' అన్న మాట మొదటిసారిగా బైబిల్లో

కనబడుచున్నది.

పౌలు బోధించు సువార్త భిన్నమతావలంబనమని తలంచి యూదులు పౌలు మీద ఆరోపణను గవర్నరు దగ్గరకు తీసుకువెళ్ళిరి. తనమీద మోపబడిన ఆరోపణను పౌలు తిరస్కరించి అపోస్తలుల కార్యములు 24:13-16లో చెప్పబడినట్లు తన విశ్వాసమును ప్రకటించెను.

మరియు ఇప్పుడు వారు నామీద మోపు నేరములను తమరికి ఋజువు పరచలేదు. ధర్మశాస్త్రమందును ప్రవక్తల గ్రంథములయందును వ్రాయబడినవన్నియు నమ్మి, నీతిమంతులకును అనీతిమంతులకును పునరుత్థానము కలుగబోవుచున్నదని వీరు నిరీక్షించుచున్నట్టు నేను కూడ దేవునియందు నిరీక్షణయుంచి, వారు మతభేదమని పేరుపెట్టు ఈ మార్గముచొప్పున నా పితరుల దేవునిని సేవించు చున్నానని తమరియెదుట ఒప్పుకొనుచున్నాను. ఈ విధమున నేనును దేవునియెడలను మనుష్యులయెడలను ఎల్లప్పుడు నా మనస్సాక్షి నిర్దోషమైనదిగా ఉండునట్లు అభ్యాసము చేసికొనుచున్నాను.

పౌలు నిజముగా మతభేధకుడా?

బైబిల్‌లో భిన్నమతావలంబనము అనగా ఏమిటో నీవు చూడవలెను. ఎందుకనగా బైబిలు దేవుని వాక్యము, అది మాత్రమే సత్యమునకు అసత్యమునకు బేధమును గ్రహించగలుగునది. మతబేధము గురించి 2వ పేతురు 2:1లో ఈ విధముగా వ్రాయబడినది:

"మరియు అబద్ద ప్రవక్తలు ప్రజలలో ఉండిరి, అటువలెనే

మీలోను అబద్ధబోధకులుందురు, మీరు తమ్మును కొనిన ప్రభువునుకూడ విసర్జించుచు, తమకుతామే శీఘ్రముగా నాశనము కలుగ జేసికొనుచు, నాశనకరమగు భిన్నాభిప్రాయములను రహస్యముగా బోధించుదురు."

"తమ్మును కొనిన ప్రభువును కూడ" అనునది యేసుక్రీస్తుకు సూచించుచున్నది. మానవుడు వాస్తవముగా దేవునికి చెందినవాడు మరియు దేవుని చిత్తానుసారముగ జీవించినవాడు. అతని అవిధేయత తరువాత, ఆదాము పాపియై సాతానుకు చెందినవాడాయెను. అయినప్పటికి, మరణ మార్గములోనున్నతన ప్రజలపైన దేవుడు కనికరము కలిగెను. దేవుడు, ఆయన ఒక్కగానొక్క కుమారుడైన యేసును సమాధానార్థమైన బలిగా పంపి, ఆయన రక్తము ద్వారా రక్షణ మార్గమును తెరుచుటకు ఆయన సిలువవేయబడుటకు అనుమతించెను.

ఒకప్పుడు మనము సాతాను సంబంధులమైనప్పుడు, మనము క్రీస్తునందు నమ్మకముంచుటవలన మన పాపములు క్షమించ బడునట్లు దేవుడు మనకొరకు పనిచేసెను. మనము జీవమును పొంది మరల దేవునికి చెందినవారమగుదుము. దీనినిబట్టి యేసు తన సిలువమరణము ద్వారా మనలను కొనెను అని చెప్పవచ్చును మరియు బైబిలు యేసును "తమ్మును కొనిన ప్రభువు." అని చెప్పుచు న్నది.

మతబేధకులు యేసుక్రీస్తును తిరస్కరించుదురు

"భిన్నమతావలంబన" అనగా"మీరు తమ్మును కొనిన ప్రభువు నుకూడ విసర్జించుచు, తమకుతామే శీఘ్రముగా నాశనము కలుగ జేసికొనుచు" (2వ పేతు 2:1) అను దానిని సూచించుచున్నదని మీకు

ఇప్పుడు తెలియుచున్నది. యేసు రక్షకునిగా తన పనిని ముగించువరకు ఈ పదము ఎన్నడును వాడబడలేదు. "యేసు" అను ఈ పేరుకు అర్థము "[ఎవరైతే] వారి పాపములనుండి తన ప్రజలను రక్షించును." "క్రీస్తు" అనగా "అభిషిక్తుడు." యేసు తన పని—సిలువవేయబడి తిరిగి లేచిన తరువాతనే రక్షకుడు అయ్యెను.

కాబట్టే ఈ పదమును పాతనిబంధనలోగానీ మత్తయి, మార్కు, లూక, మరియు యేసుయొక్క జీవితచరిత్ర వ్రాసిన యోహాను సువార్తలలో గాని నీమ చూడలేమ. చివరకు యేసును హింసించిన పరిసయ్యులు, ధర్మశాస్త్ర బోధకులు, యాజకులు సహితము ఈ మాటను వాడలేదు. ప్రధానయాజకులు సహితము దీనిని వాడలేదు.

క్రీస్తుగా యేసు తన పని పూర్తిచేయుటకు పునరుత్థానుడైన తరువాత, "వారిని కొనిన ప్రజలు వారి ప్రభువును విసర్జించినప్పుడు" ప్రత్యక్షమయ్యెను. అప్పుడు మట్టుకే, భిన్నమతావలంబికులను గురించి బైబిలు హెచ్చరించుట ప్రారంభించినది.

కాబట్టి, "వారిని కొన్న ప్రభువు," అని ప్రజలు యేసుక్రీస్తునందు నమ్మికయుంచినప్పుడే వారు భిన్నమతావలంబికులు కారు. కానీ వారు తిరస్కరిస్తే వారు భిన్నమతావలంబికులౌతారు.

తన ప్రశస్త రక్తముతో అపోస్తలుడైన పౌలును కొన్న యేసుక్రీస్తును అతను విసర్జించలేదు. దీనికి బదులుగ, పౌలు యేసుక్రీస్తుకు కృతజ్ఞతా స్తుతులు చెల్లించెను ఎక్కడికి వెళ్ళినా యేసును ప్రకటించెను, చివరకు పౌలు హింసించబడి ఎక్కువ మూల్యమును చెల్లించవలసి వచ్చెను. ఐదుసార్లు యూదులనుండి ముప్పైతొమ్మిది కొరడా దెబ్బలు పొందెను. ఒకసారి రాళ్ళతో కొట్టబడెను. అతను చెరసాలపాలయ్యెను,

అన్యజనులచేత తన స్వంత జనులచేత హింసించబడి అతను నమ్మినవారిచే పౌలు అప్పగించబడెను. ఇవన్నీ జరిగినప్పటికి, పౌలు శ్రమలను సంతోషముతో కృతజ్ఞతతో జయించుట ద్వారా పౌలు ఒక గొప్ప శక్తిగలవాడై ఒక హతసాక్షిగా చనిపోవు దినమువరకు యేసుక్రీస్తు నామమున లెక్కలేనన్ని స్వస్థతలు చేసి దేవుని మహిమపరచెను.

దేవుని శక్తిని ప్రదర్శించుట ద్వారా పౌలు సువార్తను ప్రకటించెను

సృష్టికర్తయైన దేవునిని మరియు దేవుని స్వభావమైయున్న యేసుక్రీస్తును తిరస్కరించినవారు దేవుని శక్తిని చూపలేరని నీవు తెలుసుకొనవలెను, ఏలయనగా బైబిలు స్పష్టముగ, *"బలము తనదని ఒకమారు దేవుడు సెలవిచ్చెను రెండుమార్లు ఆమాట నాకు వినబడెను, శక్తి దేవునికి చెందినది"* (కీర్త 62:11) అని చెప్పుచున్నది. దేవుని శక్తిని ప్రదర్శించు వ్యక్తిని నీవు తీర్పుతీర్చకూడదు, ఏలయనగా దేవుడు అతనితో ఉన్నాడని ఆ శక్తి ఋజుచేయును, ఆ వ్యక్తి అతనిని ఎక్కువగా ఆయనను ప్రేమించును. గలతీ 1:6-8లో, నజరేయుల తెగవాడై నాయకుడని పిలువబడిన పౌలు, సిలువను గూర్చిన వర్తమానము తప్ప మరియొక సువార్తను వెంబడించవలదని మరియు బోధించవలదని ఖచ్చితముగా హెచ్చరించెను:

క్రీస్తు కృపనుబట్టి మిమ్మును పిలిచినవానిని విడిచి, భిన్నమైన సువార్తతట్టుకు మీరింత త్వరగా తిరిగిపోవుట చూడగా నా కాశ్చర్యమగుచున్నది, అది మరియొక సువార్త గాదుగాని, క్రీస్తు సువార్తను చెరుపగోరి మిమ్మును కలవరపరచువారు కొందరున్నారు. మేము మీకు ప్రకటించిన

సువార్తగాక మరియొక సువార్తను మేమైనను పరలోకము నుండి వచ్చిన యొక దూతయైనను మీకు ప్రకటించినయెడల అతడు శాపగ్రస్తుడౌనుగాక!

ఈ రోజుకుకూడ భిన్నమతావలంబికులు అని చెప్పబడినారు వారు యేసుక్రీస్తును విసర్జింపనివారు కానీ వారు సువార్తను ప్రకటించిరి మరియు ఆయన శక్తితో పనిచేసి సజీవమగ్గైన దేవుని ప్రకటించిరి.

భిన్నమతావలంబికులని ఇతరులను త్వరగా తీర్పుతీర్చవద్దు

నేను దేవుని శక్తిని ప్రదర్శించినప్పుడు నా చర్చి అభివృద్ధి చెందినప్పుడు నన్నుకూడ భిన్నమతావలంబికునిగ నిందవేసినప్పుడు అనేకమైన శ్రమలను నేను ఎదుర్కొని పరీక్షలకు నిలబడి సహించాను. వాస్తవానికి, 1982లో ప్రారంభించిన సంఘము మూడు దశాబ్ధము లలోనే సంఘముయొక్క సముదాయము 120,000 సభ్యులకంటే ఎక్కువగ వృద్ధిచెందిరి.

నేను ఏడు సంవత్సరములపాటు అనేక వ్యాధులకు గురియై ఒక్కసారిగా దేవుని శక్తివలన స్వస్థత పొందుకొన్నాను. తరువాత నేను తినినా తినకపోయినా పౌలుగారివలె నేను దేవుని మహిమకొరకు జీవించితిని. “యేసు మాత్రమే ఎల్లప్పుడు కేవలము యేసు మాత్రమే” అని నా జీవితమును దేవుని చేతులలో పెట్టితిని.

అప్పటినుండి నేను సాధారణమైన వ్యక్తిని, దేవుడు నన్ను స్వస్థపరచిన సాక్ష్యమును చెప్పి నేను సువార్తను ప్రకటించితిని. దేవుని సేవకునిగా పిలువబడిన తరువాత నేను సిలువను గూర్చిన వర్తమానమును బోధించి సజీవమగ్గైన దేవునిని

రక్షకుడైన యేసుని ప్రకటించితిని. నేను అనేకమందిని రక్షణమార్గములోనికి తీసుకు రావడానికి నేను ఆసక్తిపరుడనై నేను ఒక వివాహమును జరిపించి నప్పుడు కూడ దేవుని గురించి సాక్ష్యమిచ్చాను.

భూదింగతములకు సాక్షిగా నుండుటకు శక్తివంతమైన దేవుని వాక్యమును సజీవమైన దేవుని గురించి బుజువు అవసరమని నేను గ్రహించితిని. దేవుని శక్తిని పొందుటకు, నాకివ్వబడిన సమస్త శ్రమలను సంతోషముతో కృతజ్ఞతతో భరించి పితరులయొక్క విశ్వాసముతో నేను మన:పూర్వకముగా ప్రార్థించితిని.

కొన్నిసార్లు మరణకరమైన పరీక్షలు ఉండినవి. అయినప్పటికి, తన నిందారహితమైన మరణమునుపొందిన తరువాత పునరుత్థాన మహిమను పొందిన యేసువలె, నేను ఒక్కొక్క పరీక్షను జయించి నప్పుడు ఆయన చిత్తానుసారముగా దేవుడు నా శక్తిని వృద్ధి చేసెను.

దీని ఫలితముగా, నేను సాక్ష్యమిచ్చినప్పుడల్లా ఎందుకు దేవుడు మాత్రమే నిజమైనదేవుడు, యేసుక్రీస్తునందు విశ్వాసముంచినప్పుడు లోకమంతా అనగా కెన్యా, యుగాండా, హోండూరస్, జపాన్, మొహమ్మదీయులతో నిండిపోయిన పాకిస్తాన్ మరియు హిందూ మతము ప్రధానమైన భారతదేశముతో సహా నీవు ఎందుకు రక్షింప బడుతున్నావు—2000 నుండి వేలకువేలమంది మనుష్యులు పశ్చాత్తాపపడినప్పుడు, గ్రుడ్డివారు చూపుపొందుకొని, మూగవారు మాటలాడి, చెవిటివారు వినగలిగి నయముకావాలని ఎయిడ్స్ వంటి రోగములు మరియు రకరకములైన క్యాన్సర్ వ్యాధులు నయము చేయబడినవి. ఈ స్వస్థతలన్నీ దేవునిని బహుగా మహిమపరచెను.

కాబట్టి, భిన్నమతావలంబనము అంటే ఏమిటో తెలిసినవారు ఇతరులను నిర్లక్ష్యముగా భిన్నమతావలంబికులు అని

చెప్పరు. అపోకా 5:33-42లో, ధర్మశాస్త్రోపదేశకుడైన గమలీయేలు గురించి చదివినప్పుడు అతడు ప్రజలందరిచేత ఘనపరచబడినవాడు. అతడు ఎలా ప్రతిస్పంధించాడు?

ఆసమయంలో సన్హెద్రిన్ యొక్క పరిసయ్యులు యేసుక్రీస్తును గురించి సాక్ష్యమిచ్చుటకు పేతురును, యోహానును నిషేధించిరి, కానీ వీరైతే పూర్తిగా పరిశుద్ధాత్మతో నింపబడి సభ చెప్పిన ప్రకారము నడుచుకొనలేదు. కావున, ఆ సన్హెద్రిన్ సభ్యులు అపోస్తలులను చంపివేయాలని కోరితిరి. అయిన, గమలీయేలు సన్హెద్రిన్లో నిలబడి ఆమనుష్యులను కొంచెముసేపు బయటనిలువమని ఆజ్ఞాఇచ్చెను. అప్పుడు సభలోఉన్నవారితో మాటలాడెను:

--ఇశ్రాయేలీయులారా, ఈ మనుష్యుని విషయమై మీరేమి చేయబోవుచున్నారో జాగ్రత్త సుమండి. ఈ దినములకు మునుపు థూదా లేచి తానొక గొప్పవాడని చెప్పుకొనెను; ఇంచుమించు నన్నూరుమంది మనుష్యులు వారితో కలిసికొనిరి. వారిక తరువాత జనసంఖ్య దినములలో గలలీయుడైన యూదా అను ఒకడు వచ్చి, ప్రజలను తనతోకూడ తిరుగుబాటుచేయ ప్రేరేపించెను; వాడుకూడ నశించెను, వానికి లోబడినవారందరు చెదరిపోయిరి. కాబట్టి నేను మీతో చెప్పునదేమనగా—ఈ మనుష్యుల జోలికిపోక వారిని విడిచిపెట్టుడి. ఈ ఆలోచనైనను, ఈ కార్యమైనను, మనుష్యులవల్ల కలిగినదాయెనా అది వ్యర్థమగును, దేవుని వల్ల కలిగినదాయెనా మీరు వారిని వ్యర్థపరచలేరు (5:35-39).

మీరు ఈ భాగమును చదువుచున్నప్పుడు, ఒక అద్భుతమైన కార్యము దేవునినుండి కాకపోయిన దేవునిది కాకపోయినా, ప్రజలు దానిని ఆపుటకు చర్యతీసుకోకపోయినా అది

విఫలమగునని నీవు గ్రహించవలెను. అయినా, దేవునినుండి వచ్చు కార్యములను వారు ఎదిరించినప్పటికి, వాటిని వారు ఆ కార్యములను ఆపుచెయ్యలేరు. దానికి బదులు, వారి ప్రయత్నములో వారు దేవునికి వ్యతిరేకముగ పోరాడుటకంటే వేరే తేడాలేదు వారు ఆయన శిక్షకు ఆయన తీర్పుకు దొరికిపోవుదురు.

బైబిలును అర్థంచేసుకొనుటలోనున్న తేడాలు, దర్శనములు, పరిశుద్ధాత్మ, భాషలు సహితము. వారు త్రిత్వమును, యేసు శరీరధారియై వచ్చెనని అంగీకరించినప్పటికి కొన్నిసార్లు మనుష్యులు ఇతరులను భిన్నమతావలంబికునిగ తీర్పు చెప్పుదురు.

వారికి భాషలు, దర్శనములు అక్కరలేదని బైబిల్లో యేసు భాషలు మాటలాడలేదు దర్శనములు చూడలేదుగాబట్టి ఈ పరిశుద్ధాత్మ కార్యములు తప్పని కొంతమంది మనుష్యులు చెప్పుదురు. అయినప్పటికి, బైబిలు ఇవన్నీ మనకు మంచివని చెప్పుచున్నది:

అయినను అందరి ప్రయోజనము కొరకు ప్రతివానికి ఆత్మ ప్రత్యక్షత అనుగ్రహింపబడుచున్నది. ఏలాగనగా, ఒకనికి ఆత్మ మూలముగ బుద్ధి వాక్యమును, మరియొకనికి ఆత్మ మూలముగా జ్ఞానవాక్యమును, మరియొకనికి ఆత్మవలననే స్వస్థపరచు వరములను మరియొకనికి అద్భుత కార్యములను చేయు శక్తియు, మరియొకనికి ప్రవచన వరమును, మరియొకనికి ఆత్మల వివేచనయు, మరియొకనికి నానావిధభాషలును, మరియొకనికి భాషల అర్థముచెప్పు శక్తియు అనుగ్రహింపబడియున్నవి. అయినను వీటన్నిటిని ఆ ఆత్మయొకడే తన చిత్తము చొప్పున ప్రతివానికి ప్రత్యేకముగా పంచి ఇచ్చుచు కార్యసిద్ధి కలుగజేయుచున్నాడు (1 కొరి 12:7-11).

దీనిఫలితముగా, నీవు వ్యక్తిగతముగ అనుభవము లేనందున ఆత్మయొక్క వివిధమైన వరములను కలిగినవారి పైన నీవు నింద మోపకూడదు వారు భిన్నమతావలంబికులని వారిని తీర్పు తీర్చ కూడదు.

సత్యస్వరూపియగు ఆత్మ భ్రమపరచు ఆత్మ

2 వ పేతు2:1-3లో, ఇక్కడ భిన్నమతావలంబనము గురించి వివరణ ఉన్నది. అబద్ద ప్రవక్తలు, అబద్దబోధకుల గురించి బైబిలు హెచ్చరిస్తున్నది, వీరు రహస్యముగా నాశనకరమైన భిన్నాభి ప్రాయములను బోధించుదురు. *"అనేకులు వారి పోకిరిచేష్టలను అనుసరించి నడుతురు; వీరినిబట్టి సత్యమార్గము దూషింపబడును. వారు అధికలోభులై, కల్పనావాక్యములు చెప్పుచు, మీవలన లాభము సంపాదించుకొందురు;వారికి పూర్వమునుండి విధింపబడిన తీర్పు ఆలస్యము చేయదు, వారి నాశనము కునికి నిద్రపోదు."* (2 వ పేతు 2:2-3).

మరియు 1 వ యోహా 4:1-3లో, *"ప్రియులారా, అనేకులైన అబద్ధ ప్రవక్తలు లోకము లోనికి బయలు వెళ్లియున్నారు గనుక ప్రతి ఆత్మను నమ్మక, ఆ యా ఆత్మలు దేవునికి సంబంధమైనవో కావో పరీక్షించుడి. దీనినిబట్టియే దేవుని ఆత్మను మీరెరుగుదురు: యేసుక్రీస్తు శరీరధారియై వచ్చెనని, యే ఆత్మ ఒప్పుకొనునో అది దేవుని సంబంధమైనది; యే ఆత్మ యేసును ఒప్పుకొనదో అది దేవుని సంబంధమైనది కాదు; క్రీస్తువిరోధి ఆత్మ వచ్చునని మీరు వినినసంగతి ఇదే; యిదివరకే అది లోకములోనున్నది."*

దేవునినుండి వచ్చినదో కాదో అని ప్రతి ఆత్మను పరీక్షించుడి

దేవునికి చెందిన మంచి ఆత్మలున్నవి అని నిన్ను రక్షణలోనికి నడిపించునవి అయితే కొన్ని దురాత్మలు నిన్ను నాశనముచేయుటకు మోసపుచ్చును.

మరియొకవైపు, దేవుని యొక్క ఆత్మ ఇవ్వబడినవాడు యేసుక్రీస్తు శరీరధారియై వచ్చెనని అంగీకరించును. తండ్రి, కుమార, పరిశుద్ధాత్మ అను త్రియేకదేవునిని నమ్మును, అప్పుడు అతను దేవుని బిడ్డగా ముద్రించబడును. అతను సత్యమును అర్థముచేసుకొనగలడు ఆత్మ సహాయము ద్వారా ఆ సత్యము ప్రకారము జీవించును.

మరియొకవైపు, అంత్యక్రీస్తు ఆత్మ కలిగినవాడు యేసుక్రీస్తును దేవుని వాక్యముతో ఎదిరించి ఆయనయొక్క విమోచనమును తిరస్కరించును. దేవుని వాక్యమును దుర్వినియోగపరచుట ద్వారా అంత్యక్రీస్తు విశ్వాసులమధ్య పనిచేయును గనుక మీరు జాగ్రత్తగనుండి అంత్యక్రీస్తుల తేడాను గమనించుటకు సమర్థులైయుండవలెను.

ఏరకముగా చూసినా, యేసుక్రీస్తును తిరస్కరించుట ఈలోకమునకు ఆయనను పంపిన దేవునికి వ్యతిరేకముగా పోరాడినట్లే.

2 వ యోహా 1:7-8లో బైబిలు అంత్యక్రీస్తును గురించి హెచ్చరిస్తున్నది అది ఈ క్రింద రీతిగా నున్నది:

> *యేసుక్రీస్తు శరీరధారియై వచ్చెనని యొప్పుకొనని వంచకులు అనేకులు లోకములో బయలుదేరియున్నారు. అట్టివాడే వంచకుడును క్రీస్తు విరోధియై యున్నాడు. నేను మీ మధ్యను నెరవేర్చిన కార్యములను చెడగొట్టుకొనక మీరు పూర్ణఫలము పొందునట్లు జాగ్రత్తగా చూచుకొనుడి.*

1 వ యోహా 2:19లో మరియొక హెచ్చరిక మనకున్నది:

వారు మనలోనుండి బయలువెళ్ళిరి గాని వారు మన సంబంధులు కారని ప్రత్యక్షపరచబడునట్లు వారు బయలు వెళ్ళిరి.

రెండురకములైన అంత్యక్రీస్తులున్నారు: అంత్యక్రీస్తుయొక్క ఆత్మను కలిగియున్న వ్యక్తి మరియు అంత్యక్రీస్తుయొక్క ఆత్మచేత మోసపర చబడిన వ్యక్తి ఉన్నారు. పరిశుద్ధాత్ముడు ఎక్కడ నివసిస్తే అక్కడ వీరిద్దరు మోసపరచుటకు ప్రయత్నించెదరు. దేమని వాక్యమును ఎదిరించుటకు మనుష్యులను పట్టుకొని వారి తలంపుల ద్వారా వారిని మోసముచేయుదురు. మనుష్యులయొక్క తలంపులు అంత్యక్రీస్తు యొక్క ఆత్మచేత పూర్తిగా అదుపుచేయబడినవానిని "దెయ్యము పట్టినవాడు." అని అందురు.

ఒక సేవకునికి అంత్యక్రీస్తు ఆత్మ ఇవ్వబడితే, సంఘములో జనాభా అంత్యక్రీస్తుయొక్క ఆత్మ చేత పట్టబడి నాశనకరమైన మార్గము వైపునకు వెళ్ళుటకు పెరుగుచునేయుండును.

కాబట్టి, అంత్యక్రీస్తు ఆత్మచే మోసపరచబబడకుండునట్లు సత్యస్వరూపియగు ఆత్మయేదో భ్రమపరచు ఆత్మయేదో నీవు స్పష్టముగా తెలుసుకొనవలెను, అప్పుడు సత్యముయొక్క వెలుగులో నీవు జీవించెదవు.

ఆత్మల తేడాను తెలుసుకొనుట ఎట్లు

1వ యోహా4:5-6లో, "*వారు లోకసంబంధులు గనుక లోక సంబంధులైనట్టు మాటలాడుదురు, లోకము వారిమాట వినును.*

మనము దేవుని సంబంధులము; దేవుని యెరిగినవాడు మన మాట వినును, దేవుని సంబంధికానివాడు మన మాట వినడు. ఇందువలన సత్య స్వరూపమైన ఆత్మ యేదో, భ్రమపరచు ఆత్మ యేదో తెలిసికొను చున్నాము."

"భ్రమపరచు" అను మాట "ఒక అవాస్తవమైన నిజముకాని వివరణము." భ్రమపరచు ఆత్మ లోకసంబంధమైన ఆత్మ, అది నిజమై నట్లుగా నిజముకాని దానిని నమ్ముటకు నిన్ను మోసముచేయును, అది నిన్ను విశ్వాసపు సరిహద్దులను విడిచిపెట్టునట్లుగా చేయును. అనగా, దేవుని నుండి వచ్చినవాడు సత్య వాక్యమును ఆలకించును, కానీ లోకమునకు చెందినవాడు లోకమాటలను వినునుగాని సత్యమును మాత్రము గాదు. కనుక, అలాంటివారిని గుర్తించుట చాలా సులభము. మీరు సత్యమును గాని తెలుసుకొనియుంటే వెలుగేదో చీకటేదో నీకు చాలా స్పష్టమగును. అప్పుడు నీవు, "ఈ వ్యక్తి సత్యములోనున్నాడు అయితే ఆ వ్యక్తి చీకటిలో నున్నాడు" అని నీవు చెప్పగలవు.

ఉదా, ఒకరు ఆదివారము అని అంటే, "పదండి మధ్యాహ్నము పిక్నిక్ వెళ్దాము. ఉదయకాలపు ఆరాధనకు మాత్రము వెళ్దాము. అది సరిపోదంటారా?" లేకపోతే అనేకరకములైన కీడు యోచనలను చేసి దేవుని రాజ్యమును నాశనము చేయుటకు ప్రయత్నించి ఇంకా దేవునియందు నమ్మకముంచియున్నానని చెప్పుకొనును, అదే భ్రమపరచు ఆత్మయొక్క కార్యము.

దేవుని నుండి వచ్చు సత్యస్వరూపియగు ఆత్మను పొందుకుంటే దేవుడు నీకు అనేకమైనవి ఉచితముగా ఇచ్చునని నీవు అర్థంచేసుకోగలవు (1వ కొరి 2:12). కాబట్టే పరిశుద్ధాత్మ నీలో నివసించును–దేవుని ప్రశస్తమైన బిడ్డ. ఆయన సత్యస్వరూపియగు ఆత్మ నిన్ను సర్వసత్యములోనికి నడిపించును. ఆయనవేమీ ఆయన మాటలాడరు, ఆయన ఏమి

విన్నారో దానిని పలుకును, మరియు రాబోవుచున్నదేమిటో అది ఆయన మీకు చెప్పును.

కాబట్టి, యేసు యోహాను 14:17లో, *"లోకము సత్యస్వరూపియగు ఆత్మను చూడదు, ఆయనను ఎరుగదు గనుక ఆయనను పొందనేరదు ; మీరు ఆయనను ఎరుగుదురు, ఆయన మీతోకూడ నివసించును."* యోహా 15:26లో పరిశుద్ధాత్మను గురించి మరియొక జ్ఞాపికను ఇచ్చుచున్నది: *"తండ్రియొద్దనుండి మీయొద్దకు నేను పంపబోవు ఆదరణకర్త అనగా తండ్రియొద్దనుండి బయలుదేరు సత్య స్వరూపియైన ఆత్మ వచ్చినప్పుడు, ఆయన నన్నుగూర్చి సాక్ష్యమిచ్చును."*

మరియు 1వ కొరి2:10లో, *"మనకైతే దేవుడు వాటిని తన ఆత్మవలన బయలుపరచి యున్నాడు; ఆ ఆత్మ అన్నిటిని, దేవుని మర్మములను కూడ పరిశోధించుచున్నాడు."* వ్రాయబడినట్లుగా, పరిశుద్ధాత్మ ఒక్కరే దేవుని యొక్క మనసును ఎరిగి ఆ దృక్పథము కలిగియుండును.

దీని ఫలితముగా, సత్యస్వరూపియైన ఆత్మను ఎవరు పొందుకున్నారో సత్యవాక్యమును విని దానికి లోబడుదురు. దేవుని రాజ్యమును ఆయన నీతిని ఎంతగా విస్తరింపచేస్తామో, వారు అంతగా ఆనందించెదరు. వారు జీవముతో నిండినవారై, పరలోక రాజ్యముకై అభిలషిస్తున్నారు.

అయినా, కొంతమంది ఆనందము లేకుండానే ఊరికనే చర్చికి హాజరగుదురు ఏలయనగా వారికి దేవుడిచ్చిన విశ్వాసమును కలిగియుండరు. వారు ధనము, సుఖము అను లోకసంబంధమైనవి ఎంచుకొనుచు ఇంకా లోకానికి చెందినవారై యున్నారు. కనుక, వారు సత్యములో జీవించనేలేరు, పరలోకరాజ్యముకై ఎదురుచూడరు, మరియు దేవునిని హృదయపూర్తిగా ప్రేమించరు.

చివరకు, భ్రమపరచు ఆత్మతో వీరు దేవుని విడిచిపెట్టెదరు ఏలయనగా వీరు లోకమునకు చెందినవారు వీరు

సత్యస్వరూపియైన ఆత్మను కలిగియుండలేదు. మరియు, ఎవరైనా నిందవేసినా లేక ఎదుటి సహోదరడు సహోదరునియొక్క విశ్వాసమును గురించి ఎక్కువగా మాటలాడుదురు. దేవుని రాజ్యమునకు నమ్మకముగ నుండుటకు బదులు మత్సరముతో ఇతరులను ఆటంకపరచు నమ్మకత్వము లేనివారిగా నుందురు, అలాంటివాడు సత్యస్వరూపియగు ఆత్మ నుండి వచ్చినవాడు కాదు.

ఎవరూ నిన్ను ప్రక్కత్రోవ పట్టించకుండును గాక

1 వ యోహా 3:7 లో: *"చిన్నపిల్లలారా, ఎవడును మిమ్మును మోసపరచనీయకుడి; ఆయన నీతిమంతుడై యున్నట్టు నీతిని జరిగించు ప్రతివాడు నీతిమంతుడు."* అని మనకు చెప్పుచున్నది. అసత్యమైన జ్ఞానమునుబట్టి నీవు తొలగిపోకుండునట్లు నీవు దేవుని వాక్యము నుండి తొలగిపోకూడదు ఏలయనగా దేవుని వాక్యముతప్ప మరి ఏది నీకు నేర్పించలేదు. అప్పుడు మట్టుకే, నీవు పూర్తి రక్షణను పొందు కొనెదము, ఈ లోకములో వర్ధిల్లి మరియు పరలోక రాజ్యములోకూడ నిత్యజీవమును అనుభవించెదము.

అయినప్పటికి, దేవుని పిల్లలు దేవుని వాక్యమును బట్టి జీవించనీయకుండా ఉండుటకు సాతాను అన్ని ప్రయత్నములు చేయును, నిన్ను లోకముతో రాజీపడునట్లు చేయును, దేవుని నుండి తప్పించి, ఆయనయందు సందేహము కలిగించి, ఆయనను ఎదిరించునట్లు చేయును. 1 వ పేతు 5:8 లో, *"నిబ్బరమైన బుద్దిగలవారై మెలకువగానుండుడి, మీ విరోధియైన అపవాది గర్జించు సింహము వలె ఎవరిని మ్రింగుదునా అని వెదకుచు తిరుగుచున్నాడు."*

అయితే శత్రువైన సాతాను దేవుని పిల్లలను ఎలాగ మోసముచేయగలడు? దీనిని ఒక స్త్రీ ఒక పురుషునిచేత శోధింపడినదానిగా నీవు పోల్చవచ్చు. ఒక స్త్రీ మర్యాదతోను హుందాతనముతోను చక్కనిరీతిలో ప్రవర్తిస్తే, పురుషులు ఆమెను శోధించుటకు ధైర్యము చెయ్యరు. లేకపోతే, సరిగ్గా ప్రవర్తింపని స్త్రీని పురుషుడు సులభముగా శోధించగలడు. అదేరీతిగా, శత్రువైన సాతాను సత్యములో సరిగ్గా నిలబడని వ్యక్తిని సమీపించి దేవునిమీద అనుమానము పెట్టును. ఇలాంటివారిని సాతాను దేవునినుండి ప్రక్కకు తప్పించుటకు శోధించును చివరకు దేవునిని ఎదిరించువారిగా చేసి మరణ మార్గములోనికి నడిపించును. హవ్వకూడ సాతానుచేత శోధించ బడినది ఏలయనగా దేవుని వాక్యమును తికమకపరచి చెప్పినప్పుడు ఆమె దానికి దొరికిపోయినది.

అయితే, నీవు తప్పుచెయ్యకపోయినా నీవు పరీక్షలను ఎదుర్కొన వలసివచ్చును. దీనికి కారణము, దానియేలు యొక్క పరీక్షలో సింహపు బోనులో త్రోయబడినట్లుగా, అబ్రాహాము తన కుమారుని దహనబలిగా అర్పించుటకు పరీక్షించబడినట్లుగా దేవుడు నిన్ను దీవించవలెనని కోరుచున్నారు.

నీవు సత్యముమీద బలముగా నిలబడనందున నీవు పరీక్షలు కష్టములు ఎదుర్కొన్నప్పుడు, నీవు వెంటనే పశ్చాత్తాపముతో నీ పాపములనుండి వెనుదిరిగి, దేవుని వాక్యముతో శోధనలన్నీ త్రోలివేసి, సత్యమనే బండపైన బలముగా నిలబడుటకు నీ శాయశక్తులా ప్రయత్నించవలెను.

సత్యము పైన బలముగా నిలబడుట; మోసపోకుడి

1 వ తిమో 4:1-2లో, గ్రంధకర్త, *"అయితే కడవరి దినములలో కొందరు అబద్దికుల వేషధారణవలన మోసపరచు ఆత్మలయందును*

దయ్యముల బోధనందు లక్ష్యముంచి, విశ్వాస భ్రష్టులగుదురని ఆత్మ తేటగా చెప్పుచున్నాడు."

అంత్యదినములందు మోసపరచు ఆత్మలను వెంబడించి దయ్య ముల బోధనందు లక్ష్యముంచినవారు విశ్వాసమున్నదనిచెప్పి వారు విశ్వాసభ్రష్టులగుటను సూచిస్తున్నది.

మోసపోయినవారు వారు చేయుచున్నది చూచుటకు నమ్మకముగా నీతిగా ఉండవచ్చుగాని వారు వేషధారులు. వారు ఇతరులముందు ప్రార్థనచేయుదురు, డబ్బునుబట్టి నమ్మకముగనుండుటకు ప్రయత్నించెదరు, కానీ దేవుని కృపయందు కృతజ్ఞత కలిగియుండరు. చివరకు, వారి విశ్వాసమును విసర్జించి, మరణమార్గమునకు పోయి హతవేయబడిన మనస్సాక్షి గలిగి సత్యము లేకుండా జీవించి, లోకసంబంధమైన సుఖములలో జీవించుదురు.

మోసపోకూడదని దేవుడు బైబిల్‌లో చాలా ఖచ్చితముగా హెచ్చరించెను. మత్త 7:15-16లో: *"అబద్ద ప్రవక్తలను గూర్చి జాగ్రత్త పడుడి. వారు గొఱ్ఱెల చర్మములు వేసికొని మీయొద్దకు వత్తురు, కానీ లోపలవారు క్రూరమైన తోడేళ్లు. వారి ఫలములవలన మీరు వారిని తెలిసికొందురు. ముండ్లపొదలలో ద్రాక్షాపండ్లైనను, పల్లేరుచెట్లను అంజూరపుపండ్లైనను కోయుదురా?"* అని యేసు మనకు హెచ్చరిక చేసెను.

ఒకని మాటలు హాని ప్రవర్తన తనియొక్క తలంపులను ఇష్టమును తెలియజేయును. కాబట్టే వారి ఫలమును బట్టి వారిని గుర్తుపట్టగలము. మంచితనము, నీతివంటి సత్యఫలములకు బదులు ఎవరికైనా ద్వేషము, మత్సరము, అసూయ అనే దుష్టఫలము లున్నట్లయితే, అతడు అబద్ధపు ప్రవక్త.

అంత్యకాలమందు అబద్ద ప్రవక్తలు లోకములో అనేకమంది

ఉన్నారు. కాబట్టి, భిన్నమతావలంబనముపై దేమని పిల్లలకు చక్కటి అవగాహన కలిగియుండి సత్యస్వరూపియైన ఆత్మకు భ్రమపరచు ఆత్మకు ఉన్న తేడాను గమనించవలెను.

దేమని పిల్లలు ఎప్పుడైతే సత్యమునుండి పడిపోమదురో, శత్రువైన సాతాను వారిని మోసపరచి వారిచేత పాపము చేయించు అవకాశమును విడిచిపెట్టడు. నీమ సత్యములో స్థిరముగానుండి దానికి లోబడనట్లయితే నీమ భ్రమపరచు ఆత్మచేత నీమ మోసగింపబడమ, అది నీ దగ్గరకు వచ్చినప్పటికి దానిని, సులభముగా ఓడించగలమ.

సత్యమునకు భిన్నమైన ఏ సువార్తనుగాని బోధనుగాని నీమ ఒప్పుకొనకూడదు దానిలో ఉండకూడదు. దానికిబదులు, దేమని వాక్యమునకు లోబడి పరిశుద్ధాత్మయొక్క కోరికలను వెంబడించి నట్లయితే నీమ ఆయన రెండవరాకడ వరకు నిందారహితముగా ఉందుమ.

యేసు "సజ్జనుడు తన మంచి ధననిధిలోనుండి సద్విషయము లను తెచ్చును; దుర్జనుడు తన చెడ్డ ధననిధిలోనుండి దుర్విషయము లను తెచ్చును. నేను మీతో చెప్పునదేమనగా—మనుష్యులు పలుకు వ్యర్థమైన ప్రతిమాటను గూర్చియు విమర్శదినమున లెక్కచెప్పవలసి యుండును. నీ మాటలనుబట్టి నీతిమంతుడవని తీర్పునొందుదుమ, నీ మాటలను బట్టియే అపరాధివని తీర్పునొందుదుమ" అని యేసు మనకు చెప్పుచున్నారు (మత్తి 12:35-37).

సజ్జనుడు మంచి హృదయముండి ఇతరులకు కీడు హానిచెయ్యడు, ఆ కార్యమువలన అతనికి మేలుకలుగవచ్చు

లేకపోవచ్చు.

ఏమయినప్పటికి దుష్టులు సత్యములో సంతోషింపలేరు. మత్సరముతో అసూయతో ఇతరులను తొట్రిల్లజేయుటకు అన్నిరకము లైన కీడును తీసుకొనివచ్చును. అతడు చెప్పునది సరియైనదిగా కనబడినప్పటికి, ఇతరులగురించి చెడుమాటలాడినప్పుడు లేక ఒకరినుంచి మరియొకరిని వేరుపరచువాడైనప్పుడు అతడు మంచి వాడని చెప్పలేము.

కాబట్టి, నీవు ఎల్లప్పుడు ప్రార్థించి గమనిక కలిగియుండినప్పుడు నీవు మోసగింపబడవు. ఆత్మలు నిజమైనవోకావో నీవు తేడాను గమనించుటకు నీవు సమర్థుడవుకావలెను, మరియు ఇతరులను ఎన్నడూ తీర్పుతీర్చవద్దు. అంతేగాక, తండ్రి, కుమారుడు, ఆత్మ యైన త్రిత్వమందు, సంపూర్ణముగా బైబిలునందు నీవు నమ్మికమంచి దానికి లోబడి ఆ ప్రకారము జీవించవలెను.

"రమ్ము, ప్రభువైన యేసూ!"

గ్రంథకర్త:

డా. జయెరాక్ లీ

డా.జయెరాక్ లీ గారు రిపబ్లిక్ కొరియా లో జెన్నోమ్ పరగణాలో మౌన్ అను ప్రాంతములో 1943 లో జన్మించారు. ఇరవై ప్రాయములో,డా.లీ గారు నయముకాజాలని జబ్బులతో ఏడు సంవత్సరములు బాధపడి, బాగుపడే నిరీక్షణలేక మరణముకోసం ఎదురుచూసాడు. 1974 లో ఒక రోజున, ఎలాగో అతని సహోదరిచేత చర్చికి నడిపించబడినాడు. అతడు మోకరించి ప్రార్థించినప్పుడు, సజీవమైన దేవుడు అతని జబ్బులన్నిటిని బాగుచేసారు.

సజీవమైన దేవుని కలిసినప్పటి నుండి, డా.లీగారు ఆ అద్భుతమైన అనుభవము ద్వారా, తన హృదయమంతటితో నిజాయితీతో దేవుని ప్రేమించాడు మరియు 1978లో దేవుని సేవకునిగ నుండుటకు పిలువబడినాడు. దేవుని చిత్తము తెలుసుకొనునట్లు అతడు చాలా తీవ్రముగ ప్రార్థనచేసాడు, పూర్తిగ నెరవేర్చుటకు దేవుని వాక్యమునకు లోబడినాడు. 1982లో, కొరియాలో సియోల్లో మామ్మిన్ మినిస్ట్రీస్ని స్థాపించి అనేకమైన అద్భుతములు స్వస్థతలు ఈ చర్చిలో జరుగుటయేకాక, అసంఖ్యాకమైన దేవుని కార్యములు జరుగుచున్నవి.

1986లో, జీసస్ సంగ్క్యూల్ చర్చి ఆఫ్ కొరియాలో డా.లీగారు పాస్టరుగా అభిషేకించబడినారు, నాలుగు సంవత్సరముల తరువాత 1990లో, అతని వర్తమానములు ఆస్ట్రేలియాలో, రష్యాలో, ఫిలిప్పీన్స్ లో ప్రసారమౌతుండేవి. అందులో చాలవరకు ఫార్ ఈస్ట్ బ్రాడ్కాస్టింగ్ కంపెనీ, ఆసియా బ్రాడ్కాస్ట్ స్టేషన్, మరియు వాషింగ్టన్ క్రిస్టియన్ రేడియో సిస్టమ్.

మూడు సంవత్సరములు తరువాత 1993లో, మాన్మిన్ సెంట్రల్ చర్చి క్రిస్టియన్ వరల్డ్ మ్యాగజైన్(యుయస్) వారిచే ప్రపంచములో "టాప్ 50 చర్చిలలో" ఒకదానిగా ఎంచబడినది, మరియు యుయస్ ఏ లో ఫ్లోరిడానందు గల క్రిస్టియన్ ఫెయిత్ కాలేజినుండి గౌరవ డాక్టరేట్ ఆఫ్ డివినిటి పొందుకున్నారు, మరియు 1996లో అయోవాలో కింగ్స్వే థియోలాజికల్ సెమినరీ నుండి పరిచర్యలో పిహెచ్డి డిగ్రీని పొందుకున్నారు.

1993నుండి, డా.లీగారు టాంజానియా, అర్జెంటీనా, యల్ ఏ బాల్టిమోర్ సిటి, హవాయ్, మరియు అమెరికాలో న్యూయార్క్కు సిటి, ఉగాండా, జపాన్, పాకిస్థాన్, కెన్యా, ఫిలిప్ఫైన్స్, హొండురాస్, ఇండియా, రష్యా, జర్మని, పెరు, డెమోక్రాటిక్ రిపబ్లిక్ ఆఫ్ ది కాంగో మరియు ఇశ్రాయేలు, వీటన్నిటిలో ఎన్నో ఓవర్సీస్ క్రూసేడ్లు ద్వారా వరల్డ్ మిషన్ గురించి శ్రద్ధతీసుకున్నారు. ఉగాండాలో

నిర్వహించిన క్రూసేడ్‌ని సియన్‌యన్ వారు చూపించారు, మరియు ఇశ్రాయేలు క్రూసేడ్ యెరూషలేమునందు ఐసిసిలో నిర్వహించారు, అందులో ఇతడు యేసుక్రీస్తు మెస్సయ్య అని ప్రకటించారు. 2002లో కొరియాలో ఒక పెద్ద క్రిస్టియన్ వార్తాపత్రిక ఇతనిని ఒక "ప్రపంచవ్యాప్తియైన పాస్టరు"గ అనేకమైన దేశాంతరపు గొప్ప ఐక్యత క్రూసేడ్‌లలో ఆయన పనిని గురించి వ్రాసారు.

2013 ఏప్రిల్ నాటికి, మాన్మిన్ చర్చియొక్క సభ్యత్వము 120,000 మంది పైగామన్నారు. ప్రపంచమంతటా 10,000 దేశీయ విదేశీయ చర్చిశాఖలు, మరియు 129 కంటే ఎక్కువ మిషనరీలను అమెరికా సంయుక్త రాష్ట్రము, రష్యా, జర్మనీ, కెనడా, జపాను, చైనా, ఫ్రాన్స్, ఇండియా, కెన్యా, ఇంకా అనేక దేశములతో సహా 23 దేశములకు పంపిచబడిరి.

దీనిని ప్రచురించేనాటిక డా.లీగారు బహుగ అమ్మబడిన, *మరణమునకు ముందు నిత్యజీవితమును అనుభవించుట, నా జీవితము నా విశ్వాసము I మరియు II భాగములు, శిలువనుగూర్చిన వర్తమానము, విశ్వాస పరిమాణము, పరలోకము I మరియు II భాగములు, నరకము మరియు దేవుని శక్తి* అను పుస్తకములతో పాటు 84 పుస్తకములను రచించారు. ఆయన వ్రాసినవి 75 భాషలకంటే ఎక్కువ భాషలలో అనువదించబడినవి.

ది హాన్‌కూక్ ఇల్బో, ది జూంగాంగ్ డైలీ, ది డాంగ్-ఎ ఇల్బో, ది మున్‌హాఇల్బో, ది సియోల్ షిన్మూన్, ది క్యియాంగ్‌యాంగ్ షిన్మూన్, ది హాంక్యోరెహ్ షిన్మూన్, ది కొరియా ఎకనామిక్ డైలీ, ది కొరియా హెరాల్డ్, ది షీశా న్యూస్, మరియు ది క్రిస్టియన్ ప్రెస్. వీటన్నిటిలో క్రిస్టియన్ కాలమ్స్‌లో కనబడతాయి

డా.లీగారు ప్రస్తుతము ది యునైటెడ్ హోలీనెస్స్ చర్చి ఆఫ్ జీసస్ క్రైస్ట్‌కు ఛైర్మన్; మాన్మిన్ వర్ల్డ్ మిషన్‌కి అధ్యక్షుడు; ది వర్ల్డ్ క్రిస్టియానిటి రివైవల్ మిషన్ అసోసియేషన్‌కి శాశ్వతకాల అధ్యక్షుడు; మాన్మిన్ టివికి సంస్థాపకుడు; గ్లోబల్ క్రిస్టియన్ నెట్ వర్క్ బోర్డు ఛైర్మన్; సంస్థాపకుడు మరియు బోర్డు ఛైర్మన్ వర్ల్డ్ క్రిస్టియన్ డాక్టర్సు నెట్ వర్క్; మాన్మిన్ ఇంటర్నేషనల్ సెమినరీకి (యమ్ ఐ యస్) సంస్థాపకుడు మరియు బోర్డు ఛైర్మన్‌తో సహా అనేక మిషనరీ సంస్థలకు అసోసియేషన్లకు నాయకులు.

ఇదే గ్రంధకర్త వ్రాసిన శక్తివంతమైన ఇతర పుస్తకములు

పరలోకము *I* మరియు *II*

ఒక దివ్యమైన జీవితపు వాతావరణము, పరలోకపు పౌరులు వివిధస్థాయిలలో మన్న రాజ్యములను ఆనందిస్తూ అనుభవిస్తున్న విషయమును విపులీకరించి వివరించి చెప్పినది.

నా జీవితము నా విశ్వాసము *I* మరియు *II*

చీకటి తరంగాల, చల్లనికాడి మరియు లోతైన నిస్పృహల మధ్య దేవునికొరకు అసమానమైన ప్రేమ పుష్పించిన జీవితమునుండి వెలికితీసిన అతి సువాసన గల ఆత్మసంబంధపు పరిమళము,

మరణమునకు ముందు నిత్యజీవితమును రుచిచూచుట

డా.జయిరాక్ లీ గారు, మారుమనస్సు పొంది, మరణాంధకారపు లోయలో నుండి రక్షించబడి ఖచ్చితమైన మాదిరికరమైన క్రైస్తవజీవితమును జీవించుచున్నారు. ఆయన సాక్ష్యపు జ్ఞాపకాలు.

విశ్వాస పరిమాణము

నీకోసం కిరీటములు బహుమానములు సిధ్ధపరచు పరలోకము నివసించుటకు ఎంత మంచి స్థలము? మీ విశ్వాసమును కొలుచు కొనుటకు మరియు పరిపక్వమైన విశ్వాసమును అలవరచుకొనుటకు అవసరమైన జ్ఞానము నడిపింపును అందించగల పుస్తకము.

నరకము

దేవుని నుండి మానవాళికి మనఃపూర్వకమైన వర్తమానము, ఏ ఒక్కఆత్మకూడ నరక అగాధములో పడుటకు ఆయనకు ఇష్టములేదు। క్రూరమైన నిజమైన క్రిందమన్న పాతాళము నరకమును గురించి ఇంతకుముందెన్నడూ బయలుపరచబడని విషయము మీరు కనుకొందురు.